NGÔN NGỮ
TẠP CHÍ VĂN HỌC NGHỆ THUẬT
SỐ 9 - 1/9/2020

NHÓM CHỦ TRƯƠNG:

Luân Hoán - Song Thao - Nguyễn Vy Khanh - Hồ Đình Nghiêm - Lê Hân

CỘNG TÁC TRONG SỐ NÀY:

Biển Cát, Bình Địa Mộc, Bùi Dũng, Cái Trọng Ty, Cao Nguyên, Cao Thoại Châu, Châu Yến Loan, Chu Ngạn Thư, Chu Vương Miện, Cung Tích Biền, Dung Thị Vân, Duyên, Đặng Hiền, Đinh Cường, Đoàn Nhã Văn, Đoàn Phương, Đức Phổ, Hiền Nguyễn, Hoài Ziang Duy, Hoàng Quân, Hoàng Xuân Sơn, Hồ Đình Nghiêm, Hồ Xoa, Huy Tưởng, Huỳnh Duy Lộc, Huỳnh Liễu Ngạn, Huỳnh Minh Lệ, Lê Hân, Lê Hữu Minh Toán, Lê Minh Hiền, Lê Văn Trung, Luân Hoán, Lữ Quỳnh, Mang Viên Long, Mem Nguyễn Thị, Minh Nguyễn, My Thục, Ngàn Thương, Nguyên Bình, Nguyên Cẩn, Nguyễn An Bình, Nguyễn Dạ Quỳnh, Nguyễn Đình Phượng Uyển, Nguyễn Hải Thảo, Nguyễn Lê Hồng Hưng, Nguyễn Quốc Hưng, Nguyễn Sông Trẹm, Nguyễn Thành, Nguyễn Thiếu Dũng, Nguyễn Thị Thanh Bình, Nguyễn Văn Điều, Nguyễn Văn Gia, Nguyễn Vy Khanh, M.H. Hoài Linh Phương, Ngọc Bút, Như Không, NP Phan, Phạm Cao Hoàng, Phan Trang Hy, Phùng Quang Thuận, Phương Tấn, Quỳnh Nga, Sherwood Anderson, Sỹ Liêm, Song Thao, Thiếu Khanh, Tiểu Nguyệt, Tịnh Lệ, Trần Dzạ Lữ, Trần Đình Sơn Cước, Trần Hạ Vi, Trần Hoàng Vy, Trần Lệ, Trần Thị Nguyệt Mai, Trần Thị Trúc Hạ, Trần Thoại Nguyên, Trần Vạn Giã, Trần Vấn Lệ, Trương Thị Mỹ Vân, Túy Hồng, Võ Phú, Võ Thạnh Văn, Vũ Tuyết Nhung, Xuân Thao, Y Thy.

BÌA: Uyên Nguyên Trần Triết

DÀN TRANG: Nguyễn Thành & Lê Hân

ĐỌC BẢN THẢO: Trần Thị Nguyệt Mai

LIÊN LẠC:
Thư và bài vở mời gởi về:
- Luân Hoán: lebao_hoang@yahoo.com
- Song Thao: tatrungson@hotmail.com

TÒA SOẠN & TRỊ SỰ:
Lê Hân: (408) 722-5626 han.le3359@gmail.com

Mục lục

THƯ TÒA SOẠN

Theo thời tiết, Ngôn Ngữ số 9 có một ít thơ, truyện về mùa Thu. Nhưng không phải là một số đặc biệt. Bởi lẽ trong những số đặc biệt, cần có hai phần ba số trang để đi những biên khảo, tìm hiểu, truyện, thơ, hình ảnh... về chủ đề đó. Thực hiện những số đặc biệt thường công kỹ hơn những số bình thường, ngoại trừ những số bê tài liệu cũ dán vào.

Ngôn Ngữ 9, bên cạnh một ít thơ văn về Thu như vừa nói, vẫn là những bài viết, những sáng tác của một số bạn văn đã quen tên với bạn đọc. Kỳ này chúng tôi có thêm một ngòi bút quý, nhà văn Đoàn Nhã Văn. Nhưng vẫn chưa được hân hạnh đi bài của nhiều tác giả thành danh khác từ mọi nơi góp tay. Từ số 9, chúng tôi bắt đầu phổ biến một truyện dài của tác giả Nguyễn Lê Hồng Hưng. Với thời gian hai tháng thực hiện một lần, việc đi một truyện dài thường ít được tác giả chấp nhận, nhưng Ngôn Ngữ đã được sự đồng ý của người viết, nên rất hoan hỉ mời quý bạn đọc từ từ theo dõi tác phẩm.

Một tin không vui, từ số này chúng ta không còn được đọc tài liệu văn học nước ngoài do nữ bác sĩ Minh Ngọc sưu tập và thực hiện trong mục Tin Văn. Thay vào đó, chúng tôi được sự tích cực góp tay của nhà thơ Nguyễn Văn Gia nhằm giới thiệu khái quát một số đầu sách mới được ấn hành tại quê nhà. Ngôn Ngữ xin chân thành cảm ơn Bác sĩ / Nhà văn Minh Ngọc, Nhà thơ Nguyễn Văn Gia.

Cuối cùng chúng tôi xin phép dành ít phút đưa tiễn, nhà văn Mang Viên Long (cộng tác với NN từ số 1 đến nay) và nữ nhà văn Túy Hồng vừa rời xa chúng ta. Mời xem phần tưởng niệm trong những trang sau).

thân tình,
Luân Hoán

TIỂU SỬ VÀ HÌNH ẢNH

Nhà văn Túy Hồng với tên thật **Nguyễn Thị Túy Hồng** (vợ cố nhà văn Thanh Nam), sinh ngày 12 tháng 10 năm 1938 tại Chí Long Phong Điền Thừa Thiên. Tốt nghiệp đại học sư phạm (1 năm) tại Huế. Viết văn từ năm 1962 (viết 1 bài rồi nghỉ 2 năm sau mới viết lại). Đã cộng tác với: Văn Hữu, Bách Khoa, Lập Trường, Văn, Văn Học, Tin Sách, Nghệ Thuật, Kịch Ảnh, Con Ong, Diều Hâu, Tia Sáng, Độc Lập, Tin Sáng, Thần Phong, Thời Nay, Đời Nay, Khởi Hành, Tiền Tuyến, Vấn Đề… Được giải nhất văn học nghệ thuật Sài Gòn 1970. Định cư tại Seattle Washington Hoa Kỳ từ 1975. Qua đời vào ngày 19 tháng 7 năm 2020.

Tác phẩm đã xuất bản:

Thở Dài (tập truyện, Nxb Đời Mới 1965, Kim Anh tái bản 1966); Vết Thương Dậy Thì (truyện dài, Nxb Kim Anh 1966); Trong Móc Mưa Hạt Huyền (truyện dài, Nxb Đồng Nai 1969); Tôi Nhìn Tôi Trên Vách (truyện dài, Nxb Đồng Nai 1970); Mùa Hạ Huyền (truyện dài, Nxb Văn Khoa 1971); Những Sợi Sắc Không (truyện dài, giải nhất Văn chương toàn quốc 1970, Nxb Khai Trí 1971); Biển Điên (truyện dài, Nxb Văn Khoa 1971); Bướm Khuya (truyện dài, Nxb Đồng Nai 1971); Mối Thù Rực Rỡ (truyện dài, 1972); Hơi Thơ Rướn Cong (truyện dài, 1972); Nhánh Tóc Sợi Dòn (truyện dài , 1972); Kinh Thiên Thu (truyện dài, 1973); Eo Biển Đa Tình (truyện dài, 1973), Trong Cuối Cùng (truyện dài); Sạn Đạo (truyện dài); Tay Che Thời Tiết (truyện dài, 1988); Mưa Thầm Trên Bông Phấn (truyện dài); Thông Đưa Tiếng Kệ (truyện dài, 1991).

TÚY HỒNG

NHỮNG
SỢI
SẮC
KHÔNG

TÁC PHẨM ĐOẠT GIẢI
VĂN HỌC NGHỆ THUẬT
TOÀN QUỐC 1969—1970
VIỆT NAM CỘNG HÒA

Làng Văn

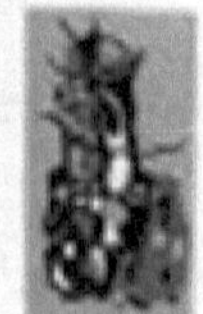

TÚY HỒNG

THỞ DÀI

truyện

nhà xuất bản văn

Tranh Tạ Tỵ cùng thủ bút và chữ ký của Túy Hồng

*Hình chụp bởi nhiếp ảnh gia Trần Cao Lĩnh đăng trong cuốn
"Những Truyện Ngắn Hay Nhất Của Quê Hương Chúng Ta"*

Túy Hồng qua nét vẽ Chóe

Túy Hồng qua nét vẽ Phan Nguyên

Hàng đứng, từ trái: Luật Sư Phạm Thiệu Hùng, Nhà Văn Mặc Thu, Chú rể Thanh Nam, Cô dâu Túy Hồng, Nhà Văn Thanh Tâm Tuyền. Hàng ngồi, từ trái: Nhà Văn Nguyễn Thị Hoàng, một nữ lưu, hai người em của Túy Hồng: Ngọ Thu, Hồng Ân. (Hình Mặc Thu)

Lòng Thành

TÚY HỒNG

LTS: *Đây là truyện ngắn trích trong tuyển tập "Những Truyện Ngắn Hay Nhất Của Quê Hương Chúng Ta" do cố văn sĩ Nguyễn Đông Ngạc biên soạn gồm 45 tác giả và do Sóng Văn xuất bản lần thứ nhất tại Sài Gòn vào năm 1974, nhà xuất bản Mở Nguồn tái bản vào năm 2019.*

Thưa Bà,

Lâu nay tôi vẫn theo dõi lời của bà trên mục "Giải đáp tâm tình". Bà đã dàn xếp bao nhiêu rắc rối nội tâm. Những người nghe bà giờ đây có lẽ đã bình yên rồi. Hôm nay, tôi xin mạn phép tuần tự kể câu chuyện dài đời tôi và mong bà giúp cho đoạn kết.

Vì câu chuyện ấy có liên quan đến những điều xảy ra trong đời tôi sau này, cho nên mặc dù như thế không được khiêm tốn tôi vẫn phải thưa ngay rằng trước đây bốn năm tôi đã từng là một ca sĩ có tên tuổi ở đô thành. Trời cho tôi giọng hát hay, cái may mắn ấy giúp tôi nuôi sống gia đình.

Nhà cũng có anh, nhưng trong hoàn cảnh cần phải hy sinh này, anh tôi lại làm reo đòi cho có một gia đình riêng của anh. Đàn ông lấy vợ khi nào cũng còn kịp; nghĩ thế nên cả nhà tôi kết bè phản đối nàng dâu chưa về nhà chồng. Ai mà ưng được người chị dâu biết gần hết chuyện đời ấy, chị nói chuyện liên hồi trước mặt đàn ông. Chị quá tỉnh táo, không bao giờ để lộ cảm xúc lên mặt hay ngập ngừng im lặng trước nam phái.

Mẹ tôi bảo anh: "E hắn nhai mày".

Anh tôi nổi cộc. Anh đem cả số tiền tháng lương mới lãnh về chặt hai ra, làm mồi lửa. Anh đành đoạn thoát ly gia đình! Cha mẹ tôi có con trai đầu lòng mà không nhờ được. Gánh nặng trên đôi vai ngang, tôi phải hát đêm ngày. Ở tuổi hai mươi, con gái bây giờ vẫn còn rất trẻ, nhưng lòng tôi thì già đắng lại. Đau buồn trĩu nặng trên mí mắt. Già tự trong lòng già ra. Tôi không có nhan sắc để giúp đỡ cho tiếng hát, cố tránh chuyện buồn để tìm tươi non cho gương mặt.

Tôi theo học nhạc từ năm mười lăm. Trên đầu lưỡi tôi vẫn quen nhảy nhót những tiếng ca rộn rã. Ở chéo khăn tay, trên ngực áo mặc ở nhà, luôn luôn khập khễnh những nốt nhạc vui đời. Gia đình níu nhờ tiếng ca của tôi. Tôi đem hơi ca đổi lấy tiền. Các chị em ở nhà đi ra đi vào mòn guốc, ai cũng đẹp hơn tôi cả. Trội nhất là Thanh, cốt cách chứa trong cái bằng tú tài. Có người mời Thanh đóng phim. Thanh cười. Nó đang chờ ngày làm bà lớn. Trong cuộc sống thiếu điều kiện vật chất nhưng vẫn trau chuốt bề ngoài, dĩ nhiên chúng tôi va chạm lung tung. Lục đục cãi nhau cả ngày từ khi mặt trời mọc cho đến lúc trăng lên. Gây gổ sa đà mê man, quên cả việc đóng cửa gương đề phòng hàng xóm. Bao nhiêu tật, bao nhiêu tướng trên người đều bị soi ra hết. Thật là nhìn vào, đời ở đâu cũng đều thấy khổ. Làm con gái trong nhà này như làm tướng cướp. Thanh hét ra lửa, ngọn đòn của nó bao giờ cũng độc, hạ liền độc thủ trong nháy mắt:

"Đó, đó là chị, chị Liên của tôi đó. Chừng ấy tuổi mà chưa có chồng. Chị tưởng cha mẹ hãnh diện vì chị lắm chắc. Không đi cho rồi, còn ở nhà báo hại mãi. Vẫn biết chị luống tuổi thì sinh ra gắt gỏng, khó nết: nhưng ai dại gì mà làm nạn nhân cho sự khủng hoảng kia".

Phần tôi, lập đầu công trong gia đình nhưng Thanh vẫn tìm cách hạ:

"Đồ 'khôn nhà dại chợ'. Cái đồ ca sĩ ưỡn ẹo ra hát bị bọn cao bồi chửi vào mặt cũng phải vuốt mà chịu. Còn về nhà thì… thì…".

Tôi tức giận oằn người. Chỉ có cách nói xấu nó với người ngoài mới trả được hận. Ra đường Thanh đẹp, tinh thần cao.

Tôi mắng lại: "Dù có làm chi đi nữa, ta cũng hãnh diện nuôi mi một phần. Mi là cao bồi ở nhà cao bồi vườn, vì mi chửi tao ở đây còn tụi bạn mi ở dọc đường dọc chợ chửi tao trên bục ca. Cân quá".

Bao giờ gây sự với Thanh, tôi cũng được tiếp sức cả. Các chị ở ngoài mỗi người "thở" vào một câu làm Thanh hao mòn khí phách. Bao giờ Thanh cũng phải đương đầu với một lực lượng. Thanh cô đơn, nó phải khóc cho sự yếu thế của mình.

"Ai cũng có vây cánh cả, chỉ mình là trơ trọi. Hoàn cảnh dồn mình vào chỗ xấu. Chị Hiền, chị là tiên hiện xuống nhà này, chị hái ra vàng mà. Tôi mà đi khỏi cái nhà này, khi khuất mắt cái sào huyệt đàn bà là không thèm ngoái lại, không thèm lui một bước. Chị Hiền, được, cho chị hơn tôi đi, hiện tại bây giờ thì chị hơn đi, nhưng để còn tương lai coi ai sẽ hơn ai".

Bao giờ cũng khoe vốn! Tôi mong cho Thanh đi lắm. Tôi mong cho các chị mỗi người có một "lối đi đưa đến thành La Mã".

Thưa bà, chị em cứ xáo trộn mãi nên mẹ hằng ao ước gả trụm cả bầy cho một chàng!

Thời gian làm con gái, chúng tôi sống vô trật tự với nhau; ngoảnh đi ngoảnh lại tuổi ba mươi đã gần kề. Đêm nằm mà nóng gan, nóng phổi. Cha tôi mài miệt xem sách trọn tuổi già để quên lo. Mẹ tôi chơi bài tứ sắc và dạy dỗ con cái. Bà la mắng con nhiều nhất là ba câu, đánh tứ sắc ù được ba ván đầu, còn thì "xỉu" dài. Khi mẹ rầy chúng tôi vài tiếng không nổi, bỏ đi chỗ khác thì lòng nặng trĩu; khi mẹ phủi áo tan sòng tứ sắc thì "túi rỗng không và lòng cũng rỗng không". Trong truyện Tàu có anh Trình Giảo Kim ráng được ba búa đầu rồi vác đại phủ co giò chạy, bà có đọc "Thuyết Đường" không? Mẹ tôi chắc là hậu thân của tướng Tàu đó. Đánh đâu thua đấy. Mẹ muốn thả lỏng cho chúng tôi tự giác lỗi lầm. Có lẽ mẹ tôi bắt chước J. - J. Rousseau mà dạy con, theo gương Trình Giảo Kim mà đánh bài, nên cha tôi mới không giàu sang chăng?

Thưa bà, đó là chuyện trong nhà, còn chuyện ngoài đường nữa. Cái khổ vì nghề nghiệp mới chính là tai ách. Đi nắng về sương, ăn ngủ thất thường, tôi tự ví mình với "kiếp cò ăn đêm". Thịt xương hao mòn lần. Trời khuya tê cóng, đường phố nằm yên, chỉ còn mình ca nhi thức, lật đật về gõ cửa nhà mình, lau vội phấn son, lên giường nằm trở mình cho đến sáng. Da mặt ít có dịp trở lại tự nhiên, ngày đêm vẫn chà xát kem với bụi phấn lần lần dày và to ra. Hai lá phổi mỏng mảnh của tôi một ngày kia sẽ bở rệt như đôi cánh bướm. Sau mỗi đêm đại nhạc hội, sinh lực chuyển hết ra cuống cổ, tôi phải ngậm sâm cho ngọt giọng. Người đời ác với chúng tôi lắm. Tôi còn nhớ mãi kỷ niệm hãi hùng đêm đầu tiên ra mắt khán giả phòng trà. Cả một bầy thú rừng la ó, huýt còi miệng, đập phá bàn ghế, tôi co rúm người lại, chới với chụp lấy cổ chiếc micro tìm một chỗ vịn đỡ; bọn ác quỷ rú lên làm sao cho mình dở sống dở chết trên bục ca. Để cám ơn họ mình phải tập trung tất cả sức lực ra hát cho thật hay, uốn người thật dẻo, mỉm cười sao cho lẳng.

Giọng hát độc đáo, kỹ thuật vững chắc, tôi thủng thẳng đi hát và gấp rút thành công. Bà có nhận thấy loài xướng ca của chúng tôi giàu lòng vị tha không? Mặc người ta gào thét, đả đảo, mặc bọn đàn ông thô bỉ xô đuổi người ca sĩ vẫn nhởn nhơ như không, cố đem cử chỉ đẹp nhất ra khoe, nụ cười khéo nhất ra chiều, ra dâng hiến. Bao nhiêu "anh hoa đều phát tiết ra ngoài", bao nhiêu duyên dáng mặn mòi đều vung vãi dưới ánh đèn màu. Người đời không tốt nhưng mình cứ tốt lại. Mình cần họ, mình phải mất cho họ.

Tôi tuyên bố riêng với các bạn: "Mấy anh chàng ở xa ỷ đông làm tàng… Một khi muốn sống gần với ca sĩ thì chết… Các con của mẹ ơi…".

Tiếng hát của tôi có ngôi thứ rõ rệt. Ngoài lúc trau giồi, tập tành với một vài nhạc sư quen thân, tôi còn phải luyện giọng ca, tiếng ngân. Nghe dĩa vừa thích vừa lợi. Tôi còn một phương pháp nhà quê nữa là rúc đầu hát vào lu nước nghe tiếng mình như ễnh ương kêu. Mình phải tập cách dồn ép hơi trong cổ họng làm sao cho lần lần nghe bớt rổ, bớt xốn tai. Đừng để hở cả hai tai, mình phải bịt kín lỗ tai lại để nghe giọng thật của mình. Phải nghe mình hát để sửa cho mình. Sự tập luyện kéo dài suốt đời ca sĩ. Tôi biết chịu thương chịu khó nên được mến chuộng. Có người bảo tiếng hát của tôi như hiểu thấu lòng người, như an ủi; đôi khi nghe như vừa khóc vừa hát. Người đời vẫn thích mình làm nũng với họ, lắm khi thật đáng giận đáng ghét: mình hát cho họ nghe mà họ còn ác với mình.

Một buổi chiều mấy chị em tôi đang sang trọng đi làm, có hai chàng ôm nhau trên chiếc xe vespa phanh chậm xe lại, nói vào mặt: "Các em của anh bữa nay đi ăn sương sớm quá?".

Một chị bạn phản ứng liền: "Quân hạ cấp, ba người… sáu chiếc gót sắt đâm lủng mắt bây giờ".

Tôi nhủ thầm: "Mẹ rất buồn khi nghe các con nói thế".

Càng ngày tôi càng "bay" nhiều ở các phòng trà. Họ tranh nhau mời tôi. Tôi "chướng" với họ đủ mọi điều kiện. Vì thiếu những người như tôi cuộc đời sẽ đình công.

… Rồi sự lạ ở ngoài xảy vào gia đình chúng tôi. Một người mê giọng hát của tôi và mê cả tôi đêm đêm trực ở phòng trà nhưng không bao giờ thấy tận mặt mặt thật của tôi cả. Người ta đánh tiếng muốn nói chuyện với tôi để tìm hiểu. Đó là một sự huy hoàng và rực rỡ: Tiến sĩ vật lý. Xôn xao quá! Nhưng khi cái xôn xao đã lắng một nửa tôi mới bình tĩnh lại để nghe kể rằng ông nghè vật lý tuổi đã giáp ngũ tuần, tóc mây đã bị thời gian cướp mất một khoanh trên đầu.

Ông đề nghị đến nhà gặp tôi cho biết. Cả mấy chị em cùng đợi.

Cha mẹ tôi bàn ra bàn vào rất nhiều. Mẹ cứ hỏi đi hỏi lại đến mười lần tôi có bằng lòng không làm Thanh phải bực: "Để còn ngắm dung nhan ông ta đã chứ!". Mẹ tôi chắc lưỡi: "Lấy chồng già như hắn bây giờ thì sướng nhưng về sau phải nuôi con mệt. Đợi đến chừng ấy tuổi mới lấy vợ. Mình nên nghĩ đến sau này một chút… cha già con mọn".

Chị Liên cãi lại: "Ở Mỹ, ở Pháp người ta lấy toàn chồng già. Hơn hai ba giáp là chuyện thường. Càng so le càng độc đáo. Tình càng già càng bảo đảm…". Mẹ tôi cười: "Cơ chi hắn hỏi con Hoài thì gả liền, cho thêm con Liên nữa, gả một biểu một".

Thanh cười lộ cả hai hàm răng đều như bắp tươi. Cái lúm đồng tiền thêm duyên trên má bên phải rất sâu. Vẻ đẹp phong phú, khi thôi cười đồng tiền vẫn còn.

Nó nói với tôi: "Bất luận già trẻ lớn bé, ai đáng phục thì lấy. Bọn con nít ở trong nắm tay mình, muốn nắm lại lúc nào cũng được cả. Tụi mình ví như mấy chiếc đò. Đàn ông là những cái neo, neo đò lại, níu đò cho cứng đề phòng sóng gió, mà neo thì phải lựa thứ tốt, bằng sắt hảo hạng, sắt tra…".

Diệu, người chị kế hơn tôi một tuổi, đẹp thua Thanh một ít, hất Thanh ra để khuyên tôi: "Con Hiền có sự nghiệp, thiên hạ đều biết. Mi muốn lấy ai cũng có sẵn. Người tầm thường như tao mới đáng lo… giá trị cứ đánh vào ông chồng… Mi cần chi mà phải ham… Chẳng thà cha mẹ ép rồi mình mới đau khổ mà lấy.

Diệu thích dạy học, tin ở mình. Chị biết mình đẹp, biết món này, món kia, nên biết giá trị của mình từ mọi góc cạnh. Chị nói rất nhiều lần, cho tôi biết ý nghĩ của chị: "Ai mà lấy tao sau này sướng lắm nghe".

Một bữa chị nhờ thằng em con dì chở Solex đến trường. Đứa em vùng vằng, Diệu cười với nó: "Thằng này không biết hân hạnh chi cả. Bao nhiêu người sẽ mời tao lên ô-tô của họ. Chứ mi chở tao một bữa đỡ đã…".

Chuyện gì mà vào nhà tôi cũng có thể được bàn bạc suốt năm canh. Tôi muốn ngủ quá rồi, chị Diệu vẫn còn hăng: "Đàn ông bây giờ bần lắm. Họ chỉ cưới ai có nghề nghiệp trong tay. Con Hiền lương to hơn Tổng thống… Nhưng… người đàn bà Tây phương có can đảm lấy chồng già vì bên họ có đạo luật ly dị. Chịu lấy ông lão lúc ấy là nghĩ dài sau này còn làm lại, còn tái bản nhiều lần nữa. Mình mà muốn thay chồng thì chỉ có việc trù cho chồng chết hoặc thuốc…".

Thưa bà, chuyện lấy chồng, dù là lấy ông già đi nữa cũng đáng làm mình xao động chứ. Tôi chuẩn bị chờ đón, gọt giũa những câu sắp nói cho trơn láng. Tôi hoang mang không biết ông ta đến thăm vào ngày giờ nào. Và … mẹ cha đã cố tình làm cho tôi vắng nhà lúc người ấy xuất hiện. Thanh bưng khay nước ra mời khách và Thanh đã làm cho người ta quên rằng người ta đến đây là vì tôi. Qua phút ban sơ mẹ và các chị đều hiểu rằng tôi đã bị loại tuy chưa vào bán kết. Những lần mấy chị em rút vào trong nhường chỗ cho Thanh tiếp chuyện với nhân vật mới của gia đình, chúng tôi nhìn ra đôi lứa ấy mà thấy cả một sự sắp xếp lộn xộn.

Tôi trêu Thanh: "Con Thanh tiếp chuyện mệt lắm nghe. Khi không muốn cười hắn cũng phải bặm miệng cho cái lúm đồng tiền lõm vào. Lỡ quên thì đêm nằm ân hận mãi".

Sau ngày Thanh lên xe về nhà chồng thì chị Hoài được làm việc với Mỹ, Diệu đi dạy học. Hai phòng trà mời tôi ký giao kèo. Tiền vào nhà tôi như lá mít rụng. Không khí gia đình bây giờ thở ra thở vào thấy khoan khoái lắm. Ngoài số đồ dùng và đồ trang sức thời đại, chúng tôi mỗi người trung bình có hai áo lụa mỡ gà để đi dưới nắng Sài Gòn. (Thi nhân bắt buộc mỗi người con gái đều phải may áo lụa, phải không bà?).

Tôi cần hát cũng như tôi cần thở. Tiếng hát của tôi bây giờ yên một chỗ nhưng tên tuổi tôi nổi dồn dập. Cái khó là tạo được thanh thế ban đầu. Tiếng tăm tôi cứ nhẹ nhàng đi lên như bong bóng khinh khí. Đúng là thời kỳ tôi làm mưa làm gió. Tôi than với các anh nhà báo là không ai chia sẻ thân phận tôi ra nhiều miếng nhỏ để hát được nhiều nơi.

Danh vọng đón rước tình yêu. Một trung úy quân y, Chinh, đi hỏi tôi giữa gian nhà chật ních bà con bên ngoại. Chinh đến với tôi hoàn toàn lạ hoắc. Và tôi yêu người đàn ông lạ ấy giữa đám đàn ông quen. Các chàng nghệ sĩ tính sai. Ai cũng tưởng đời làm nhạc phải cột liền với đời ca nữ để "anh đặt lời ca nàng đem bán". Tôi gieo cầu vào địa hạt cao tức là đánh lạc thành kiến của họ.

Chinh cao, to oai, đúng với quan niệm về đàn ông của phụ nữ. Cái bằng cấp của chàng thì cây cối súc vật đều thích. Tôi đã đủ mọi chiều cao ước. Trời đất cùng nhau hân hoan!

Các chị phê bình kín Chinh như thế này: "Người cẩn thận, kỹ lưỡng quá… Hí! Chắc là khi cất tiền anh chàng vuốt xếp tờ bạc thẳng lắm, thẳng lắm, ờ ờ, anh chàng đút bàn ủi điện ủi cho láng, cho phẳng phiu, cầm lên hôn một cái rồi cho vào hòm".

Cái gì ở đầu lưỡi các bà ấy xuất ra cũng trần ai cả!

Tôi nguyện với tình yêu, lúc quay lưng xô ngã cuộc đời con gái tôi sẽ từ bỏ tất cả, xa sân khấu, lui khỏi địa vị một ngôi sao để làm một người bình thường. Tôi sẽ giã từ sự nghiệp đang lên, hy sinh tất cả danh vọng để trọn nghĩa làm vợ. Một người đàn bà không thể vừa giỏi bên ngoài vừa giỏi bên trong được. Vì chàng tôi phải ly thân với nghệ thuật. Tên tuổi của tôi phải chết cho lòng thành quấn quýt bên chàng. Tôi không tự hào mình có ý nghĩ to đáng tuyên bố. Bất cứ nữ nghệ sĩ nào gặp được tình yêu chân thành cũng đều làm thế cả. Đó là ơn huệ tối cao cho đàn ông ở thế gian. Ngoài ra chồng tôi giàu và danh giá, tôi cần chi phải đi làm. Chàng nuôi mười vợ cũng còn dư dả.

Nhưng thưa bà, tôi đã làm vợ chàng trước khi hy sinh. Buổi sáng hôm ấy tôi đến thăm Chinh ở phòng trực. Kinh nghiệm còn sơ suất, đi thăm người yêu mà tôi đánh phấn nụ và mang áo dài nội hóa. Bản tính hiền khiến mình quên cả. Thứ phấn nụ bằng thạch cao nhồi với bột gạo. Chinh chỉ cúi hôn xuống hai lần là bay cả màu trắng.

Hàng nội hóa, chuyên môn sống lại khi bàn ủi nguội, chỉ một tay âu yếm của chàng đủ vò nhăn nếp. Hàng mình còn một cái bậy nữa là mau rũ, sợi xạc lỏng ra lần, làm mình lạc quan cứ tưởng bụng nhỏ lại. Tôi thầm nghĩ đời tư mình không có chi để phải xin lỗi người yêu cả. Có bao giờ tôi trương hình mình lên mặt báo hay bìa nhạc; lạnh lùng với ký giả, lập nghiêm với nam nghệ sĩ, không bao giờ "em, em" với các "chú" bạn. Ngôn ngữ vẫn còn tân. Một bài báo chê dáng đi của tôi cực khổ. Đôi vai ngang gánh vác nhiều. Chiếc lưng dài muốn trườn tới trước như để giảm bớt chiều đi lên của bộ ngực.

Niềm vui trong đôi mắt Chinh đón tiếp tôi ở phòng trực. Chàng kéo tôi ngồi bên ghế nhựa. Toàn thân tôi xao xuyến dễ chịu. Chiếc đùi hằn lên trong ống quần satin sáp vào lần vải lính kaki. Bàn làm việc của Chinh nhiều sách chữ Pháp. Dưới mặt kính bàn có ba chữ: *dur, pur, sur*. Lần đầu đến chơi tôi đã chú ý. Đó cũng là một phần nội dung, tâm hồn của chàng.

Tôi mở sắc lấy nho đút cho chàng. Chinh vừa nhai vừa ngậm những cọng tóc mai trên trán tôi. Chung quanh yên lặng, sổ sách, giấy tờ ngăn nắp. Trong phòng trực có vẻ thân mật ấm cúng như trong phòng làm việc của người chồng trong nhà. Chinh nói chuyện rất ít và có duyên. Tôi nhìn xuống vạt áo dài và hỏi:

"Anh Chinh, nếu dĩ vãng của em hắc ám, nếu có người dèm với anh rằng ngày xưa em phải đi gánh nước, thì anh có tin không? Anh có đi cưới em chăng?".

Chinh vòng tay qua sau lưng tôi:

"Nếu ngày trước em đi gánh nước thì ngày nay anh có người vợ biết được môn gánh nước… À, Thanh đã có tin vui chưa?".

"Mới nghi ngờ".

Tôi tháo cái khuy bấm cuối cùng của áo dài ra tránh đường xếp nơi bụng mỗi khi ngồi lâu và ngả người ra đàng sau. Chinh nói đột ngột:

"Em đẹp hơn Thanh, chị Diệu, đẹp nhất nhà".

"Vì mắt anh chỉ thấy em nên không quen nhìn những cái khác dù đẹp".

Chinh nhìn tôi, nhìn phủ cả người. Cái khuy áo dài bỏ ngỏ. Thứ hàng lót *valisère* mềm mại như da thịt con gái. Bàn tay Chinh lần đi dạo trên người. Tôi cảm biết những cái rùng mình của da thịt, hất tay chàng ra thì bị níu đứng lên. Hơi thở đổ dồn lên mặt. Bốn cái môi dán vào nhau liên hoan rất dài. Tôi có cảm tưởng thân thể vạm vỡ của chàng đổ trên người tôi. Những khớp xương và gân yếu đi rã rời. Trời đất loạng choạng trước mắt. Tinh thần, ý chí không còn nữa. Nước mắt và mồ hôi ướt mặt. Gia đình tôi không ai hay biết tôi mắc nạn ở đây cả. Tất cả chỉ có hai người, chuyện gì mà chẳng xảy ra. Chinh đi khóa cửa lớn cửa nhỏ và khóa luôn thân thể tôi lại. Thôi, đủ hiểu rồi…

Tai nạn bao giờ cũng kết thúc bằng tiếng tỉ tê của đàn bà. Vết đau đầu tiên có bao giờ lành được. Tôi khóc vì cái quyền làm được mọi sự của đàn ông. Từ đây nhất định đời mình phải dán vào đời chàng. Cuộc sống đã ngã ngũ. Mình vừa ký giao kèo chịu thua.

Những thời gian sau tôi không đến với chàng ở phòng trực. Chúng tôi đi chơi nhiều nơi. Chuyện khó đầu tiên chàng đã được rồi đưa đẩy thói quen cho những lần sau.

Chinh giới thiệu tôi với những người bạn mới. Chàng hướng dẫn tôi vào hát trong quân đội. Tôi ngạc nhiên lắm:

"Anh Chinh, em sắp lấy chồng còn bày thêm hát xướng gì nữa… em phải lo giải nghệ lần lần chứ… Anh đừng chiều em không đúng chỗ. Vì con sau này, vì anh bây giờ, em phải từ bỏ tất cả nghệ thuật. Em không thèm đi hát nữa đâu".

"Hiền vẫn hát khoẻ lắm mà".

Tôi cười:

"Nhưng có chồng thì phải biết coi sóc cửa ngõ chờ chồng đi làm việc về".

"Em không thông minh một tí nào cả. Yêu em, anh đâu phải ngồi nhìn em, anh phải cảm thông hướng đi của em, anh phải hãnh diện lắng nghe tài nghệ của em tung hoành. Nếu anh nhốt em lại, nghệ thuật sẽ lên án anh. Anh không có can đảm cướp em trên tay nghệ thuật. Anh không xứng đáng làm em phải hy sinh cuộc đời đầy hào quang của em. Anh không có quyền chận đứng danh vọng của em. Bổn phận của anh là thúc đẩy khuyến khích em: Anh tôn thờ em để em tôn thờ nghệ thuật".

Những lời sốt sắng ấy như dán đôi môi của tôi vào nhau. Lặng đi một lát tôi mới nói được:

"Nhưng từ khi gặp anh, nghệ thuật, người yêu cũ của em, đã thấy tự bất lực, thấy thua sức hẳn, nên tự rút lui. Em nhất định ngã trên tay anh… Anh đã thắng trận huy hoàng".

"Ơn em to quá, anh không dám nhận… Em phải suy tính cho sòng phẳng để sau này khỏi phải ân hận".

Tôi bỗng bật cười quệt má chàng:

"Nói nghe tuyệt lắm, nhưng sau đừng có ghen nghe ông anh".

Một đêm đang ca hát, bỗng dưng tôi thấy buồn nôn. Gần đây thân thể có phần hư sự. Vòng eo và dưới eo cành ra. Công việc mấy bộ máy trong thân thể bắt đầu sai chạy lủng củng như thể phải chứa thêm một mầm sống nữa. Tôi nghi mình đã "bị" rồi, khi bác sĩ Chinh dò lại thì quả đúng. Chàng cưới tôi với một bào thai còn non như trứng.

Thưa bà, đám cưới xong, đêm ngày tôi vẫn tiếp tục ca hát. Chinh thúc đẩy tôi siêng năng đến phòng trà. Chàng không thuộc hạng đàn ông muốn đóng cửa giữ hạnh phúc ở nhà.

Tôi không còn xem việc lấy chồng là một cách tu nữa. Lấy chồng cũng như tiếp tục làm con gái, ca hát liên hồi như lúc xưa. Cha mẹ lỗ, mình còn mệt nhoài người vì đã có một gia đình với một ông chồng. Nghệ thuật và chồng làm tôi tiêu hao sinh lực.

Tôi xin nhắc lại với bà, bất cứ một nàng ca sĩ nào lúc sắp vu quy cũng phải chịu cho nhà báo ít nhất một lần phỏng vấn, đại để: Lấy chồng rồi cô có thôi hát không? - Và muôn câu trả lời như đúc kết vào một: - Đợi xem tình yêu của chồng ra sao rồi sẽ xét sau.

Chinh từ chối sự hy sinh cuối cùng ấy. Chàng chỉ nhận xương thịt của tôi còn nghiệp dĩ cầm ca nhường cho nghệ thuật. Chinh muốn gửi tôi cho tất cả thiên hạ, chàng không hoàn toàn thuộc về một người. Tình yêu chung chạ thế này làm tủi mặt cả vợ lẫn chồng. Tôi không chịu nổi. Một cách gián tiếp, chàng buộc tôi phải đi hát cho cả thiên hạ nghe. Tôi cảm thấy rõ ràng mình bị cưỡng bách yêu nghệ thuật. Chàng thật độc tài vô lý. Tôi suy nghĩ nhiều đêm và cảm thấy đau khổ như thể mình bị ép duyên. Đã ghét thì không thể sống với nghệ thuật được.

Mình đâu phải là vật giải trí lành mạnh. Đi hát mà cũng bị bó buộc như lúc còn bé phải cắp sách cặp đi học. Các bạn ca nhi vẫn tôn lên ngôi hoàng hậu vì chồng tôi biết trọng tự do của vợ. Khi mình đã ớn nghệ thuật mà còn xông xáo vào các phòng trà ca hát nữa là tự đày đọa mình. Thật là hỗn láo. Đứng trên bục ca nhìn xuống đám thực khách nhồm nhoàm vừa ăn vừa thưởng thức, được nghe những câu đe dọa, những lời nhục mạ thô bỉ, tôi căm thù tất cả, đàn ông và chồng. Ánh đèn thay đổi màu sắc luôn luôn trên da mặt khiến mình cảm thấy vẻ giả dối nhân tạo của mình; lòng oán giận vu vơ, và cái thai đang mọc tứ chi ở bụng dưới mỗi lúc cứ thúc nhẹ dạ dày tống những chất chua lên cổ khiến tôi vừa ca vừa lợm giọng.

Hát mà không cần biết đến nghệ thuật, dửng dưng lạ hoắc không chút rung cảm. Tôi trực giác cái đà đi xuống của mình. Biết nhưng không có quyền tha cho mình được giã từ trà thất. Chính mình vật lộn với nghệ thuật, với nghề của mình. Tiếng hát sẽ mất hết căn bản.

Tôi ao ước được ở nhà đợi chồng đi làm về. Tôi muốn sống yên. Cứ tất tả lo việc bên ngoài, vợ chồng thật không có thì giờ để thương yêu, tìm hiểu săn sóc cho nhau. Chuyện phục vụ chồng, thờ chồng đối với tôi hoàn toàn xa lạ. Không có thời giờ để thực hành những bài "Gia huấn ca" đã học ở trường. Về nhà tự săn sóc cho mình cũng chưa xuể. Mỗi ngày phải mang hai ba thứ mặt nạ dưỡng da.

Nhưng cuối tháng cầm hơn sáu chục ngàn đồng bạc về nhà tôi cũng không tự hào cho cái công dụng của mình. Chinh ăn lương nhà nước có giới hạn ít ỏi.

Chàng đem tiền gửi hết ở ngân hàng. Chúng tôi có dư bạc nên yêu nhau không cần tiền, nhìn nhau mà cùng nhìn về nhà băng. Chỉ nhìn theo hướng ấy chúng tôi mới cảm thông nhau. Nhưng chính hướng đi ấy đã giết chết lần mòn tâm trạng và sự nghiệp của tôi. Một thời gian không lâu nữa tôi sẽ bị chết chìm trong lãng quên và trong sự ruồng bỏ của thính giả. Tôi tiên đoán sẽ nhìn tận mặt ngày tàn của mình nên muốn "rụng" trước cho rồi.

Bụng còn sát, bốn đường nhíp trên áo dài chưa nao núng, tôi còn phải lăn lộn với nghệ thuật. Cha mẹ và các chị giận lẫy tôi về chuyện không vâng lời chồng chịu ở nhà. Ai cũng tỏ thiện ý giúp đỡ Chinh, dành nhau khuyên răn tôi, Thanh tự lấy mình làm gương để trách:

"Không biết đến bao giờ chị mới hết hát. Chị không biết thương cho thân chị. Chị cũng là người sao chị cứ tự hành hạ, cứ hạ mình cho thiên hạ giải trí. Đúng là đem bán linh hồn cho người ta chơi, người ta thưởng thức. Ngày nào cũng cứ bêu mặt trước công chúng, quá nhẹ thể. Em thì em ở nhà hãnh diện với địa vị của chồng em. Còn chị đau khổ cho đàn ông hơn là chỉ nắm được thể xác của vợ còn tâm hồn thì "muôn sự của chung". Chị là người của ngoài đường. Ai muốn thương chị cũng được, ai muốn nói hỗn cũng được. Chị coi em, lúc xưa em định học tới cùng. Lấy anh Thân rồi em cũng còn đi học nhưng một hôm em nghĩ lại mình còn đi học là chưa thương chồng lắm, tội cho chồng, chẳng thà đi làm để giúp đỡ thêm…".

"Nhưng ca hát cũng là một nghề".

"Nghề chị không đứng đắn, không có tôn ti trật tự chi cả, nghề ăn sương tinh thần. Nếu chị cứ đi dạy học hay làm thư ký thì có ai phàn nàn. Chị nghĩ coi, anh Chinh cao thượng, hiền lành. Sao chị không cho chuyện lấy chồng là hết. Chồng là tất cả… còn có chi hơn để mình mơ ước. Đi hát bị tai tiếng suốt đời…".

Dù muốn dù không, khi bụng lồm cồm tôi cũng phải ở nhà. Nghỉ hát khoẻ người nhưng ngày nào cũng uống thuốc. Da thịt đâm chồi ở những chỗ khuyết trên thân thể.

Trên bàn làm việc của Chinh vẫn hàng chữ *dur, pur, sur*. Chàng có đến ba đức tính chính, không kể những cái phụ tùng khác trong khi tôi chỉ có lòng thành yêu chồng. Trong thời kỳ dự bị sinh đẻ, tôi rất sợ phải ngửa tay xin tiền chàng. Tiền chẵn ngân hàng giữ hộ, còn tiền lẻ tiền riêng đã cạn từ lâu. Vì tự ái, vì e ấp tôi chỉ cho thai nhi những cái mình có thể. Quà biếu cũng tạm đủ dùng. Con tôi chưa ăn nhờ chi của cha nó cả.

Đến ngày con tôi phá vỡ lòng mẹ để ra ngoài, Chinh đi công tác trạm xa. Mẹ, các chị em và anh rể dìu tôi vào quân y viện. Mỗi người nịnh một câu cho tôi quên đau nhưng tôi cần một người, cần hai vòng tay ân ái để lấp khỏa những đau đớn tày trời do đứa con đang làm dữ bên trong. Giờ phút ra đời của thai nhi là một cuộc động đất trong lòng mẹ. Tôi cần một bả vai thân yêu để cắn, để cào trả thù những giờ phút sung sướng. Mắt tôi mờ lệ và mồ hôi. Mẹ đưa cho ngậm một lát sâm, tôi cắn cả tay mẹ. Đứa con đang xé rách bào thai, đang xô ngã chỗ cưu mang nó để mau ra đời. Nghĩ đến lúc Chinh tìm tôi, tìm đến cái khó nói nhất của thế nhân, nghiến răng bóp chặt cánh tay anh rể và nguyền rủa:

"Đồ chó…".

Mẹ tôi lau mồ hôi cho tôi và can:

"Xấu con… gắng chịu một chút".

Qua một đêm lộng hành, sáng hôm sau thằng bé mới ra đời. Tiếng khóc lọt lòng của con là bản hùng ca đầu tiên đời làm mẹ của tôi. Tôi mỉm cười, khi anh rể vào thăm tôi khoe:

"Để em chọc cho nó khóc, giọng tenor khá lắm".

Chinh chưa về chào đón con. Tôi muốn kể với chàng nỗi đau đớn chịu đựng đêm qua.

Anh rể đánh điện tín ra Huế cho mẹ chồng tôi. Mẹ Chinh vào đến nơi mà chàng vẫn chưa xong công tác. Bà đến thăm dâu với một người bạn già. Mẹ Chinh còn rất trẻ. Nhan sắc vẫn còn giữ được ở khuôn mắt, sống mũi, tái giá cũng còn có người yêu được. Vuốt ve thằng cháu đích tôn, bà quay sang bà bạn:

"Chị coi dâu tôi ngoan chưa. Đám cưới vừa xong, thiệt hút chưa tàn điếu thuốc Cẩm lệ đã đẻ rồi".

Bà kia tiếp liền:

"Thế là chị phúc hơn người ta chứ sao".

Nghe xong hai câu nói trên, qua mười lăm phút tôi mới biết trong người thiếu máu sản hậu.

Mẹ Chinh ra Huế liền. Hơn một tháng sau thì chết vì đứt mạch máu cổ. Đúng là có phúc, vì tôi không sinh sớm thì bà đâu thấy mặt cháu nội.

Cháu bé quấy lắm. Cháu lộn ngày với đêm. Từ mười giờ tối trở đi cháu thức dậy rầy rà cho đến sáng. Ban ngày thì nhắm tít hai con mắt lại; ai đến thăm cũng nhằm lúc ngủ. Cháu là thằng Viêm. Viêm được hai tháng thì thôi khóc đêm. Cặp mắt bây giờ nhiều lúc biết nhìn theo một chiều hướng. Thỉnh thoảng cháu đưa hai bàn tay bé xíu của mình lên ngắm mãi không biết chán. Viêm không phá nữa, tôi phải lồm cồm trở dậy đi hát. Áo dài phải may lại vì thân thể nở to ra. Những đường cong lún vào thịt.

Thưa bà, đứa con ra đời làm tôi sạch cả vốn liếng. Giọng hát vàng son tắt đi nghẹn ngào. Âm thanh của ngày xưa đã vỡ rồi, khí giới không còn nữa. Bà thử tưởng tượng một danh ca bỗng dưng mất giọng, gái giang hồ mất nhan sắc… cuộc đời cũng bệ rạc như nhau. Tôi chết sớm quá.

Bây giờ tôi hát tạm được như những giọng ca sản xuất từ đất Huế. Nhờ uy thế cũ của một thời ngang dọc tôi chỉ hành nghề ở một phòng trà nhỏ với số lượng ít ỏi. Quá khứ bị tổn thương nặng quá. Tôi lấy biệt hiệu khác. Người ta còn nhắc nhở đến tôi một thời gian tỉ như khi một vì sao rụng đi ánh sáng còn xuống trần gian vài năm mới tắt.

Tôi cần tiền ghê gớm, cũng như lâu nay vẫn đòi tự lập.

Chinh thì đi công tác cả đời. Chúng tôi sống hòa bình nhưng không có ánh sáng hạnh phúc. Mỗi người nghĩ mỗi ngả.

Thằng Viêm được một năm rưỡi thì Chinh đi Pháp tu nghiệp. Mẹ con tôi sống lạnh lẽo với người con gái giúp việc. Ngày tiễn chân Chinh đi xa có mấy chị em và một người bạn gái của gia đình. Sương, bạn của Thanh, thân với chúng tôi như ruột thịt.

Tôi quên nhắc đến Viêm. Đầu tóc da thịt của cháu thơm mùi con nít một cách dễ thương lạ. Cháu tròn và nục như thằng bé quảng cáo sữa *Guigoz*. Bà mà thấy thì thương liền. Chỉ tội nước da hơi xấu, chắc là sán. Trẻ con vẫn thường bị sán hành. Con ở hay bồng Viêm ra nắng. Một buổi tối đi trình diễn về thì Viêm nhác chơi nóng nóng giẫy, tôi hoảng hốt bồng con thức suốt đêm. Sáng tôi vội vàng viết thư cho Chinh kể nỗi lo lắng. Hơn một tháng sau mới có thư ở Pháp về. Đại ý bức thư: Con đau là chuyện nhỏ nhặt. Đàn bà lo chuyện ấy không nổi sao mà còn quấy rầy, không cho chồng yên tâm tu học phương xa.

Quả thật tôi chưa đủ điều kiện làm đàn bà. Nếu đủ sao còn bị chồng khinh. Tôi đốt bức thư giấu cảnh bạc phước với chính mình.

Vái trời trả cho tôi vốn liếng ngày xưa, cho tôi tìm lại phong độ cũ. Tất cả không còn nữa nên hạnh phúc mới thẳng cánh bay. Tôi muốn đoạt lại thanh sắc nguyên vẹn ban đầu và sẽ cố gắng trau giồi sự nghiệp để đứng trên địa vị cao ngất của mình nhìn xuống và để ngửa mặt mỉm cười hào quang danh vọng. Chỉ có cách ấy mới trả thù được. Phải rực rỡ như một tinh tú, phải cao hơn chồng, phải có sau lưng hàng ngàn kẻ ái mộ.

Hiện tại héo hắt quá.

Bụng của Viêm tích được nhiều sán lãi rồi. Tôi mua chai thuốc tẩy ruột. Viêm phải ăn ngọt đến ba ngày. Ngày thứ nhất tôi cho nó uống làm bốn lần cách nhau một buổi cháo đặc với đường phổi. Hai ngày sau, vì bận tập dượt theo chương trình đại nhạc hội, tôi giao chai thuốc cho người ở, dặn đi dặn lại phải coi đồng hồ, cách hai giờ cho em ăn cháo uống thuốc. Đứa con gái ham trai, rót ụp cho con người ta uống cả một lần. Mấy trăm con sán lãi trong bụng thằng bé say thuốc quấy phá ruột gan để ra ngoài một lúc. Từng nùi, từng nùi sán đũa chui ra hậu môn. Chúng bò ngọ nguậy chọc thủng dạ dày. Chúng thoát bằng mọi ngả, trồi lên miệng, bò ra lỗ mũi, chui lên cửa hai mắt, bóp nghẹt con tôi tím bầm cả người. Ngồi trên taxi đến nhà thương tôi gào khóc, tôi móc giun lãi trong cổ họng Viêm, ghé miệng hút những con sán trong mũi;. Sán ra bít lối làm con tôi tắt thở dọc đường. Tôi chết giả trên nệm xe. Thưa bà, đau chi mà chết cho cam.

Tôi viết thư cầu cứu Chinh che chở tinh thần, van xin tình thương để dần nỗi khủng hoảng.

Chinh trách tôi bất cẩn, thiếu ý thức bổn phận. Chàng đau đớn không muốn về nước. Chàng sợ hậu quả tai hại đã cưới vợ nghệ sĩ.

Nhưng rồi Chinh cũng trở về và chúng tôi sẽ sống hai người hai nỗi cô đơn cho hết kiếp vợ chồng trong căn nhà rộng thênh. Ngày giờ kế tiếp nhau buồn. Căn nhà thiếu hạnh phúc yên lặng như bệnh viện, thỉnh thoảng mới vang tiếng cười của Sương. Từ khi Viêm chết, Sương hay đến ăn cơm với chúng tôi.

Tôi cần Sương đến nhà chơi. Chinh ít lầm lì. Sương tuyên bố "Chỗ nào có Sương mọi người không được buồn". Sương bắt ai cũng phải cười theo nàng. Nhưng Sương sống cẩu thả bất cần như thể mình không phải là con gái, học hành phất phơ cho có lệ. Tâm hồn chai lại, hết mơ ước, không còn muốn nói xấu ai nữa nhưng tôi vẫn nhợt nhạt trước tính táo bạo của Sương. Ngày hiệp kỵ gia đình, trước tinh thần nghi lễ và bao nhiêu nhân vật cũ, Sương cứ đi theo trêu cha tôi. Ông cụ lúc này thường hay đeo kính đen trong nhà, thứ kính mát rất nhỏ như hình con mắt:

"Bác đeo gương nhỏ tí ti hấp dẫn quá, trông như cháu mặc đồ tắm *deux pièces*".

Lúc này Chinh không còn yên lặng trong cách đối xử nữa. Chàng có những câu nói xé đầu óc:

"Hiền phá hư cuộc đời của tôi, phá lở toang cả. Lột tước giọng ca ra khỏi con người thì còn lại chi? Hiền chỉ còn là một xác phàm, thua hết, thua hết cả mọi người. Con người của Hiền có chi, nuôi một đứa con cũng để cho chết... Vợ tôi chỉ là một cái xác phàm".

Tôi nói rõ cho chàng biết:

"Anh không cần nói tôi cũng hiểu từ lâu. Thái độ của anh, cách đối đãi của anh đối với tôi từ trước đến giờ đã giảng nghĩa quá nhiều rồi. Khi cưới tôi, anh chưa cân nhắc kỹ lắm. Cái vốn liếng của tôi làm sao bền vững, làm sao dài cho bằng những cái chỉ số lương cao của những người vừa học giỏi, vừa đẹp vừa con nhà, sắp hàng lấy chồng la liệt trong xã hội. Tôi biết anh lấy tôi không phải vì thanh, vì sắc, vì chi tiết khác của con người nghệ sĩ... Bọn xướng ca vô loại của chúng tôi có bao giờ giữ tiền được lâu, làm ra dễ, mất dễ. Cái tài trời cho tôi cũng mong manh như bọt xà phòng, một thời thôi, sống đó, chết đó. Khi đã tuột dốc thì lăn ù, tuột thẳng, tuột một mạch. Tôi bây giờ hiện nguyên hình tầm thường, rẻ mạt, hết thời. Tâm hồn của tôi, nếu có, thì cũng bị đe dọa quá rồi, con chết, sự nghiệp tan tành. Anh Chinh ạ, chính lúc này, lúc cái tinh thần yếu đuối của tôi cần được nâng đỡ, mơn trớn xoa dịu, lúc này tôi cần tình thương gia đình, cần anh, bấu víu anh, khao khát tình thương của anh, nhưng lại chính là lúc tôi phải chịu tội, phải trả, chịu trách nhiệm về những cái tội đã để mất nó. Và anh, từ lâu, anh vẫn thi hành cái bản án trừng phạt đó. Tôi làm hư đời anh, tôi đâu cố ý".

Tôi nói một hơi dài, nước mắt trào lên nghẹt mũi.

"Nếu tôi không lo đi làm tiền, nếu tôi được yên thân ở nhà như bao nhiêu người vợ khác thì Viêm đâu có chết oan... Từ khi lấy anh lúc còn thời, còn giọng, tôi đã bất mãn về việc đi hát, tôi cảm thấy như bị ép buộc phải hiến dâng khoái lạc tinh thần cho thiên hạ".

Chinh nghe nói cũng buồn lắm. Tôi mất ngủ mấy đêm liền cứng hai mí mắt. Sương đến ăn cơm tối và đòi ngủ lại. Hắn đeo hai chuỗi hạt lòng thòng đến bụng như ca sĩ. Sương lục tung những đồ trang điểm. Áo ngủ của tôi cái nào Sương mặc cũng chật. Khi hắn cởi áo dài bên trên thân thể chỉ còn mặc một chiếc nịt ngực không dây treo như "đeo gương mát" (lời Sương) thì Chinh đi vào. Cả Chinh và Sương đều tỉnh như không.

Khi ăn cơm Sương nói chuyện lảy lảy. Tối hôm ấy tôi quên cả lịch sự không ngủ với Sương cho có bạn. Sương nằm phòng ngoài nói chuyện vào. Tôi nằm bên Chinh thao thức câm nín. Chừng một giờ khuya thì Sương vùng dậy gõ cửa phòng chúng tôi thình lình. Hai vợ chồng hốt hoảng trở dậy. Tay níu áo khép ngực, miệng Sương nói thật thà đến trắng trợn:

"Em sợ cô đơn - cho em nằm ngủ chung với anh chị…".

Tôi trợn mắt xô ngược Sương ra ngoài:

"Giỡn vừa thôi".

Đứng ngượng ba người với nhau vài phút, tôi lật đật kéo tay Sương, lấy gối đến nằm với hắn.

Một hôm đi công tác về, Chinh cầm tay tôi bảo:

"Có tin mới cho em… tin lành… Vì em chán sống ở Sài Gòn rồi nên anh đã xin về Huế làm ăn. Sống ở đó yên hơn. Cái mòi này, ở đây mãi chắc em chết yểu. Anh chỉ còn đợi giấy tờ thuyên chuyển và sự vụ lệnh là bay ra Huế liền. Sương có ông cậu lập một trường mẫu giáo ở Vỹ Dạ. Anh nhờ Sương viết thư xin ông cho một lớp. Em thu xếp ra Huế trước giữ chân, không có người ta giành. Anh phải ra sau vì còn đợi giấy tờ. Em hát hay, thích hợp với nghề. Dạy con nít vui lắm em à, tiếp xúc với tụi ấy mình thấy yêu đời, yêu nghề".

Thưa bà, khi cánh tàu bay lìa mặt đất, từ từ nhướng lên, cúi xuống Sài Gòn lần chót, nhìn những người dưới đất làm nền cho cảnh biệt ly, mắt tôi bỗng vướng phải hình ảnh Chinh đứng bên Sương, rất xứng đáng. Tôi lạnh người cảm thấy chắc chắn mình bị phỉnh. Cảm giác tức tối bẽ bàng như sa mù phong kín tâm tư làm tôi không thấy gì nữa. Nước mắt lặng lẽ chảy một đường nhỏ dài xuống hết mặt; tôi nuốt những giọt sắp xuống bên trong mũi và ngồi yên như những người khác. Sắp đặt không cao chi cả mà cũng dụ được mình. Người ta đẩy tôi ra bằng một miếng mồi tầm thường. Có những chặng đường nặng mây, tàu bay chao mũi, tôi ậm ọe nôn mửa. Một bà người Huế bên cạnh bảo:

"Đi máy bay lần đầu phải không chị?". Tôi luận điệu. Cổ họng lợm mãi. Nước vàng vọt ứa ra. Có nên tin rằng chuyện buồn nôn là một triệu chứng vui.

Tôi ở nơi nhà xưa cũ, cột kèo choán hết diện tích. Nhà rộng thênh thang gió vào bốn ngả. Thời tiết Huế nặng như chì. Đôi lúc trời thật mâu thuẫn vừa nắng vừa mưa. Chiều chiều, những ngọn gió nồm thổi trái phương làm mình ngái ngái trong người.

Thưa bà, cần chi, có chi đó mà trở lại. Huế với Sài Gòn có bao lăm, muốn bay về lúc nào chẳng được. Quay lại làm gì. Miễn cưỡng ghép hai cái xác không hồn vào nhau để khinh bỉ nhau suốt đời sao? Lý hay tình chi cũng bỏ hệ thống. Cứ cho đấy là chuyện ly thân mà pháp luật là đôi tâm hồn tự làm chứng lấy. Tôi nhất định sang tên chồng cho người khác, cúi đầu sống cho mình.

Nhưng thưa bà, tôi không phải cô đơn rõ ràng như vậy thiên hạ có cười không? Họ có cho là quá dại không? Tôi xin bà một quyết định: về với chồng, ở lỳ đất Huế hay quay lui lại sống cùng cha mẹ. Bà đã thu xếp việc nhà cho bao kẻ mất hạnh phúc, xin bà giúp tôi một chuyến. Xin đội mãi ơn bà.

Trần Thị Nhơn Hiền.

Túy Hồng
1962

THAM KHẢO:
QUAN NIỆM VỀ TRUYỆN NGẮN

Viết truyện ngắn khó hơn viết truyện dài. Mất cũng nhiều thời giờ. Có khi hai ba tháng chưa ra một truyện. Tôi chú ý mạnh đến cách sử dụng từ ngữ và tâm lý nhân vật hơn là tìm cốt truyện và bố cục câu chuyện. Truyện ngắn đòi hỏi nhiều công phu và hy sinh. Tôi chú ý thật nhiều đến đoạn kết. Quan trọng như phần kết luận trong một bài luận ở trường học. Bây giờ, sau khi đã tự hủy diệt rất nhiều ở nghiệp viết thuê cho báo hàng ngày, tôi khó lòng viết lại được những truyện ngắn như những truyện ngắn ở tập truyện đầu tay.

Về Truyện ngắn "LÒNG THÀNH"

Sáng tác thứ ba của đời cầm bút. Viết xong cái truyện ngắn thứ ba này, tôi mới hiểu tôi và tôi biết truyện này đã gây một vài ngạc nhiên nhỏ chung quanh. Huế và Saigon vẫn cách xa diệu vợi và vẫn còn thấm ướt kỷ niệm cho đến bây giờ. Tôi viết truyện này, tôi làm bài luận văn đặc biệt nhất cuộc đời, khi tôi còn là một cô giáo cấm cung tại Huế. Giờ đây, trên bìa năm 1973 nhìn lại, văn chương của mình không biết có phải đã bước giật lùi? Làm văn nghệ sao mà thê thảm? Chỉ có hồi bắt đầu làm mới sung sướng. Tôi viết cái truyện ngắn thứ ba này khi đang vô cùng sung sướng với nhiều hy vọng nẩy từng nụ non.

Túy Hồng

PHẦN TƯỞNG NIỆM:
MANG VIÊN LONG

Mang Viên Long qua nét vẽ Đinh Cường

TIỂU SỬ NHÀ VĂN MANG VIÊN LONG

Sinh ngày 4.6.1944 tại An Nhơn, Bình Định.

Trước 1975 dạy học ở Tuy Hòa, Phú Yên.

Sau 1975 làm thợ sửa ổ khóa để kiếm sống.

Đã viết cho các báo và tạp chí:

- Trước 1975: Vấn Đề, Văn, Bách Khoa, Trình Bầy, Khởi Hành, Phổ Thông, Ý Thức, Tuổi Ngọc, Hiện Diện, Khai Phá, Khuynh Hướng.

- Sau 1975: Tuổi Trẻ Chủ Nhật, Thanh Niên, Văn Hóa Phật Giáo, Giác Ngộ, Vô Ưu, Hương Thiền, Suối Nguồn, Thời Văn, Hồn Việt, Văn Hiến, Văn Nghệ, Kiến Thức Ngày Nay, Quán Văn, Mực Tím.

Đến đầu năm 2020 ông đã xuất bản 35 tác phẩm, gồm:

1- Trên Đỉnh Sa Mù	(Tập truyện - 1969)
2- Mùa Thu Trống Trải	(Tập truyện - 1970)
3- Phố Người	(Tập truyện - 1971)
4- Có Những Mùa Trăng	(Tập truyện - 1972)
5- Đóa Hồng Cho Người Yêu	(Tùy bút - 1972)
6- Biển Của Hai Người	(Tập truyện - 2003)
7- Hỏi Lại Chính Mình	(Tập truyện - 2006)
8- Trái Tim Còn Lại	(Tập truyện - 2007)
9- Ông Già Và Con Chim Hoàng Ly	(Tập truyện - 2008)
10- Điều Bất Ngờ Đã Đến	(Tập truyện - 2008)
11- Người Giữ Cầu Bến Sông	(Tập truyện - 2009)
12- Người Lưu Giữ Bản Thảo	(Tập truyện - 2010)
13- Một Thời Để Thương Yêu	(Tập truyện - 2011)
14- Mùa Xuân Ở Trên Cao	(Tập truyện - 2012)
15- Như Những Giọt Sương	(Tiểu luận & Tạp bút /tập 1 - 2012)
16- Như Những Giọt Sương	(Tiểu luận & Tạp bút /tập 2 - 2013)
17- Quán Café Tulip	(Tập truyện - 2013)

18- Dì Lucia   (Tập truyện - 2013)
19- Cảm Ơn Nhau   (Tập truyện - 2014)
20- Như Những Giọt Sương   (Tiểu luận & Tạp bút /tập 3 -
                                       2014)
21- Tôi Đến Với Phật   (Tiểu luận & Tạp bút - 2014)
22- Như Áng Mây Trôi   (Hồi ký - 2015)
23- Cũng Chỉ Là Giấc Mơ   (Tập truyện - 2015)
24- Xin Hãy Lắng Nghe…   (Tạp bút - 2015)
25- Tuyển Tập Truyện Ngắn   (Tập I - 9.2015)
26- Tuyển Tập Truyện Ngắn   (Tập II - 12.2015)
27- Tuyển Tập Truyện Ngắn   (Tập III - 2016)
28- Buổi Sáng Trước Hiên Nhà   (Truyện ngắn & Tạp bút - 2016)
29- Một Chữ Tình Để Lại   (Truyện ngắn & Tạp bút - 2017)
30- Hạt Sương Đêm   (Nhật ký thơ bốn câu - 2017)
31- Đôi Bờ Nhân Duyên   (Truyện dài - 2018)
32- Nhà Có Bông Vạn Thọ   (Truyện ngắn & Tạp bút - 2018)
33- Những Tháng Ngày Bình Yên   (Bút ký - 2018)
34- Những Gặp Gỡ Hình Như Là Tình Yêu (Tạp bút - 2019)
35- Tấc Lòng Hiến Dâng   (Truyện ngắn, in chung với Tiểu
                                 Nguyệt - 2020)

Ông qua đời vào ngày 22.7.2020 tại An Nhơn, Bình Định.

Mẹ, Ngôi Chùa Và Mùa Thu
MANG VIÊN LONG

Nhà tôi ở cạnh một ngôi chùa có tên là Thiền Tôn - chỉ ngăn cách bởi một hàng rào cây dúi được cắt tỉa rất đẹp. Mẹ tôi thường bảo: "Nhà ở gần chùa là một diễm phúc". Tôi chưa hiểu và tưởng tượng ra cái "diễm phúc" ấy như thế nào, nhưng hằng ngày chị em tôi thường rủ nhau qua sân chùa dạo chơi, được nằm ngủ trên những ghế đá dưới tàn cây nhãn, cây mít mát rượi; đôi khi lại được các cô chú chia cho vài trái chuối, vài cái bánh in - cảm thấy không có nơi nào hấp dẫn hơn nữa.

Buổi sáng sớm, sau khi đặt hai tô cháo đậu xanh và hai cục đường vào mâm, đậy chiếc lồng bàn bằng mây cũ kỹ đã có đôi lỗ thủng; mẹ tôi bươn bả gánh đậu hũ lên chợ! Khu chợ quê của xã nằm khép nép trên một khoảng đất trống; các sạp hàng, lều quán, đều làm bằng tranh tre, trông thấp bé - nghèo nàn như những mảnh đời ở đây. Hôm nào bán hết sớm, mẹ tôi quơ vội ít thức ăn, kịp về nấu cơm cho chúng tôi bữa trưa. Hôm nào ế, mẹ phải gánh đậu hũ đi rong sâu vào trong xóm, xế chiều mới về… Những hôm như vậy, tôi đều phải dặn em nằm ở ghế đá, chạy về thổi cơm. Chỉ ăn cơm với nước tương xin được ở chùa và dĩa cải luộc.

Sau bữa cơm chiều, tưới xong mấy vạt rau, luống cải, mẹ thường dắt chúng tôi qua chùa. Mẹ chỉ đưa hai chị em tôi vào chánh điện lạy Phật ba lạy, rồi thả cho chúng tôi đi chơi tùy ý. Mẹ ngồi lại trước pho tượng Phật Di Lặc thật lớn đặt ở giữa, lâm râm đọc kinh. Tôi không hiểu mẹ đọc những gì, nhưng nhìn dáng vẻ và nét mặt, tôi biết mẹ tôi vui và an tâm lắm. Mẹ ngồi bất động. Hai tay chắp giữa ngực. Tiếng đọc kinh vang lên đều đều, êm đềm, sâu lắng. Sau thời kinh, tôi không nhớ là bao lâu, nhưng thằng em năm tuổi của tôi đã bắt đầu kêu buồn ngủ - mẹ dẫn chúng tôi về… Vừa chui vào mùng, thằng em tôi đã ngáy khò khò ngon lành. Nhìn nó ngủ ngon và sâu, tôi nghĩ, tuổi thơ thật vô tư và đẹp biết bao. Trong tâm hồn nó, trí óc nó, chưa hề dính một vết bụi ưu phiền nào. "Đó là khoảng thời gian đẹp nhất của đời người…" - Tôi nghĩ vậy. Tôi nằm bên mẹ, lơ mơ ngủ, nghe tiếng mẹ thủ thỉ: "Con gắng trông em, đêm nào không sang chùa lễ Phật, đọc kinh - mẹ không ngủ yên giấc được!" Tôi chập chờn chìm sâu vào giấc ngủ mà vẫn còn nghe tiếng mẹ tôi trăn trở, thở dài… Sinh thằng Văn được chừng một năm, mảnh đạn trong lồng ngực cha tôi bắt đầu cựa quậy nhiều hơn. Mấy năm trước, thỉnh thoảng lúc trở trời, tiết giá lạnh, cha tôi mới bị đau nhức. Ông chỉ uống mấy loại thuốc rẻ tiền như Aspirin pH8, Stugeron, Prednisolone là cơn đau dịu dần. Dạo sau này, vừa đau nhức, vừa khó thở - lại kèm theo triệu chứng choáng váng, buồn nôn; bác sĩ ở bệnh viện đa khoa tỉnh bảo phải chuyển vào Sài Gòn để giải phẫu, điều trị. Đi khám bệnh về, cha tôi im lặng không nói gì. Mẹ tôi gặng hỏi mãi, ông mới nhìn sững lên đôi mắt bà, thở dài : "Muốn giải phẫu, điều trị, phải có ba chục triệu đồng - gia sản nhà ta làm sao có đủ?". Mẹ tôi cũng phải im lặng. Một nỗi im lặng cay đắng. Mảnh đạn vô tình nào đã chui vào lồng ngực cha tôi, ghim mãi vào đó, suốt mấy mươi năm - để hôm nay đem lại nỗi đau thêm cho mẹ tôi? Tôi lại có ao ước muốn được lấy những mảnh đạn ấy ra cho cha tôi đỡ đau đớn; muốn được "nhìn tận mắt" chúng ra sao mà đã hành hạ cha tôi dữ như vậy?

Thế rồi sau một cơn khó thở và choáng kéo dài, cha tôi đã trút hơi thở cuối cùng. Dưới ánh đèn tròn vàng bệch, tôi thấy ông đưa tay lên như gọi tôi đến, rồi cánh tay buông xuống từ từ. Mẹ tôi không còn có thể giữ được sự im lặng lâu hơn nữa - bà òa lên khóc như một đứa trẻ! Thế là những mảnh đạn quái ác kia, lại theo cha tôi xuống sâu trong lòng đất! Có lẽ tôi sẽ chẳng bao giờ "nhìn rõ mặt" chúng, nhưng có một điều, tôi biết rõ - đó là những mảnh đạn độc ác! Kể từ dạo ấy, chúng tôi thường xuyên sang chùa chơi, lúc mẹ quẩy gánh đậu ra chợ. Một hôm, đang cùng Văn rượt đuổi theo mấy chú bướm, chị em tôi chạy tít ra vườn sau. Dưới hàng tre già lả ngọn che rợp một vùng, chú

Vy đang ngồi chẻ tre. Tôi ghé lại bên chú - thỏ thẻ: - Chú đang làm gì vậy? - Chẻ tre, vót nang… - Chẻ tre, vót nang để làm gì? - Để làm lồng đèn… - Làm lồng đèn để làm gì? - Không biết để làm gì sao? - Chú dừng tay nhìn lướt lên mặt tôi, cười thân tình. - Dạ, không! Tôi cười ngượng ngùng. - Chú làm lồng đèn để treo trước chánh điện nhân Rằm tháng 8 - Tết Trung Thu đó, biết không? - Chú làm cho cháu một cái với… - Được rồi! Chú cười cười có vẻ thích thú. Tôi quay lại cầm tay thằng Văn, chợt nhớ: "À, mà chú làm cho cháu hai cái…" - Sao cháu tham vậy? Mới xin một cái, bây giờ đòi hai! - Chú vẫn nhìn hai chị em tôi với tia mắt trìu mến, đầy thương cảm. Đêm Rằm tháng Tám năm ấy, cả xóm chỉ có hai chị em tôi là có lồng đèn cầm đi rung rinh đây đó. Buổi chiều, tôi và Văn cứ luẩn quẩn bên hai chiếc lồng đèn treo ở hiên nhà khách, không chịu về ăn cơm. Nghe tiếng mẹ tôi kêu vọng qua từ bờ rào, cô Hoàng phải cầm tay dắt chúng tôi ra cổng: "Hai cháu về ăn cơm đi, kẻo mẹ chờ. Ăn xong, qua đây nhận lồng đèn…" Chú Tịnh đốt hai cây đèn sáp cắm vào hai chiếc lồng đèn, rồi giơ cao trước mặt chúng tôi - cười: "Cháu thích đèn ngôi sao hay đèn máy bay?" - "Em thích cái nào?" - Tôi hỏi Văn. Nó chỉ lên chiếc lồng đèn máy bay, vì trông lạ mắt, và đẹp hơn. - Nhỏ mà cũng có con mắt tinh thật đó chứ! - Cô Hoàng và cô Bé cùng kêu lên, cười giòn giã. Chúng tôi cầm lồng đèn đi dần ra ngõ. Mặt trăng đã nhô cao. Tròn đầy. Tỏa ánh sáng trong vắt xuống cánh đồng, thôn xóm, lối đi… Tất cả đều chìm đắm trong một màu trăng mát dịu. Các cô chú đứng ở cổng nhìn theo chúng tôi với những tiếng cười… Chúng tôi trở lại chùa và theo sau là một bầy bạn nhỏ. Chùa đã đông người đến lễ Phật. Thầy trụ trì đang đứng ở ngưỡng cửa chánh điện, trông thấy đoàn chúng tôi ồn ào chạy vào sân; thầy bước xuống thềm - đưa tay vẫy gọi chúng tôi lại gần. - Sao, đi rước đèn có vui không? - Thầy ôn tồn hỏi. - Dạ thưa vui - vui; chúng tôi đồng reo lên. - Bây giờ có thích ăn kẹo không? - Dạ, thích - thích… Thầy quay lại gọi cô Hoàng. Chúng tôi được thầy tận tay phát cho một nắm kẹo sô-cô-la. Đứa nào cũng mừng húm. Cười toe toét… Đêm ấy chúng tôi ở lại chùa khuya hơn mọi ngày. Đèn cứ sáng. Trăng cứ trong. Các cô chú ngồi cả ở bậc hiên, vừa chuyện trò, vừa ăn kẹo, uống trà. Lần đầu tiên, tôi chợt cảm thấy cuộc sống các cô chú thảnh thơi, vui vẻ quá! Tôi thầm mong ước sẽ được như vậy - Vào đời làm gì. Như cha tôi. Như mẹ tôi. Cho khổ? Sau cái Tết Trung Thu năm ấy, theo lời dặn của thầy trụ trì, các Tết Trung Thu tiếp theo mỗi cô chú phải làm ba chiếc lồng đèn, để phát cho mỗi chúng tôi vào chiều ngày 14. Chùa có cả thảy ba chú, hai cô - như vậy là 15 chiếc lồng đèn đủ cho bọn nhỏ xóm tôi làm thành một đám rước rùm beng khắp nẻo… Suốt mùa trăng tháng tám, trong giấc ngủ của tôi bao giờ cũng đầy ắp ánh trăng, lồng đèn màu rực rỡ, và những viên kẹo thơm… Tuổi thơ của chị em tôi rồi cũng lùi xa dần. Thời gian bay qua nhanh quá. Quãng đời của tuổi mơ mộng tuổi thơ tôi đang nhường chỗ dần cho những lo toan, ưu phiền cùng mẹ. Tôi học hết cấp ba, thì Văn cũng vừa lên lớp 8. Có lẽ nhờ mẹ tôi sang chùa cầu nguyện hằng đêm, nhờ tôi biết mẹ cực khổ tận tụy hy sinh - nên miệt mài ngày đêm vùi đầu vào chuyện học tập - tôi đã đậu thứ nhì vào trường Đại học Y Dược, ngành Y ở Sài Gòn. Ngày tôi từ giã mẹ và Văn để lên thị xã đón xe đi Sài Gòn, tôi có sang chào thầy trụ trì. Và ngỏ lời từ giã các cô chú trong chùa. Thầy xoa đầu tôi, nở nụ cười hoan hỷ: "Cháu vào trong ấy gắng học cho giỏi hơn nữa nhé! Làm bác sĩ mà lơ mơ thì nặng tội lắm nghe không?" Thầy quay vội vào phòng, trở ra với chiếc bì thư: "Cháu cầm lấy mà chi phí lúc đi đường, Thầy mừng cháu đấy…" Tôi cầm phong thư, mà lòng tràn đầy xúc cảm. Lần đầu tiên trong đời tôi cầm phong thư tiền của Thầy mà rưng rưng nước mắt. Tôi biết được tiền bạc là khó kiếm, nhưng tình thương yêu nơi Thầy càng khó kiếm hơn. Tôi lắp bắp cám ơn Thầy trong lúc nước mắt cứ tự nhiên tuôn chảy… Chỉ vài tháng sau, tôi được mẹ báo tin là Văn đã sang sống hẳn bên chùa Thiền Tôn - Thầy lo cho việc ăn học. Có lẽ thầy muốn chia sẻ gánh nặng cho mẹ tôi? Có lần tôi đã nghe Thầy bảo - lo cho một mình tôi ăn học ở Sài Gòn còn chưa nổi, lấy đâu mẹ tôi lo cho Văn? Nghĩ đến tháng ngày Văn được sống bên người Thầy đạo hạnh, cạnh các cô chú hồn nhiên vui vẻ - tôi cũng cảm thấy yên tâm, xóa dần nỗi buồn tủi về một đứa em bất hạnh. Như một sự sắp đặt nhiệm mầu, nhưng cũng vô cùng đau xót cho tôi - ngày tôi cầm lấy mảnh bằng bác sĩ y khoa chuẩn bị về quê thăm Thầy, thăm mẹ thì nhận được tin điện của Văn: "Mẹ đang hấp hối, chờ chị về!"

Từ vài năm nay, mẹ tôi thường có những cơn đau râm ran, âm ỉ ở phần giữa bụng. Có lúc, chỉ đau thoáng qua. Có lúc cơn đau kéo dài suốt buổi. Tuy vậy, hễ ngồi dậy được, cơn đau tạm lắng yên, là mẹ lại quẩy gánh đậu hũ lên chợ, hay bươn bả ra đồng… Tôi luôn nuôi ý định sẽ đưa mẹ vào Sài Gòn để khám chữa trị. Ước mơ chưa thực hiện được, thì mẹ đã ra đi vì chứng bệnh nan y: "Ung thư tử cung". Tôi đã buông bỏ tất cả để trở về, nhưng chỉ kịp nhìn mẹ thoi thóp, khô héo như một chiếc lá. Tôi đã ở lại để cúng thất tuần mẹ - thật hy hữu thay, ngày ấy lại gần đến ngày Rằm tháng 8. Tết Trung Thu. Mặt trăng tuy chưa tròn đầy, nhưng vẫn rực rỡ, trong vắt như thuở nào. Trung Thu, hai tiếng ấy gợi lên trong tôi biết bao là kỷ niệm. Làng quê, ánh trăng, những chiếc lồng đèn, bánh kẹo, mẹ và ngôi chùa - tất cả đã mãi hằn in trong tâm khảm tôi, như những kỷ niệm thiêng liêng, hạnh phúc nhất của một đời người. Tôi như lơ lửng giữa ánh trăng thu bàng bạc. Theo ý nguyện của Văn, Thầy trụ trì đã hỏi ý kiến của tôi về việc Văn xin xuất gia - sau đó sẽ thi vào trường Cao đẳng Phật học Lâm Đồng. Trước sân chùa, dưới tượng đài Đức Quán Thế Âm, trong ánh trăng Thu lạnh lẽo; chúng tôi đã thức suốt đêm, cùng những giọt nước mắt. Sau cùng, Văn nhắc lại lời mẹ: "Nếu con có duyên đi tu được, thì đó là phước lớn cho đời con, cho gia đình." - Nhưng em có lúc nào hỏi kỹ lại lòng mình chưa? - Tôi nhìn sững sờ lên khuôn mặt ươn ướt tràn đầy ánh trăng của Văn. - Đã rất nhiều lần rồi, chị à! - Văn trả lời rắn rỏi - cuộc đời giả tạm này không có gì hấp dẫn em cả. - Giọng Văn đượm buồn. Tôi không muốn thuyết phục em, hay tỏ ra ép buộc Văn phải vào Sài Gòn cùng tôi - bởi vì, chính tôi - trên những bước đường tha phương cầu thực ấy, cũng thật mờ mịt. Tôi chưa nhìn thấy rõ, rồi những bước chân duyên mệnh kia sẽ đưa tôi về đâu? - Ngày kia - tức là đúng ngày Rằm, chị sẽ bạch cùng Thầy, làm lễ xuống tóc cho em. Tôi nghe rõ giọng nói của mình vang lên, như từ một cõi xa lạ nào vọng lại. -Em xin cám ơn chị! Chúng tôi ôm choàng lấy nhau - mặc cho những dòng nước mắt nồng ấm ràn rụa trên mặt…

Vầng trăng Thu vẫn vằng vặc sáng trên đầu hai chúng tôi.

Mang Viên Long

Nhà Văn Mang Viên Long (1944-2020)
PHẠM CAO HOÀNG

Chân dung Mang Viên Long
(Nguyễn Sông Ba vẽ)

Nhà văn Mang Viên Long sinh ngày 4 tháng 6 năm 1944 tại An Nhơn, Bình Định. Cha ông mất khi ông còn là một bào thai 6 tháng nằm trong bụng mẹ và mẹ ông mất khi ông lên 8 tuổi. Mồ côi cả cha lẫn mẹ, ông trải qua một thời thơ ấu đầy tủi nhục và đau buồn.

Ông và người chị lớn hơn ông 4 tuổi sống với người anh tên Nguyên. Ông học lớp 1 và lớp 2 ở các lớp học bình dân vào ban đêm thời kháng chiến chống Pháp. Năm 1954, Hiệp Định Genève được ký kết, hòa bình lập lại, ông vào học lớp ba ở trường làng. Ngoài giờ học, ông giúp anh Nguyên làm nhiều công việc ở tiệm chụp hình của anh ấy. Chỉ cần một sai sót là ông bị anh Nguyên nện cho một trận đòn chí tử. Có lần vì quá sợ đòn, ông trốn khỏi nhà, chạy vào ẩn nấp trong một ngôi chùa gần đó nhưng anh Nguyên vẫn tìm được và đưa về nhà.

Sau khi học xong bậc tiểu học, ông bắt đầu cuộc sống xa nhà, xuống Qui Nhơn ở trọ để theo học bậc trung học tại trường Cường Để. Bằng những nỗ lực và ý chí phi thường của bản thân, ông vượt qua mọi khó khăn về cả vật chất lẫn tinh thần, kiên trì theo đuổi việc học, và cuối cùng hoàn tất bậc trung học, đậu bằng Tú Tài II. Sau đó ông thi vào trường Sư Phạm Qui Nhơn. (Sư Phạm Qui Nhơn là nơi đào tạo giáo viên tiểu học cho cả miền Trung. Thời gian đào tạo là 2 năm. Trịnh Công Sơn cũng từng được đào tạo ở trường này. Chỉ cần có văn bằng Tú Tài I là có thể thi vào trường Sư Phạm Qui Nhơn. Những sinh viên có bằng Tú Tài II sau này được cho về Sài Gòn đào tạo thêm 6 tháng để cải ngạch trở thành Giáo Sư Trung Học Đệ Nhất Cấp, dạy từ lớp 6 đến lớp 9 và Mang Viên Long nằm trong trường hợp này).

Năm 1966, Mang Viên Long tốt nghiệp Sư Phạm Qui Nhơn và được bổ nhiệm về dạy ở Tuy Hòa. Chính nơi đây, ông đã bắt đầu sự nghiệp văn chương của mình. Từ một cậu bé mồ côi bị ngược đãi, bị bạo hành, ông đã vượt qua số phận để trở thành một nhà giáo, một nhà văn. Truyện và tạp bút của ông được đăng trên những tạp chí văn học danh tiếng thời bấy giờ ở Sài Gòn như Văn, Bách Khoa, Vấn Đề, Trình Bầy, Khởi Hành, Thời Tập, Ý Thức... Truyện ngắn DÌ LUCIA đăng trên tạp chí Bách Khoa số 304 (Tháng 11.1973) là một trong những truyện ngắn hay nhất của ông. Từ kinh nghiệm của bản thân, truyện và tạp bút của ông viết nhiều về những cảnh đời cơ cực ở vùng nông thôn. Mang Viên Long chịu ảnh hưởng triết lý Phật Giáo, chấp nhận số phận như một cái nghiệp do mình đã tạo ra, và truyện của ông thường kết thúc có hậu.

Mang Viên Long lúc mới tốt nghiệp SPQN (1966)
(Ảnh tư liệu: Ngọc Bút)

Giữa năm 1972, cuộc chiến trở nên khốc liệt. Lệnh tổng động viên được ban hành. Nhiều giáo chức trước đây được hoãn dịch nay không còn được hoãn dịch nữa và Mang Viên Long phải lên đường nhập ngũ. Sau khi rời quân trường với cấp bậc chuẩn úy, ông được Bộ Giáo Dục biệt phái về dạy ở trường cũ - trường trung học Nguyễn Huệ, Tuy Hòa.

Sau 1975, những giáo chức đã được huấn luyện quân sự như Mang Viên Long đều bị cho nghỉ dạy (mặc dù thời chiến tranh ông chưa ra mặt trận ngày nào) và đưa đi học tập cải tạo trong 9 tháng. Cuộc đời ông lại bắt đầu lận đận từ đây. Tính ra, trong suốt cuộc đời mình, Mang Viên Long chỉ có 9 năm được sống bình yên (1966-1975, thời dạy học ở Tuy Hòa). Còn lại là những tháng năm cơ cực.

Cuối năm 1977, Mang Viên Long cùng hai con nhỏ trở về quê cũ - An Nhơn, Bình Định, còn vợ ông tiếp tục ở lại Tuy Hòa dạy học. Không còn làm "thầy", Mang Viên Long chuyển sang làm "thợ". Ông làm đủ thứ công việc để kiếm sống: phụ hồ, chở gạch cho thợ xây, dọn vườn, cuốc đất, bắt điện, khuân vác, sửa xe đạp, sửa kính đeo mắt, bơm quẹt ga…

Tình cờ, trong một lần xuống Qui Nhơn, lang thang ở đường Tăng Bạt Hổ, ông gặp một bạn trẻ làm nghề sửa ổ khóa. Nghe ông trình bày hoàn cảnh khó khăn của mình, người bạn trẻ giới thiệu ông với "sư phụ" để học nghề. Chỉ trong một ngày học nghề, ông đã biết sửa ổ khóa và làm chìa khóa. Sau này, vừa học vừa làm, tay nghề càng ngày càng vững vàng, ông theo đuổi nghề này cho đến cuối đời. Trong tự truyện NHƯ ÁNG MÂY TRÔI, Mang Viên Long cho biết một điều thật oái oăm: ông mất 14 năm ăn học để có được nghề dạy học nhưng nghề này chỉ nuôi sống ông được 12 năm; trong khi nghề sửa ổ khóa làm chìa khóa chỉ học trong một ngày nhưng lại nuôi sống ông hơn 30 năm. Bốn câu thơ dưới đây của Mang Viên Long ghi lại tâm sự của ông:

Chữ Thơ - chữ Thợ, cũng gần,
Làm Thơ, làm Thợ - ta mần cả hai!
Làm Thợ thì để sinh nhai.
Làm Thơ thì để... lai rai, đỡ buồn!

Mang Viên Long lập gia đình và có hai đứa con trước 1975. Sau 1975, ông có thêm hai đứa con nữa. Tuy nhiên, đời sống hôn nhân của ông thì đầy sóng gió. Như đã viết ở trên, sau khi ông trở về An Nhơn, Bình Định, vợ ông vẫn tiếp tục ở lại Tuy Hòa dạy học. Một năm sau, vợ ông được thuyên chuyển về Bình Định, dạy ở một trường gần nhà. Vợ chồng sống êm ấm với nhau được vài năm thì những bất hòa, những xích mích bắt đầu xảy ra và xóa mờ dần tình yêu mà hai người đã có được trước đó. Mang Viên Long nhẫn nhục, chịu đựng, với hy vọng "chuyển được nghiệp" để hai vợ chồng lại hòa thuận với nhau. Nhưng rồi "duyên nghiệp" đã thay đổi, mọi cố gắng của ông đều bất thành. Buồn phiền, lo âu, trong 20 năm Mang Viên Long không còn sáng tác được nữa.

Để tránh không khí ngột ngạt trong gia đình và những xung đột ảnh hưởng đến con cái, mỗi năm ông bỏ nhà nhiều lần, đi lang bạt nhiều nơi, tìm đến nhiều ngôi chùa để tâm được an. Chùa Phi Lai ở Phú Yên, nơi có người bạn văn - thầy Thích Thiện Đạo trụ trì - là nơi ông đến và ở lại nhiều nhất. Cứ về rồi lại đi, đi rồi lại về. Ông kéo dài cuộc sống không đình đậu như vậy trong 10 năm. Cuối cùng, hai vợ chồng phải chia tay. Đời ông hết nỗi buồn này lại chồng chất thêm nỗi buồn khác. Những năm cuối đời, ông sống cùng vợ chồng một đứa con gái. Ngày 22 tháng 7 năm 2020, ông qua đời tại quê nhà - An Nhơn, Bình Định - sau một cơn đột quỵ và nhồi máu cơ tim, để lại cho đời 35 tác phẩm.

Phạm Cao Hoàng
Virginia, 24.7.2020

Nhà văn Mang Viên Long
(Ảnh Phạm Cao Hoàng, Qui Nhơn, 2016)

Vài Dòng Tiễn Mang Viên Long

LUÂN HOÁN

Tôi có nhiều người quen biết, thân tình rất ngọt ngào, nên mỗi lần mất bạn, tôi thấy lòng nao nao... Riêng với Nguyễn Nho Sa Mạc, Nghiêu Đề, Đinh Cường, tôi có phần buồn tiếc sâu đậm hơn. Bây giờ thêm một lần nữa, nhà văn Mang Viên Long... những người buông bỏ tôi không giã biệt.

Về hai người bạn họa sĩ, sự ra đi của họ, tôi đã có sự chuẩn bị để đón nỗi buồn. Cơn bệnh và sức khỏe của hai anh, ít nhiều tôi có biết. Mang Viên Long, hôm nay, lặp lại trường hợp Nguyễn Nho Sa Mạc năm nào. Nhưng hồi đó bên mộ Bửu, tôi khóc được bằng nước mắt. Lần này hoàn toàn không. Lòng tôi không hề già, nhưng tuổi tôi đã già thật. Xúc động nhưng vẫn còn bình tĩnh nên sáng nay viết được một số câu năm chữ, gọi là **"Thuận tay lấp bớt nỗi buồn"**, thế này đây:

"đã gần hơn một tháng - nghỉ múa rối đất chùa - nhưng vẫn vào Facebook - dòm chừng bạn chơi xưa | và ngày nào không uống - tách trà Mang Viên Long - cảm tưởng như thiếu thiếu - chút chi đó trong lòng | hôm qua vừa tìm lại -

những bài viết đang cần - để treo lên Vuông Chiếu - đọc bài Long, trầm ngâm | tiếp đó thấy bài bạn - rao nhắc trên đất mình - chẳng thể nào lấy xuống - nặng hai tấm chân tình | sáng nay sau quyết định - đưa tin dọn đường về - vài góc sân cũ rích - bỗng thừ người u mê - Mang Viên Long đột quỵ - Mang Viên Long chết rồi - Mang Viên Long hết gởi - lời chào đến mọi người |

khi mong là tin giả - đã tin chắc thật rồi - gắng ngồi im vài phút

- không thèm nhìn bầu trời | mọi chuyện không đổi được - quá bất ngờ, mất buồn - lặng sờ quanh cơ thể -

không thấy mình bị thương | vết đau loang nhè nhẹ - cơ hồ thật dễ tan - thở ra sẽ mất hết - tôi vịn những bàng hoàng | một người thật khỏe mạnh - điều độ và lạc quan - bỗng nhiên vội tắt thở - ra đi trong bình an - mừng cho anh nhẹ nhõm - chuyển đời vào cõi không - miễn đau, khỏi hấp hối - phúc này tôi đang mong | thương tiếc không thể thiếu - từng bạn, mọi bạn tôi - hóa ra Đinh Cường quý - Mang Viên Long hơn tôi | họa sĩ về tiếp dẫn - ông nhà văn ra đi - thằng làm thơ ở lại - quyết tranh chức sống lì?" (LH 8h24 - 22-7-2020).

Viết vội vội vàng vàng xong, quả thật lòng giảm bàng hoàng đi nhiều, nhưng tôi rơi vào sự hoài nghi cho chính sức khỏe bản thân mình. Tự so sánh tầm vóc, tâm tình lẫn điều kiện sống, tôi thua Mang Viên Long nhiều lắm. Nhìn chung những bạn văn tương đương tuổi, tôi là người yếu kém nhất.

Hết lên lầu, xuống gác, đi ra lộn vào, tôi kể cùng bà xã nhiều chuyện về Long, nhất là việc anh mới treo lời chúc mọi người trên FB. Không rõ tôi có lẩm cẩm không mà Lý đã thở ra than, "biết rồi, nghe rồi". Hết hồn, tôi lặng yên chẳng rõ mình đang như thế nào.

May thay tôi đọc được điện thư của Nguyệt Mai, Song Thao, Nguyễn Vy Khanh, Lê Hân trao đổi về việc dành vài trang tưởng niệm. Tôi chợt thấy cần viết thêm ít dòng. Văn xuôi lúng túng quá, nên đành chơi thêm văn vần và không đổi thể loại. Bài sau đây không biết có giúp được tôi qua đêm thanh thản không.

Không tiễn đưa, không hương khói, nhưng tôi biết ông bạn từng giới thiệu thi phẩm mượn tâm ảnh Phật không giống ai của tôi, sẽ có ít nhiều bằng lòng.

từ nay mỗi buổi sáng - mất hẳn dáng mũ nồi - hương trà thơm ấm khói - sưởi khuôn mặt đang cười

bạn đi trời đang nắng - mới gần hai giờ chiều - không biết bạn đang viết - hay đang nằm thiu thiu

trước đó bốn, năm tiếng - bạn treo một tấm hình - hoa lá cùng lời chúc

"may mắn và an lành"
"ngày thứ Tư hạnh phúc"
trong "tràn ngập niềm vui"

chúng tôi hưởng lộc ấy - riêng bạn vội buông xuôi.

nhớ sáng hôm qua nữa - bạn vui vẻ mời trà - điếu thuốc thay ngọn bút - chúc người trước hiên nhà

chậu hoa bên bụi trúc - đã cùng bạn mỗi ngày - hân hoan đón ngày mới - đợi câu chữ xuống tay

hôm nay chắc cũng vậy - bạn viết không kịp chăng - nhịp trái tim, hơi thở - nghẽn, vỡ hụt thăng bằng?

tôi ngồi ôm nghi vấn - cũng ngẫm từ chính tôi - và giả dụ đủ thứ - không vơi bớt ngậm ngùi

đã luôn cùng Ngôn Ngữ - từ khởi chơi đến nay - bạn trân quý nguồn chữ - chân tình cùng góp tay

bây giờ chỗ trang truyện - của bạn sẽ làm gì - chúng tôi dành truy niệm - bạn đâu đọc được chi

những chia buồn thường lệ - của lễ giáo nước mình - chúng tôi gói chừng ấy - bày thay dòng Phật kinh

là một người kính đạo - quen trầm hương bồ đề

hẳn nguồn kinh siêu thoát - sớm đưa hồn bạn về

về đâu, tôi không biết - nhưng tin chắc hư vô - giữ bạn lạc quan mãi - với tâm giàu văn thơ...

Luân Hoán

Thêm Một Lần Vĩnh Biệt

M.H. HOÀI LINH PHƯƠNG

Trân quý thắp nén hương lòng đưa tiễn người bạn văn: Mang Viên Long

"Thì ra một thoáng tình cờ…
Mà trăm năm đã lụy bờ tử sinh…"

(Ngọc Thùy Giang)

Nghe tin anh không còn nữa, tôi ngạc nhiên đến bàng hoàng, hụt hẫng... Và như có một điều thẳm sâu, cho tôi cảm giác muộn màng, khi anh và tôi chưa đủ duyên cho một lần gặp gỡ - vẫn còn nằm trong dự tính dù đã nhiều năm...

Biết tên anh từ thời tôi còn bé hạt tiêu, và anh cũng biết tôi qua những bài thơ báo đăng ngày xa xưa ấy…

Nhưng phải mãi đến mấy mươi năm sau, khi một bài thơ mùa Thu của tôi được post lên trên trang nhà Vuông Chiếu, gây xúc động cho anh, và anh muốn đem về trên trang blog của mình. Anh viết cho tôi những dòng làm quen và "xin phép"… khi trích từ "nguồn Vuông Chiếu".

Tôi cảm kích cúi chào. Thời đại này mà còn gặp được cung cách của "Quốc Văn Giáo Khoa Thư" chẳng phải là… điều hiếm có hay sao?

Thì ra… vì anh là "ông giáo". Mà thầy giáo thì phải kỷ cương… theo đạo lý thánh hiền…

Nguồn văn anh cũng giản dị, chân thành như chân dung anh đôn hậu…

Tôi đọc và cảm thấy gần gũi anh hơn, như một người trong thân tộc. Có lẽ vì quê quán anh ở An Nhơn - Bình Định - trùng với quê Nội của chị em tôi - một quê Nội chỉ biết qua sách vở, chưa một lần về, và cũng không còn ai họ hàng cốt nhục ở đó, kể từ khi Ba tôi về làm rể Khánh Hòa, rồi nổi trôi theo nghiệp lính ở Saigon - thủ đô Việt Nam Cộng Hòa, cho đến ngày lịch sử sang trang…

Thường qua lại với anh là ông bạn thơ bồ tèo mang áo lính, còn kẹt lại quê nhà của tôi. Ông bạn tôi, lâu lâu nổi hứng vui chân ghé thăm Bình Định quê anh cùng với một nhóm bạn bè thi ca nhạc họa… trong nước.

Cứ mỗi lần đọc đến địa danh An Nhơn - Bình Định, là làm tôi nghĩ đến một chuyến mơ ước đi xa… Đi tìm cội nguồn về quê Nội. Những băn khoăn, muốn tìm hiểu về dòng họ thất lạc lâu đời…

Tôi chưa bày tỏ ước muốn đó với "ông thần" Đoàn - bạn tôi. Vì nhiều lý do riêng, dù đã xa quê hương mấy mươi năm tôi vẫn chưa một lần về thăm lại…

Nói ra, mà vẫn còn dậm chân tại chỗ, "ông thần" Đoàn sẽ trông ngóng và "nguyền rủa" tôi cứ hẹn lần, hẹn lữa. Bởi "ông thần" sẽ là nhịp cầu giúp tôi gặp người bạn văn ở An Nhơn - Bình Định để tìm hiểu về quê Nội của mình, đồng thời thăm viếng người bạn văn hiền hòa, nho nhã chào đời ở vùng đất Tây Sơn hào kiệt ấy…

Tôi không thường liên lạc với anh. Nhưng vẫn thầm lặng đọc những gì anh viết…, cũng như anh vẫn đều đều một nhịp lặng lẽ nhả tơ…

Những lúc trầm tư về miền quê Nội mịt mù, chưa có một hình ảnh nào trong trí nhớ… tôi tưởng tượng sẽ đặt chân đến đó… Và anh sẽ là kẻ dẫn đường cho tôi đi tìm dấu tích một thời qua…

Sẽ vui và ấm áp biết bao nhiêu khi thực hiện được tâm nguyện mình nung nấu… Sẽ đầy ắp thân tình dường bao khi được thăm anh - người bạn văn đồng hương quê Nội giản dị, chân tình…

Nhưng có phải vẫn chỉ là ước mơ….

Anh đã ra đi. Khó cho tôi để có một lần trở về dò thăm quê Nội…

Thời gian không chờ đợi ai. Tôi vẫn có nhiều ước mơ còn đang dang dở.

Lạy Trời, cho tôi vẫn còn có dịp một lần trở lại quê hương. Để lời hẹn với "ông thần" Đoàn chinh phục Lâm Viên cùng người thơ Dalat… trở thành hiện thực…

Nắng mùa hạ oi nồng trên sân trước, vườn sau… Gió khô khốc như gió Hạ Lào, những ngày xưa viếng thăm các tiền đồn ở tuyến đầu Quảng Trị…

Xin chào vĩnh biệt anh - người bạn văn xuất thân từ miền đất võ Qui Nhơn anh hùng, hào khí…

Cầu chúc hương hồn anh an nghỉ trên mạch suối, nguồn văn…

M.H. Hoài Linh Phương
Washington D.C, tháng 07/2020

Một Cuộc Trò Chuyện

NGỌC BÚT

Mang Viên Long là bạn cố tri của Ngọc Bút, thân thiết nhau từ 44 năm trước, khi MVL là một nhà-văn-trẻ-triển-vọng, còn NB vừa bắt đầu niên học cuối cùng của chương trình trung học đệ nhị cấp và tập-tành-viết. Những biến động của đất nước và cuộc đời khiến chúng tôi bặt tin nhau suốt gần 38 năm. Tất nhiên khi gặp lại có rất nhiều điều muốn biết về nhau mà chưa có dịp hỏi. NB đã được đọc hồi ký "Như Áng Mây Trôi" của MVL từ khi còn là phác thảo, cho đến bản thảo, rồi đến khi được post trên các trang mạng; đã biết kha khá về cuộc đời bạn, nhưng vẫn còn nhiều thắc mắc... Bài ghi-chép này không phải là một cuộc phỏng vấn như vẫn thường thấy trên các trang báo, mà chỉ là "một cuộc trò chuyện" bình thường, thân tình, giữa hai người bạn cố tri sau nhiều năm xa cách. Như một kỷ niệm.

NB (Ngọc Bút): Anh nói Hồi Ký này như một lời tâm sự. Vậy anh muốn được tâm sự với ai nhiều nhất?

MVL (Mang Viên Long): Có lẽ, là với *"chính mình"* nhiều nhất! Nói thì nghe hơi… "vô lý", nhưng sự thật, anh muốn "tự an ủi mình" trước tiên trong lúc buồn và "ở không"! Tiếp theo, là với những người thân yêu của anh - trong đó có em. Và điều ao ước sau cùng, là mong được chia sẻ "đôi điều" với bạn Đạo, bạn đọc thân mến của anh từ bao năm qua…

NB: Em đã từng khóc khi anh kể tuổi thơ quá nghiệt ngã và bất hạnh của anh. Bây giờ vẫn không cầm được nước mắt khi đọc lại về cả cuộc đời gian truân nhẫn nhục của anh. Do đâu mà anh có được tính cam chịu đến như vậy? Giải thích giùm em chữ "NHẪN" của riêng anh (không phải chữ "NHẪN" của Phật hay ai khác).

MVL: Anh xin cảm ơn em đã đồng cảm, chân thành chia sẻ cùng anh nỗi khổ đau và bất hạnh. Dĩ nhiên, anh không phải là "giảng sư" (hay tu sĩ), mà chỉ là một Phật tử, một người đang học Phật, ngưỡng mộ Phật mà thôi! *"Do đâu mà anh có được tính cam chịu đến như vậy?"* Thú thật, cho đến bây giờ, anh cũng chưa hề nghĩ đến "thắc mắc" lạ như thế nầy. Anh nghĩ, chắc là do anh đã phải cam chịu sự đau khổ và bất hạnh từ khi còn quá nhỏ, thành quen! Anh chưa hề biết được niềm vui và hạnh phúc là như thế nào, bởi vì với anh - những năm sống bên Mẹ, được yên ấm, quá ít ỏi! Tiếp theo, đời anh chỉ là những tháng năm "cô độc", "lo toan", và "lầm lũi" sống, như một thân cây rừng! Có lẽ sự "Nhẫn" nó đã là "máu thịt" trong anh từ bao giờ, anh không hay biết chăng? Anh không hề biết là mình đã "Nhẫn" như thế nào? Anh chỉ biết lặng lẽ sống theo dòng "nhân duyên" trôi dạt đến đời sống mình, từng ngày! Phải "như vậy" mới sống được! Điều này, sau có dịp ngồi nghĩ nhớ lại, anh cảm thấy dường như có "một sự dẫn dắt" (hay đưa đẩy của nhân quả?) thật mầu nhiệm, khó giải thích em à! Với từng tuổi ấy, trong nhiều hoàn cảnh khắc nghiệt, nhưng anh đã luôn đi được "đúng hướng"! Anh không biết (hay không có) sự "chọn lựa" trong cuộc sống mình nữa - chỉ sống cho hiện tại, và chợt rút ra một kinh nghiệm: hãy cứ chân thành sống với tâm rộng mở, kham nhẫn, và lòng kiên định - thì sẽ đạt được kết quả tốt, cho dầu phải trải qua lắm gian nan! Em có thấy như vậy không? Khi có duyên lành tiếp cận với kinh sách, biết nhiều tiền kiếp của Đức Phật có vô lượng sự "kham nhẫn" thật ngoài sức tưởng tượng bình thường của mình, anh mới nhận ra, sự "nhận chịu" của đời mình cũng chỉ là một hạt cát - rất nhỏ! Phật cũng đã dạy nhiều về "lòng kham nhẫn", gọi đó là phương cách tốt, để "chế ngự Tâm"! Anh luôn khắc ghi câu nói đơn giản nầy của Phật dạy, để giữ mình: *"Sung sướng thay chúng ta sống không thù oán giữa những người thù oán; giữa những người thù oán, ta sống không thù oán!"* Có lần anh đã chia sẻ trong một phần của hồi ký là rất "biết ơn" ngài Bồ Đề Đạt Ma khi đọc hết chương *"Báo Oán Hạnh"* trong Sáu Cửa Vào Động Thiếu Thất năm xưa… Nói tóm lại, toàn bộ triết lý sống của Phật (hay những lời Phật dạy) đều chỉ cho chúng sanh con đường "thoát khổ" để đạt đến An Vui chân thật. Anh đã rất diễm phúc nhận được nguồn pháp nhũ mầu nhiệm ấy đúng thời, đúng lúc - để tiếp tục cuộc sống đang còn rất nhiều chướng ngại của mình. Anh nghĩ là em hiểu anh…

NB: Có lẽ em hiểu. Nhưng em không thỏa mãn với tập Hồi Ký. Xin lỗi nếu bị coi là tò mò. Có vẻ như anh còn né tránh điều gì và không nói hết về nỗi thống khổ của đời mình, đặc biệt là về cảnh ngộ riêng, sự nhẫn nhục cam chịu và sự tan vỡ của gia đình anh.

MVL: Điều em hỏi, anh cũng đã "bị" vài người bạn văn, cả bạn đọc, "chất vấn" rồi; nhưng, anh chỉ… "thưa gởi" vắn tắt, chung chung thôi! Với em, hôm nay - thì khác! Có lẽ, đây là câu hỏi "hóc búa" nhất cho anh? Anh vẫn *"còn né tránh điều gì và không nói hết về nỗi thống khổ của đời mình, đặc biệt là về cảnh ngộ riêng, sự nhẫn nhục cam chịu và sự tan vỡ của gia đình anh"*? Anh xin phép chia câu hỏi này làm ba ý: 1. Nỗi thống khổ của đời mình. 2. Cảnh ngộ riêng, sự nhẫn nhục cam chịu. 3. Sự tan vỡ của gia đình. Anh lần lượt được chia sẻ cùng em như sau: (1) Như đã có "đôi điều thưa gởi" đầu trang Hồi Ký, khi khởi viết tập hồi ký này, anh không có "chủ đích" viết về đời riêng của mình quá nhiều! Anh nghĩ, bên cạnh, còn có nhiều đời sống bất hạnh hơn, nên chỉ "ghi lại" vài "trường hợp" để nói cho được một ý: *"Dù sống trong bất kỳ nghịch cảnh khổ đau, nghèo khó, chướng ngại nào, chúng ta đều hãy nỗ lực vượt qua, vươn lên, bằng cả ý chí nghị lực và niềm tin - để đời sống trở nên có ích cho ta và có thể cho nhiều người."* Do vậy, em thấy, dù thực tế anh đã phải trải qua "gấp năm lần" sự thống khổ từ khi 8 tuổi (cho đến khi trưởng thành), nhưng ghi lại như vậy, cũng là tạm đủ rồi! (2) Từ suy nghĩ như đã chia sẻ ở trên, phương cách tốt nhất cho anh là sự "kham nhẫn" nhận lấy tất cả mọi sự ngược đãi, thăng trầm, đã (và đang) xảy ra cho đời sống mình, để mong chuyển hóa nghiệp đã vay từ nhiều kiếp trước! Kham nhẫn nhưng với một nghị lực, một niềm tin, và sau cùng là một sự thương yêu chân thành từ đáy lòng mình. Như vậy, có lẽ, bây giờ em sẽ không còn "thắc mắc" nhiều về "sự nhẫn nhục và cam chịu" của anh nữa? (3) Trước khi tâm sự về phần 3, anh xin phép "chỉnh sửa" cụm từ em đã dùng là *"sự tan vỡ của gia đình anh"* cho chính xác, nhé? Anh cảm thấy, nên dùng *"sự đổ vỡ tình cảm"* - cụ thể là Tình Yêu, bởi gia đình anh (các con & cháu & người thân…) vẫn không có gì thay đổi. Sự "đổ vỡ tình cảm" này, chỉ xảy ra từ "nhân duyên" của hai người, tuy có ảnh hưởng đến tâm lý các con, nhưng hầu như những người thân và bạn bè đều không được biết rõ (hay biết thoáng qua)! Như anh đã có đôi lần tâm sự tản mát trong vài truyện ngắn: anh chưa hiểu hết "nguyên do" đưa đến sự "đổ vỡ" không hàn gắn được này, cho dầu đã hơn 20 năm anh đã làm hết mọi cách, hết sức mình - để mong tránh khỏi sự "nghịch duyên" quá lớn lao ấy đến cho cuộc đời vốn đã bất hạnh của mình! Có nhiều "nhận định, góp ý, chia sẻ" (của người thân, bạn bè) về "cuộc bể dâu" nầy, nhưng cho đến hôm nay, anh chưa thể biết rõ là vì đâu? Gần Phật - anh có niềm tin, là "nhân duyên" của anh đã đến lúc phải vậy, phải kết thúc, như bao sự *"kết thúc"* khác của vạn pháp hư huyễn ở cõi tạm này! Em có tin như anh không?

NB: Tất nhiên là em tin. Trong mắt nhìn của em, đây là tập hồi ký về con đường anh đến với Phật hơn là hồi ký về cuộc đời anh như trong lời tựa… Em muốn biết về đời anh như một nhà văn và như một người bình thường hơn, sau những biến động dữ dội của đất nước…

MVL: Đúng vậy, em rất nhạy cảm và tinh ý! Qua tập Hồi Ký này, anh muốn được chia sẻ về "con đường" đã dẫn dắt anh đến với Phật trong nhiều chục năm qua… Anh xin được lặp lại điều nầy: *"Nếu không gặp được Phật, có lẽ anh đã chết trong buồn thảm và khổ đau từ rất lâu rồi!"* Bên cạnh đó, anh mong mỏi, tất cả hãy chân thành tìm đến với Phật, để được nhận lấy sự che chở mầu nhiệm, niềm an vui, hy vọng chính đáng - cho cuộc đời vốn là cõi tạm lắm tai ương và phiền não! Anh cũng nghĩ, việc làm nhỏ nầy, như một sự "tri ân" của anh đối với Phật, và chư vị thiện tri thức mà anh có duyên lành được gặp, mà chính em là một! Em muốn biết thêm *"về đời anh như một nhà văn và như một người bình thường hơn, sau những biến động dữ dội của đất nước"* sao? Đơn giản thôi: sau biến cố 1975 - anh trở về quê nhà, không được nhận cho dạy lại; anh đã làm nhiều việc, nhiều nghề, để kiếm sống như bao người khác, như em đã biết - mà nhà báo Nguyễn Tam Phù Sa đã gọi anh là *"thợ đụng"*. Anh đã nghĩ, lao động chân tay cũng như lao động trí óc, không cảm thấy có gì đáng buồn, "tủi thân" (như vài người bạn "nhẹ dạ" đã nghĩ), mà đôi khi chỉ thoáng buồn, bởi anh rất yêu quý học trò và trường lớp (mà anh đã chọn từ khi còn rất trẻ). Anh sống xa rời viên phấn, bảng đen và cả cây bút để "viết văn", xa rời bằng hữu (cả em nữa), từ dạo đó. Ở quê anh, ít ai biết anh là "nhà văn" (kể cả là "thầy giáo"), họ chỉ biết anh là *"ông* *thợ sửa khóa - làm chìa*" vui tính ở góc phố chợ mà thôi! Sau gần 20 năm không có dịp "cầm lại cây bút", trong lúc đang có quá nhiều "biến động dữ dội" đến với đất nước, với riêng đời sống anh, gia đình, anh đã "sống" nhiều hơn "viết"! Và, như em đã "biết rồi" - sau đó, anh vẫn gắng vượt qua mọi chướng nghịch, mọi thử thách đã và đang đến, để an nhiên sống, và an nhiên "cầm lại cây bút" - như nhà báo Huỳnh Văn Mỹ đã có dịp đến thăm, và đã viết: "… *Vẫn giọng văn của ngày nào, trong trẻo, nhẹ nhàng, không chỉ người đọc cũ, ngay cả người đọc mới vẫn thích văn ông, truyện ông hôm nay. Giữ liền mạch viết từ tấm lòng thiết tha với cuộc đời, hàng trăm truyện của ông là những lát cắt tươi rói từ cuộc sống với những nhân vật, những cảnh ngộ ai cũng thấy đâu đấy chung quanh mình, trong đời mình. Truyện ngắn, như nhiều người nói, tưởng dễ viết nhưng lại không phải vậy. Thế mà cây bút Mang Viên Long nay vẫn viết khỏe, vẫn không bị cái bóng hôm qua của mình phủ đè, che chắn làm mình bị ngộp, bị tắt tị trên hành trình sáng tạo. Với hàng trăm truyện đã viết, truyện nào cũng là một "phát hiện" dù ông chỉ "lấy ra" từ cuộc sống đã nói lên điều đó. "Viết là để yêu thương thêm cuộc đời", ông nói, xòe đôi tay chai sần, trầy xước, nhiều chiếc móng bị giũa lẹm sâu vào khi ông giũa chìa cho khách. Đồng hành với cuộc sống, không cường điệu những tiêu cực, không bi thảm hóa nỗi đau, lấy yêu thương, nhân bản làm đầu, đặt niềm tin trọn vẹn vào lẽ yêu thương, có lẽ nhờ vậy mà người thợ khóa - nhà giáo Mang Viên Long ở tuổi 70 vẫn còn viết khỏe…*" (Kiến Thức Ngày Nay - số 852, tháng 4 năm 2014).

NB: Cảm ơn anh. Em sinh sau đẻ muộn, hiểu biết còn ít ỏi, không dám là một trong những thiện tri thức của anh đâu. Chỉ mong được là bạn cùng anh đi một đoạn đường vui thôi. Giữa đời và đạo, anh đã chọn trở về đời. Anh có thấy đời "vui" hơn đạo? Anh hãy nói cụ thể.

MVL: Trước khi trả lời câu hỏi này của em, anh xin nói thêm về chữ "Vui" một chút: Có hai cái "vui" trong đời người. Thứ nhất (rất phổ biến), vui khi *"sáu căn chạy theo chiều thuận với sáu trần"*; và thứ hai, vui khi *"sáu căn đi ngược chiều lại với sáu trần"*. Anh sẽ nói đến cái vui đi nghịch chiều với sáu trần nhé! Anh không rõ đã "chọn đời" từ khi nào, nhưng - có lẽ "nghiệp" đã chọn trước cho anh rồi! Nếu anh muốn "chọn ngược lại" (là Đạo) thì cũng đâu có dễ dàng? Muốn được là tu sĩ, thoát ly gia đình, mọi ràng buộc, để chỉ chuyên tâm học Đạo, tìm cái vui "nghịch lại với sáu trần", là một điều không dễ, em à! Nhưng, chưa phải người được *"chọn Đạo"* (xuất gia) là… vui hơn người *"chọn đời"* (cư sĩ)! Em hỏi *"Anh có thấy đời "vui" hơn đạo?"* thì thật khó mà trả lời trong một cuộc "trò chuyện ngắn" như hôm nay! Anh nghĩ, dù ở vào hoàn cảnh nào (ở trong chùa, hay ở ngoài phố chợ), con người đều có thể "theo Phật" để tìm cho chính mình niềm vui, niềm an lạc vĩnh hằng được cả (Phật sẽ không từ chối, phân biệt ai); nhưng quan trọng là phải đến với tâm chí thành, luôn nghe và làm theo lời Phật dạy, tinh tấn tu rèn, theo sự hướng dẫn của Phật, thì chắc chắn sẽ nhận được Niềm Vui tối thượng - ngay bây giờ, và cả mai sau… Do đó, anh không thể đơn giản trả lời em, là sự "chọn" nào vui hơn (hay hữu ích cho mình, cho đời hơn). Hiện tại, anh nói: *"Anh thấy đời rất vui!"*

NB: Anh nói không nhiều về con đường văn chương của anh trong suốt một đời dài. Vì sao? Em muốn biết rõ hơn những hài lòng và thất vọng của "một trong những cây bút trẻ triển vọng" của miền Nam trước 1975. Điều kiện viết của anh hiện nay ra sao?

MVL: Nói về "chuyện văn chương" ư? Thú thật, xưa nay, anh ít muốn nói nhiều về "chuyện này" em à! Lý do? Hãy cứ sống, cứ viết, cứ trải lòng chia sẻ yêu thương (…) thì sự "góp sức" của mình cho đời, sẽ được mọi người cảm thông, đồng cảm thôi (đâu cần nói gì nhiều). Còn *những hài lòng và thất vọng của "một trong những cây bút trẻ triển vọng" của miền Nam trước 1975"*? Hài lòng: Những nỗ lực trong sáng tạo của anh đã được nhìn thấy (qua hai tuyển tập chọn lọc *"Những Người Viết Văn Trẻ Hôm Nay"* của hai tạp chí văn học đứng đắn và uy tín trước năm 1975 là tạp chí Văn và Thời Tập), đã là một niềm vui và khích lệ lớn cho một đời cầm bút của anh! Sau đó, là nhận được sự động viên, chia sẻ, đồng cảm của nhiều bạn văn và bạn đọc trong nhiều năm qua. Ví dụ như năm 2008, nhà thơ - nhà báo Nguyễn Tam Phù Sa từ Saigon đã ra An Nhơn thăm, gặp gỡ, trao đổi, để viết bài giới thiệu anh trên tạp chí Tài Hoa Trẻ - số 590, ngày 19.8.2009. Gần đây, nhà báo Huỳnh Văn Mỹ trên đường về Bình Định công tác, đã lên An Nhơn tìm đến thăm, chuyện trò rất tâm đắc hơn một buổi, dầu chỉ mới "quen nhau" lần đầu, có bài viết ghi lại trên Kiến Thức Ngày Nay - số 852, ngày 10.4.2014. Tháng 10.2014 vừa qua, tủ sách Quán Văn đã ấn hành tập sách "kỷ niệm sinh nhật lần thứ 70" của anh, (Nguyễn Sông Ba và Nguyên Minh đã góp sức thực hiện) rất trang nhã, gồm bài viết của 28 bạn văn, bạn đọc góp mặt. Với anh, sự ưu ái của tất cả đã dành cho như vậy, là quá hạnh phúc rồi! Lại hỏi về sự "thất vọng" nữa sao? Buồn thì có, chứ "thất vọng" thì không: Buồn vì sự cô độc trong sáng tác và xuất bản! Buồn vì hệ thống phát hành đã "thương mại hóa", làm hạn chế rất nhiều trong việc phổ biến, giới thiệu tác phẩm. Buồn vì viết xong "để đó" không có tiền in, cũng không đăng báo được (để có chút tiền café, cho vui), kể từ sau "sự cố" năm 2010, khi người bạn văn chủ biên tạp chí TQBT và nhà xuất bản TÂQ ở Mỹ vì cảm thông cho sự thiếu phương tiện in ấn của anh, đã in giúp cho một tác phẩm, gởi về nước vài chục cuốn; anh đã vui vẻ gởi tặng cho các bạn, nhưng vì chưa hiểu rõ quy định, chưa qua sự cho phép khi "nhập khẩu" văn hóa phẩm từ nước ngoài, nên đã "được" cơ quan Truyền Thông Thông Tin tỉnh BĐ mời đến làm việc mấy buổi, rồi "được" thông báo rộng rãi trên internet - nhất là thông báo lại được chuyển đến các tuần báo, tạp chí vẫn thường đăng truyện ngắn của anh! Xin được tâm sự một chút về "điều kiện viết" nhé. Từ ngày viết lai rai trở lại (sau năm 1993), anh đã viết trong bất cứ thời gian nào được nghỉ (nghĩa là "vắng khách" hay được "ở không", được yên ổn), bằng cây bút bi, tập vở 100 trang, và bàn viết là… chiếc ghế đẩu! Từ sau năm 2007, được một người bạn cho lại chiếc máy vi tính cũ, anh đã dùng máy ghi lại từ vở nháp (đã viết ban ngày) trong buổi tối nào được yên tĩnh, vui vẻ! Tóm lại, anh không "để ý" gì đến điều kiện để viết, chỉ mong được *"yên ổn"*, có sức khỏe, để ngồi yên mà viết thôi! Sau năm 2012, khi phát hiện bị bệnh tim nặng, anh không thể ngồi lâu (và cũng chẳng biết sẽ "ra đi" bất chợt lúc nào), anh không tiếp tục "sửa khóa - làm chìa" nữa, chỉ phụ giúp việc nhà cho con cháu; lúc nào cảm thấy "quá nhớ" mà khỏe, thì viết chơi cho vui! Với anh, anh rất "mê" viết, coi đó là niềm vui và an ủi còn lại của đời mình, cho dầu… rất khổ!

NB: Nhà văn không thể không đọc. Em muốn biết hiện nay anh đọc gì? Ngoài kinh Phật, anh có quyển (hoặc những quyển) nào gọi là sách-gối-đầu-giường không?

MVL: Hiện nay: anh đọc những tác phẩm bạn văn đã gởi tặng - là những tập thơ, tập truyện, tiểu luận, nghiên cứu, biên khảo, kể cả sách dịch như em đã gởi tặng. Đọc của bạn, để có dịp hiểu thêm về họ, đồng thời biết được đời sống khắp nơi chung quanh mình… Với anh, sự theo dõi ấy cũng giúp anh "nhìn lại mình" và nhìn thấy sự tiến bộ chung của sinh hoạt văn học - nhất là của giới trẻ. Thời trung học, anh đọc các tác phẩm của nhóm Tự Lực Văn Đoàn. Lớn lên một chút, anh tìm đọc các tạp chí văn học uy tín, tác phẩm mới xuất bản của lớp đàn anh. Thời sinh viên: anh mê đọc sách dịch, nhất là mảng văn học, bên cạnh những tác phẩm có tiếng vang của các tác giả trong nước. Anh không có quyển nào là "sách gối đầu giường" cả.

NB: Anh còn mơ ước điều gì không, chung và riêng, ở tuổi này?

MVL: Mơ ước ư? Dĩ nhiên là có, bởi sống mà thiếu vắng ước mơ (và hy vọng) thì đời sống sẽ buồn thảm biết bao! Mơ ước riêng: có "điều kiện tốt hơn" để viết và có dịp giới thiệu những gì đã và đang viết. Có sức khỏe để "vui chơi" thêm cùng bằng hữu xa gần. Được tiếp tục học Phật. Mơ ước chung: cầu mong cho tất cả mọi người đều được sống an vui, hạnh phúc. Anh đã mơ ước như vậy - có nhiều lắm không?

NB: Không nhiều. Em cảm thấy, anh hơi "khiêm tốn" trong những ao ước của mình. Dù chưa được thỏa mãn lắm với cuộc chuyện trò này, nhưng em tin là anh chân thành khi "nói ra" nhiều điều. Cảm ơn anh và mong anh luôn khỏe.

Ngọc Bút (ghi lại)
Saigon, tháng 12 năm 2014

Chân Dung Những Chiếc Chìa Khóa
ĐINH CƯỜNG

Nhớ có câu ví
đôi mắt là cửa sổ của tâm hồn
tôi cũng thử ví
chiếc chìa khóa là để mở
những rương hòm ký ức

ví dụ thời ấu thơ
với trái banh bằng mủ cao su
tưng lên trong hồn ta
màu đất đỏ phù sa
những trận mưa rừng chảy xiết

những trận mưa ẩm mục Huế
những trận mưa rào Sài Gòn
những trận mưa sương Đà Lạt
đưa ta về với mưa mù mịt Dran

chìa khóa. chìa khóa. làm thêm
cho chiếc chìa khóa nữa
hỡi "ông giáo già sửa khóa"
nơi vỉa hè của con đường
dẫn vào chợ nơi phố huyện An Nhơn

cho tôi mở thêm bầu trời đầy trăng sao
đêm trăng ướt lá dừa Bình Định
chiều qua Starbucks đem theo
tờ báo đọc.[*] thấy quý thương người
bạn văn ấy vô cùng. Mang Viên Long
gương mặt ông có chút gì như Phật...

Virginia, June 3, 2014

[*] MANG VIÊN LONG, BỀN BỈ MỘT ĐỜI VĂN
(Tạp chí KIẾN THỨC NGÀY NAY số 852, Sài Gòn, 10/4/2014)

Tưởng nhớ Mang Viên Long
NGÀN THƯƠNG

Sót lại những vì sao ngày cũ
tưởng sẽ còn cho trọn cuộc rong chơi
ngờ đâu anh biệt trần quá vội
Bình Định ơi từ đây vắng một người
Hoa tưởng niệm viền quanh mộ chí
khói nhang bay theo từng bước anh về
hồn kiêu bạc chợt tan vào sương khói
cánh Bồ đề về cõi vô vi. ∎

Đọc Hai Tập Truyện
Của Mang Viên Long
NGỌC BÚT

Bàn làm việc của tôi đặt ngay sau cửa sổ hình tròn có những song sắt tạo thành các ô hình chữ nhật thẳng đứng. Nơi đó hàng ngày tôi ngồi nhìn ra mảnh vườn nhỏ có cây đại mai hoa vàng rất to rất đẹp nhưng không thấy nở hoa nhiều lần trong năm như người bạn tặng cây hoa đã nói. Nơi đó những lúc làm việc quá mệt mỏi căng thẳng tôi thường ngả đầu lên thành ghế, ngửa mặt nhìn lên bầu trời bên ngoài có mây trôi lang thang. Có khi đầu óc tôi rỗng không, có khi nghĩ lan man chuyện này chuyện nọ. Nhưng không hề nghĩ tới văn chương, thứ tôi vô cùng yêu thích, thích đọc và thích viết, từ những ngày thơ dại. Tôi đã để rơi rớt niềm yêu thích ấy đâu đó trên đường đời suốt mấy mươi năm qua. Vì cơm áo gạo tiền. Vì một cơn chấn động của đất trời làm đổi thay cuộc sống. Vì văn chương chữ nghĩa ích gì cho buổi ấy, khi mà có những người những lúc những nơi người ta viết không như người ta nghĩ…

Nhưng hôm nay tôi ngồi đọc tác phẩm văn chương của bạn cố tri. Hai mươi lăm truyện ngắn trong hai tập truyện, tôi nghĩ mình sẽ đọc nhanh nhất là một tháng, chậm nhất là hai tháng, xen kẽ những lúc ngưng làm công việc thường ngày. Để bạn vui. Để mình vui. Trước khi đọc sẽ ngồi nhớ lại (vì những tập truyện bạn tặng ngày xưa đã thất lạc theo tháng năm loạn lạc) hồi ấy bạn viết như thế nào, để xem bây giờ bạn viết ra sao. Ôi trí nhớ cùn mòn của một bà già năm mươi tám tuổi đã qua một lần đột quy, về những tác phẩm thời trẻ của một ông già bây giờ đã sáu mươi tám tuổi!!!

Tập truyện *Một Thời Để Thương Yêu*. Mới đọc cái tựa đã thấy ngọt ngào thơ mộng. Chả bù với ngày xưa khô khốc quắt queo! Truyện đầu tiên, *Quê Nhà, Chiều 30...*, cũng rất "ngọt". Lẽ nào đây là một quy trình ngược, càng già người ta càng lãng mạn hơn chăng? Nhưng chắc chắn càng già người ta càng đằm thắm hơn? Ngày xưa tôi không thấy (những) truyện của bạn có không khí như thế này. Nhưng tôi không thích chữ "lão Ngọ" trong bối cảnh cháu về thăm người bác đã từng cưu mang mình. Sao bạn không dùng chữ "bác Ngọ" nghe ấm áp và thân tình hơn? Hay vì tôi là dân Nam kỳ rặt nên không hiểu hết cách dùng từ "lão" ở miền Trung của bạn? Truyện thứ hai, *Phố Nhỏ, Những Ngày Mưa...*, một ông già làm thợ sửa kính nhưng hồn phách không chỉ có những cặp kính cũ và những linh kiện li ti và những vật dụng nhỏ bé để làm nghề. Hồn phách ông còn bận làm công việc nén chặt quá khứ, và mỗi khi có dịp nó lại bùng lên. Chỉ cần khuôn mặt của một cô giáo trẻ có nét giông giống với người-xưa của ông là ông đã mở lòng với cô. Và kết truyện là một gói bưu phẩm, là chồng thư của chính ông gửi mấy mươi năm trước cho người-xưa. Người-xưa trước khi mất đã nhờ cô cháu gái gởi lại cho ông. Kết của truyện có sắp đặt mà như tình cờ. Thật khéo và thật cảm động. Tôi đã bần thần một lúc lâu sau khi đọc xong. Ôi, bạn đã thay đổi, không còn "khô" nữa, hay bạn chưa từng "khô", chỉ có tôi là nghĩ bạn "khô' thôi? Chỉ có một điều không hề thay đổi: những phận đời bé mọn thường xuất hiện trong truyện của bạn. Tôi có cảm giác bạn luôn dành tình cảm thân thương cho các nhân vật này, như lão Nhện, ngay cả ở một truyện rất "mơ màng" như thế này. Đọc phố nhỏ của bạn mà tôi lại thấy phố nhỏ của tôi ở một miền quê yêu thương xưa. Phố của tôi cũng giống phố của bạn, giống như rất nhiều phố nhỏ khác trên miền đất này, có cảnh đời trôi nổi, có lòng trắc ẩn sẻ chia, có những phận người long đong bất đắc dĩ làm một việc gì đó nhỏ nhoi để kiếm sống sau một cuộc bể dâu…

Với *Chiến Tranh Đi Qua, Nỗi Buồn Ở Lại*, tôi lại nhớ những nỗi đau quanh mình cách đây chưa lâu. Đừng bao giờ nói hàn gắn nếu còn phân biệt và kỳ thị. Đã biết bao cuộc đời lẽ ra rực rỡ đã phải lụi tàn vì những điều hạn hẹp như thế. Tôi nhớ những chuỗi ngày buồn của họ hàng tôi, bạn bè tôi, những người quanh tôi, và chính tôi trong thời kỳ ra-đi và ở-lại đầy thảng thốt ấy. Tôi cũng đã suýt ra đi, không phải để tìm tiện nghi vật chất cho bản thân mình, cũng không phải để trốn tránh một số phận thiệt thòi ở đây, mà là để đi tìm một bầu trời tự do cho con chim thích ngứa-cổ-hót-chơi [*] trong tâm hồn mình. Nhưng có chắc bầu trời tự do ấy không là ảo ảnh? Vì thực ra tâm hồn mình sẽ không bao giờ yên ổn ở một nơi không thực sự là của mình. Khuê và Huệ trong truyện quyết liệt hơn tôi nhiều, dù rằng họ cũng có những do dự băn khoăn trước lúc ra đi. Nhưng tôi thương Cường nhiều hơn, thương nỗi đau mà Cường gánh chịu nhiều năm trong cơn điên (mà có thật là điên?) để rồi có một kết cục thảm thương. Đất nước tôi đã có biết bao trường hợp ẩn chứa những nỗi đau như thế!

Tôi đọc những truyện tiếp theo vào những ngày mưa bão. Bão miền Nam thì có là gì so với miền Trung! Có một số truyện bạn viết về Tuy Hòa và viết lâu lắm rồi. Tôi chưa một lần đến đó, nhưng Tuy Hòa của những tháng năm trước 1975 với tôi thân quen lắm vì bạn đã từng ở đó với những cánh thư bay vào phương Nam cho tôi. Tôi thấy Tuy Hòa trong *Tuy Hòa, Những Ngày Mưa*, trong *Một Ngày Cô Độc*, Tuy Hòa của những tháng ngày chiến tranh bất an xa cũ. Và Tuy Hòa sau này trong nghĩa tình chồng vợ sâu nặng của Khánh và Kha trong *Một Thời Để Thương Yêu* làm tôi xúc động ghê gớm. Cũng có thể chuyện xảy ra không phải ở Tuy Hòa, mà ở đâu đó trên dải đất miền Trung nắng gió của bạn. Những hiện thực đau xót sau ngày vật-đổi-sao-dời. Những hiện thực đắng nghét trong *Phút Chót, Khoảng Cách, Những Kẻ Tạm Trú, Chuyện Ở Một Ngôi Trường*, cũng không phải chỉ xảy ra ở miền Trung nơi bạn sống. Những chuyện như thế cũng đầy rẫy ở miền Nam cây lành trái ngọt của tôi. Và thậm chí còn tệ hại hơn nhiều. Trừ *Phút Chót* chỉ có đắng chát, ở những truyện còn lại tôi luôn nhìn thấy một tình yêu mật ngọt, dù đôi khi nhỏ nhoi tội nghiệp đến nao lòng. Có vẻ như tình yêu đã cứu rỗi các nhân vật của bạn. Như *Nhà Điêu Khắc Và Người Mẫu Thỏ Trắng*? Một truyện mới viết, năm 2010, rất lung linh phảng phất không khí phương tây nhưng cuối cùng lại có hương bồ kết của Việt Nam. Một truyện rất lạ lùng trong mạch văn của bạn mà tôi biết. Hay là tôi quá "lạc hậu" về bạn, chẳng biết bạn đã viết gì trong bao nhiêu năm đằng đẵng bặt tin nhau?

Và *Về Lại Chốn Xưa*, truyện không có trong mục lục và xuất hiện cuối cùng, là truyện có không khí tôi thích nhất. Không khí của tình bằng hữu trong gian lao khốn khó. Không khí của tình người.

Phớt qua thôi. Nhưng tôi như nhìn thấy lại một quãng đời lẽ ra đừng bao giờ có của bạn bè tôi, anh em tôi, thầy cũ của tôi thời trung học, và rất nhiều người quanh tôi. Rồi không khí của ngày gặp lại, anh em mừng vui quay cuồng. Đời của các nhân vật đã bớt khổ hơn, mà tôi, người đọc, lại thấy bùi ngùi. Tôi không chịu nổi những nhát roi của tên quản giáo quất vào người tù cải tạo. Tôi khóc. Hoài niệm làm chi cái-thời-lẽ-ra-đừng-bao-giờ-có ấy? Sao bạn không cho các nhân vật chỉ nhớ những điều vui thôi?

Mùa Xuân Ở Trên Cao, tôi đọc truyện này trước vì bạn đã chọn nó làm tựa cho cả tập truyện thứ hai mà bạn vừa tặng tôi. Giọng điệu của bé con trong truyện thật trong trẻo dễ thương. Những câu thoại của bé con như vang vang trong đầu tôi. Nghèo khó, ước mơ nhỏ nhoi nhưng không vòi vĩnh, và biết chờ đợi và thương mẹ. Với riêng tôi, bạn viết những câu thoại của bé con thật tuyệt vời. Sau đó thì tôi đọc lung tung không theo thứ tự nào. Tôi đọc *Sáu Bẹo* trước các truyện còn lại vì thấy cái tên truyện là lạ. Đọc xong truyện rồi thấy thích quá, tôi đọc lại lần nữa. Truyện thật dung dị mà đầy nghĩa đầy tình. Nhẹ như không mà vô cùng nhân bản. Hình như sở trường của bạn, "tạng" của bạn là viết những truyện như vậy, không phải những truyện có tình yêu hoa lá trăng sao mơ mơ mộng mộng kiểu trên trời. Tôi chợt nghĩ, có lẽ mình nên "quan sát" tất cả những mối tình trong tập truyện này xem sao, ngoài mối tình của Sáu Bẹo. Mối tình của Tiểu Hương và Đệ trong *Quán Bên Sông*, của Tiên Thủy và Ngạc trong *Vội Vàng*, của người thiếu nữ và thanh niên trong *Quyết Định Cuối Cùng*, của Phùng Kim Khánh và Khang trong *Căn Lều Của Người Anh Họ*, của Hiên và Khải trong *Bên Trời Mơ Ước*, của Nữ và Phúc trong *Mây Hoàng Hôn*, dường như tất cả các mối tình trong truyện của bạn đều có một mẫu số chung là lận đận, nếu không thì cũng … buồn buồn, kể cả trong một truyện có không khí phương tây khác là *Thị Trấn Êm Đềm*. Tôi yêu những mối tình ấy, dù lận đận hay buồn buồn, vì nó gần gũi với cuộc sống quanh tôi, vì nó là "ánh sáng cuối đường hầm", để các nhân vật của bạn còn có chỗ bám víu mà sống hết quãng đời *khó khổ* (chữ bạn hay dùng) của họ. Tình yêu đã cứu rỗi, như tôi đã nói ở trên, bất kể phận người nào. Chúng ta sẽ sống ra sao nếu không có tình yêu?

Có một truyện không có tình yêu mà phảng phất không khí thiền: *Vũng Lầy*. Không phải vì trong truyện có cái chùa và có nhà sư. Mà vì đoạn kết của truyện. Ôi bạn đã viết những truyện có mùi thiền như thế này từ bao giờ? Và những truyện khác không có tình yêu: *Chiếc Cà Vạt, Bên Tách Trà Khuya, Một Trường Hợp*. Tôi thấy một không khí cô độc vây phủ các nhân vật cho dù họ có mặt ở đó một mình hay với ai khác. "Tạng" của bạn đã vậy rồi mà. Các nhân vật của bạn lúc nào cũng khổ vì một điều gì đó… Câu văn-là-người có đúng với trường hợp của bạn không?

Có một điều tôi không thích: bạn ưa cho các nhân vật của mình hút thuốc quá! Hay tôi không thích vì tôi bị dị ứng với khói thuốc lá? Rồi tự nghĩ, sao mình cứ muốn nhà văn phải viết theo ý mình? Nhưng nếu các bạn trẻ đọc văn của bạn, thấy truyện nào các nhân vật chính cũng hút thuốc lá rồi bắt chước thì sao? Như muốn làm họa sĩ thì tóc tai phải bờm xờm rừng rú một chút. Như muốn làm ca sĩ thì phải luôn luôn diện đẹp khi xuất hiện trước công chúng trước khi chứng tỏ mình có giọng hát hay. Ôi tôi đã đi quá xa rồi…

Đã nhiều năm tháng trôi qua, tôi mới trở lại những ngày thú vị thưởng thức văn chương theo kiểu vừa đọc vừa săm soi ngó nghiêng ngó dọc. Trước hết vì tình thân với bạn cố tri. Sau nữa vì chính tôi, niềm yêu thích của riêng tôi - mong nó sẽ sống dậy cùng tôi đi hết quãng đường đời đã không còn dài lâu nữa trong cõi vô thường.

Ngọc Bút
(Saigon, 2012)

(*) ý thơ Xuân Diệu

PHẦN VĂN HỌC NGHỆ THUẬT
TẠP CHÍ NGÔN NGỮ

Cười Ra Nước Mắt
TRẦN THỊ TRÚC HẠ

Tự nhận mình là kẻ lãng đãng, lãng xẹt, lãng nhách..., vậy mà tôi cứ bị trách cứ hoài vì những lý do không tên không tuổi.

Mỗi ngày vẫn đi ké xe chàng đến trường và về nhà, chỉ trừ ngày thứ bảy tự lái xe vì ngày đó chàng không đi làm. Đó là ngày tôi cảm thấy thích thú nhất, vì cảm thấy tự tin đến trường bằng đôi chân, đôi tay, đôi mắt... của chính mình. Tôi sẽ không bị "luộc" tay lái lụa! Xin đừng cười vì tôi tự tin quá đáng. Tôi chỉ mới bị công an hỏi thăm một lần vì vượt đèn đỏ khi chở ba chị bạn đi chơi! Ngày đó chàng đã đe dọa tôi đến xanh mặt xanh mày: "Công an sẽ đến trường em báo cho Ban Giám hiệu biết cô giáo mà không tuân thủ luật lệ giao thông."

Rồi mọi chuyện cũng qua đi vì có một cô bạn thân đứng ra lo hết và tôi lấy được bằng lái xe về, nhẹ nhõm.

Nhưng chuyện xui xẻo khác lại đến!

Một sáng thứ Bảy tôi vội vàng trèo lên xe, cũng thực hiện đầy đủ và cẩn thận các thao tác khởi động, vậy mà một anh chàng khác cũng vội vã như tôi, "hôn" cái đầu xe của tôi một phát, rồi chạy biến!

Tôi tấp xe vào lề đường, đau lòng nhìn đầu xe bị móp méo và rùng mình nghĩ thầm: "Nó đã chịu trận thay mình, tội nghiệp nó!" Trễ giờ rồi, đến trường cho kịp, tới đâu thì tới!...

Buổi trưa trở về nhà sau năm giờ lên lớp mệt lả.

Cả nhà đang chờ tôi bên mâm cơm nóng sốt, nhưng đầu óc tôi làm việc dữ dội để đối phó với chàng. Tôi nhai cơm như nhai rơm. Và chờ chàng ăn xong mới hỏi thật khẽ khàng:

- Anh ăn xong chưa?

- Xong rồi.

- Anh ăn thêm trái cây không?

- Không

- ... Anh nè!

- Gì đó?

- ... Nếu có hai cái đầu bị móp, cái đầu xe và cái đầu của em, anh chọn cái nào?

Chàng đứng phắt dậy và chạy vụt ra đường tìm chiếc xe.

Trưa hôm đó, chàng không nghỉ ngơi và đến bảo hiểm đến chiều mới lái xe về, lạnh lùng như cây cà rem:

- Em quên bật xi-nhan khi đưa đầu xe ra phải không?

- Có mà! Tại thằng đó đi ẩu, tông vào em ...

- Khó tin em được!

*

Rồi tiếp đến vụ thứ hai...

Đám cưới một đồng nghiệp trẻ mới về trường.

Tôi muốn đưa đón bạn mình trên xe cho ấm áp, vui vẻ...

Bạn bè tôi áo váy tha thướt mà phải găng tay, khẩu trang, khăn choàng qua chân như những người theo đạo Hồi...

Đám cưới tan, vẫn chưa muốn về, vào Đảo Xanh ăn kem và tám tiếp.

Lên xe về vẫn chưa hết chuyện, tài xế cũng tham gia tám rất hăng và quên thả thắng tay... Vậy mà rồ ga xe vẫn chạy. Đưa từng bạn về nhà. Còn hai người bạn cuối cùng trên xe... mùi khét xông lên không chịu nổi... Dừng xe lại. Chúa ơi! Xe bốc khói... Cả tài xế lẫn bạn... run lẩy bẩy...

Đành gọi điện thoại cho người thân!

Chàng đến!... Sợ chàng hơn sợ chết.

Hai người bạn còn lại lẳng lặng gọi taxi về nhà.

Chàng vào một quán ăn trên phố xin một xô nước dội vào, bốc khói mù mịt...

Lợi dụng làn khói, tôi lấy xe máy dông thẳng về nhà, để lại hiện trường cho chàng tự do muốn làm gì thì làm...

Về nhà, đóng cửa phòng, đắp mền kín mít, bệnh rồi, cấm ai làm phiền!...

Khuya, mới nghe tiếng chân chàng đi lên cầu thang thình thịch...

Mấy ngày sau chàng không cười không nói.

Chờ nụ cười trên môi chàng như chờ mặt trời trong mùa đông.

Rồi mưa cũng phải dứt, mây cũng tan, trời cũng tạnh.

Trời bắt đầu xanh, nắng ấm dần...

Chàng hỏi:

- Làm sao quên thả thắng tay mà xe vẫn chạy được giỏi vậy?

- Nỏ biết... bánh xe vẫn cứ lăn... hơi nặng... cứ thế rồ ga...

- A Di Đà Phật... Chạy thêm chút nữa, ba người thành thịt nướng... Làm ơn làm phước tập trung khi lái xe giùm tôi một chút.

- Anh sợ cháy xe hay sợ cháy em?

- Sợ cả hai.

- Nè anh! Xe cộ là để di chuyển... Con người là để yêu thương...

- Còn lý sự cùi nữa hở?

- Thôi, im lặng cho nó lành!

*

Mấy ngày thời tiết mưa nắng thất thường.

Tôi cũng quên quên nhớ nhớ.

Buổi sáng chàng đi làm, bảo mở tủ lấy quần áo. Tìm hoài chìa khóa tủ không ra, chạy luẩn quẩn từ phòng ngủ ra phòng khách, xuống nhà bếp... rồi chạy ngược lên lại. Quái! Chìa khóa mới thấy đây giờ biến đâu mất. Chàng trễ giờ làm hét toáng lên:

- Chìa khóa tủ để đâu mà cứ chạy lòng vòng hoài vậy?

- Anh la quá, em sợ quên mất tiêu là để ở đâu rồi!

- Trời ạ! Cái gì đây?

Chùm chìa khóa!... Để ngay trên bàn trang điểm.

*

Cả đời không có được một món trang sức nào quý giá! Bao nhiêu vòng vàng, nhẫn cưới me cho làm của hồi môn bán tuốt để mua nhà sau khi cưới. Ông anh trai đi Nam Phi thương đứa em gái duy nhất đem về cho chiếc nhẫn kim cương... để đi đâu đeo cho nó oai!... Vậy mà, cất kỹ quá, tìm hoài không thấy. Chàng gặng hỏi:

- Chiếc nhẫn đâu rồi, sao lâu nay không thấy đeo?

- Mất tiêu rồi!

- Trời đất, sao mất? Mất ở đâu? Mất lúc nào?

- Cũng không nhớ, cất kỹ quá giờ tìm hoài không ra, lục tung hết rồi...

Chàng lắc đầu ngao ngán:

- Bó tay với em!

*

Buổi tối trời mưa tầm tã, chàng đi làm về trễ, vừa bước chân vào đã hét toáng lên:

- Sao em ở nhà mà không đóng cửa sổ lại để mưa tạt ướt hết nhà cửa thế này?

- Em quên!

- Quên gì quên lạ quên lùng, mưa rầm rầm mà không thấy, em đang ở mặt đất hay đang ở trên mây?

- Nè anh! Em mà chết chắc anh buồn lắm?

- Sao buồn?

- Thì không có ai để anh la mắng nên anh buồn chứ sao nữa.

Chàng nói tỉnh bơ như trái mơ:

- Buồn... thì tôi tới bàn thờ tôi la!...

Chúa ơi!

Lỗi của con, lỗi của con mọi đàng... nhưng con cười ra nước mắt!...

Trần Thị Trúc Hạ

Hạt Bụi Vo Tròn
Trong Bụng Mẹ Cút Côi

ĐOÀN NHÃ VĂN

(Vài ý nhỏ về ca từ của Trầm Tử Thiêng)

Một đêm mùa hè năm 1985, trên căn gác ọp ẹp của căn nhà vách phên mái lá, gần phi đạo của trại tị nạn Palawan, lần đầu tôi nghe một nhạc phẩm "lạ". Tiếng hát bật ra từ chiếc máy của căn nhà lá đầu dãy, quyện cùng tiếng mõ, cất lên:

Mẹ ngồi nguyện cầu hằng bao đêm
Lời kinh vọng xa thật êm đềm
Mẹ cầu cho con, vượt qua ngày tròn
Mẹ cầu cho em tuổi trời xanh còn nguyên đừng biến mất

Lần đầu tiên nghe và tôi không biết ai đã sáng tác nhạc phẩm này. Điệu nhạc và giọng hát quyện vào nhau, da diết. Ca từ của nhạc phẩm này ám ảnh tôi. Nhiều hôm sau, tôi muốn nghe lại, tiếc rằng chủ nhân của chiếc máy đã mở những bản nhạc khác. Sau này, tôi mới biết đó là nhạc phẩm "Kinh Khổ" của nhạc sĩ Trầm Tử Thiêng.

Cũng mãi sau này, tôi có nghe nhiều giai thoại về cuộc đời ông, nhưng trong đó có một giai thoại, tôi nghe một lần là nhớ đến tận giờ. Đó là, sau 1975 ông nhiều lần tìm đường vượt biên. Liên lạc bao nhiêu đầu mối, qua nhiều trung gian uy tín, nhưng tất cả đều lắc đầu từ chối vì những chủ ghe không muốn nhận ông đi cùng. Khi hỏi: người hành khách đó là ai? Người trung gian nói tên ông. Tất cả mọi chủ ghe đều từ chối. Rất đơn giản, vượt biển, không ai dại gì nhận theo mình một người có cái tên: Trầm + Tử + Thiêng.

Nhưng rồi, ông vẫn đến được bến bờ tự do. Có lẽ lần này, ông cho chủ ghe biết tên thật của mình là Nguyễn Văn Lợi. Có ông đi là mang lại thuận lợi chăng?

Nghe nhiều nhạc phẩm của Trầm Tử Thiêng, từ lúc định cư, ở những góc riêng một mình, hoặc ở những lúc cần chậm lại, mỗi bài hát của ông như đi vào từng tế bào, để rọi vào trong, chiêm nghiệm. Ở những khoảnh khắc ấy, tôi như "uống" ca từ của ông, nghe mê mẩn. Với tôi, phần ca từ của Trầm Tử Thiêng có nhiều điều đáng suy ngẫm.

I - Trái tim của một người Việt Nam chân chính

Có nhiều nguồn liệt kê danh sách những nhạc phẩm của Trầm Tử Thiêng, và những nguồn đó đều cho rằng con số sáng tác của ông đến hơn 200 nhạc phẩm. Từ những sáng tác ấy, phải nói rằng, rất nhiều những nhạc phẩm chứa đựng một trái tim mẫn cảm với đời, luôn đập những nhịp đập với sự nổi trôi của vận nước.

Đất nước chiến tranh, súng đạn vô tình, ông đau với cái đau của người còng vai gánh nặng những điêu linh, những người đã để lại một phần thân thể của mình cho đất nước, hay nằm yên trong huyệt lạnh vì hai chữ "quê hương". Lời ca của ông như một lời tạ ơn chân thành nhất.

Cám ơn anh kịp lớn giữa thù hằn
Thắp đôi vai gồng gánh nỗi điêu linh
Bóng vinh quang lấp sâu trong huyệt lạnh
Hay ngồi đau thầm lặng giữa thanh bình

(Cám ơn Anh)

Cũng trong thời chinh chiến ấy, có bà Mẹ nào nhìn thấy từng đứa con ngã xuống mà không nhói lòng. Trong tất cả những nỗi đau, không có nỗi đau nào lớn hơn của lá vàng khóc lá xanh rơi, đó là nỗi đau của bà Mẹ mất con. Hình ảnh một người mẹ ngồi nguyện cầu từng đêm, từng đêm cho những đứa con của mình. Lời nguyện cầu giữa một thời chinh chiến. Ở cuối nẻo điêu linh mà người dân Nam gánh chịu, nhạc phẩm "Kinh Khổ" viết năm 1973, đã lay động lòng người.

Mẹ ngồi nguyện cầu hằng bao đêm
Lời kinh vọng xa thật êm đềm

Ca từ và điệu nhạc quyện vào nhau, chở nhạc phẩm vào thẳng trái tim của người thưởng ngoạn. Người Mẹ ấy không còn của riêng ai. Không còn của tôi, của anh, của chị. Đó là Mẹ Việt Nam.

Người về một ngày một lưa thưa
Người đi càng đêm càng đông dần
Từng dài âu lo
Từng quen đợi chờ
Mộng thật cam go
Miễn là mai niềm đau thành nụ cười

(Kinh Khổ)

Đây là một trong những bài hát có ca từ mang những ẩn dụ, có thể xem là rất khác xa những bài hát khác của ông. "*Người về một ngày một lưa thưa / Người đi càng đêm càng đông dần*". Từng đợt người về, rồi từng đợt ra đi.

"Lạ" ở chỗ: tiếng cầu kinh cứ đều đều, tiếng bước chân cứ liên tục. Người về, rồi người đi. Mà người ở đâu về? Rồi người từ đâu đi? Và đi về đâu? Không rõ.

Tuy nhiên, chúng ta biết chắc một điều: *Từ khi loạn ly vào đêm đầu / Tình người tiêu hao / Niềm tin bội bạc*. Để rồi ông mở ra:

Lạnh lùng một ngày một qua mau
Lời kinh mù sương mờ trên đầu
Mộng chờ sau đêm
Ngày mai thật lạ
Thù hằn anh em, bỗng nhìn nhau gọi nhau thật đậm đà.

Đó là ước vọng cao đẹp của hai chữ "đồng bào", đó cũng là mơ ước của tình máu mủ. Không có gì đẹp hơn hình ảnh "*bỗng nhìn nhau gọi nhau thật đậm đà*". Xa hơn, với tôi, nhạc phẩm này không chỉ vẽ lại một phần lịch sử, mà còn có tính tiên tri cho vận mệnh của dân tộc Việt, trong nhiều năm sau nữa. Cứ nhìn lại giai đoạn lịch sử cận đại sẽ rõ.

1954, kẻ về, người đi. Vâng, kẻ ở rừng, người về thành, người ở lại, rồi người ra đi, xuôi Nam.

1975, cũng từng lớp người về từ Trường sơn, lại từng lớp người khác xuôi nhau ra biển. Cuộc ra đi vẫn tiếp diễn và kéo dài thêm nhiều năm sau đó, như ông tiên liệu "người đi càng đêm càng đông dần"?

2000 cho đến nay và sẽ cho đến nhiều năm sau nữa, cũng lớp lớp người trở về, và vẫn lớp lớp người ra đi. Đi và về, hay Về rồi đi. Lịch sử đang tiếp diễn, nối tiếp từ thế hệ này qua thế hệ khác, như lời tiên tri của ông. Dẫu đi hay về, người Mẹ vẫn ngày đêm nguyện cầu *"Thù hằn anh em, bỗng nhìn nhau gọi nhau thật đậm đà"*. Đó là một ước mơ, từ trái tim của một người Mẹ.

Không đau với nỗi đau chung của dân tộc, không thể viết nên một nhạc phẩm hay như thế.

Đất nước chiến tranh, đồng hoang xơ xác, bạn bè gục ngã, thiếu phụ khăn tang, trái tim người nghệ sĩ bật máu với cái mất mát tận cùng, ông đã từng khóc với chiếc cầu Trường Tiền gãy đổ qua ca khúc "Chuyện một chiếc cầu đã gãy". Để rồi, ông ước mơ một ngày mai hòa bình tươi sáng, để còn thấy con sông quê lặng yên, con đò chiều chở trăng tĩnh mịch; để ngửi mùa lúa đang chín tới, để thương ngọn khói chiều hôm ở cuối thôn làng.

> *Mai đây Hòa Bình.*
> *Ta về ngắm lại dòng sông xưa.*
> *Đồng hoang xơ xác hai bên*
> *Sẽ mai này thơm mùi lúa chín.*
> *Trên sông người về*
> *Con đò chở đầy vầng trăng quê*
> *Hò khoan cô lái du dương*
> *Đón đưa người đi về chung đường*

(Hòa bình ơi, Việt Nam ơi)

Ước vọng đồng hoang trở thành những đồng lúa chín, không chỉ là ước mơ của ông, mà còn là ước mơ của bao thế hệ. Và ông đã viết cho mình, cho quê hương, như thế.

Sau khi chiến tranh súng đạn chấm dứt, lại có một cuộc chiến tranh khác, cuộc chiến tranh của lòng thù hận diễn ra cũng không kém tàn khốc. Để rồi, "Cây cột đèn nếu có chân cũng phải ra đi", cho nên bao người đã ngã xuống trên đường vượt thoát. Cuối "mùa" tị nạn, thế giới làm ngơ, lương tâm nhân loại đã ngủ quên đâu đó trước tiếng kêu gào của máu đỏ, da vàng, ông mở lòng ra với đồng bào của mình, nhất là những đôi mắt em thơ mở to nhìn xuyên qua những dãy rào kẽm gai, ước mơ được tự do, bay nhảy với bầu trời xanh.

Bên em đang có ta, hát về em tương lai xót xa
Hát giùm em cơn mơ thiết tha, giấc mơ tuổi hoa
Bên em đang có ta, thống thiết kêu vang lương tâm thế gian
Cứu vớt em rời khỏi ngày u ám, giữa trại giam
Khóc trong lầm than

(Bên em đang có ta)

Và mơ những trái tim mang dòng máu da vàng, dù bất cứ chân trời góc bể nào, hãy cùng tựa vào nhau, cùng hát vang lên lời Việt Nam, cho bình mình xua tan bóng tối.
Tựa vào lòng nhau, ơi những trái tim gọi Việt Nam!
Tựa vào lòng nhau, ơi những trái tim cùng dòng máu.
(...)
Dù nhục dù vinh, xin hãy hát vang lời Việt Nam
Tựa vào lòng nhau, ơi những trái tim cùng dòng máu
Gọi người gọi ta
Gọi số kiếp lưu đày gần xa
Gọi bóng tối ngưng bài cuồng ca
Cho tiếng hát mơ ngày Việt Nam.

(Một ngày Việt Nam)

Tấm lòng ông còn thể hiện qua rất nhiều bài hát, trong đó có một số bài viết chung với Trúc Hồ, chẳng hạn: Việt Nam Niềm Nhớ, Bước chân Việt Nam, v.v...

Hỡi kiếp sống mang khổ đau chưa qua bên niềm mơ tương lai chưa tới
Hãy cất tiếng qua đại dương mênh mông ta cùng ca chung nỗi mong chờ
Hỡi những bước chân Việt Nam lưu vong đang còn chu du trên thế giới
Hãy cất tiếng ca cùng tôi câu ca mang tình thương gửi tới quê nhà

(Việt Nam Niềm Nhớ)

Và,

Khắp nơi trên địa cầu, giờ in dấu bước chân Việt Nam
Những đôi chân miệt mài, đang vươn tới dưới ánh ban mai
Lâu nay ta lặng thinh, hai mươi năm ngại ngần
Sống giữa ân và oán, muốn hát lên đôi lần.

(Bước chân Việt Nam)

Thuở chinh chiến, đi sát với thời cuộc, ông viết những nhạc phẩm "Đưa em vào hạ", "Chuyện một chiếc cầu đã gãy", "Bài vinh thăng cho một loài chim", "Kinh khổ", v.v... Sau chiến tranh, ông theo bước chân của những người tị nạn Việt Nam, đã rút ruột của mình ra mà viết: "Tâm ca của người tù vượt biển", "Dứt bão bắt đầu nước mắt", "Gởi em hành lý", "Trại tị nạn Ga Lăng", "Bên em đang có ta", "Có tin vui giữa giờ tuyệt vọng", v.v... Ở xứ người ông xiển dương hai tiếng Việt Nam bằng những sáng tác tuyệt vời, (viết chung với Trúc Hồ), như "Bước chân Việt Nam", "Một ngày Việt nam", "Việt Nam Niềm Nhớ" v.v...

Ông đau với nỗi đau của Mẹ trong thời chinh chiến, quặn lòng trước cái mất mát, điêu tàn của quê hương, trái tim bật máu với bạn bè đã ngã, và xót xa trước cảnh ngục tù ở trại tị nạn của các em thơ, v.v... Trước và sau, ông yêu đất nước Việt Nam vô bờ bến bằng cách song hành với bao nhiêu khổ nạn của đồng bào. Hai tiếng Việt Nam như thể luôn vang vang trong lồng ngực. Với tôi, ông là một-người-Việt-Nam đúng nghĩa.

II - Một tấm lòng thơ

Không chỉ điệu nhạc và tấm lòng, ca từ trong rất nhiều ca khúc của Trầm Tử Thiêng đã đến và ở lại trong trái tim của người nghe khắp năm châu. Đó là những hình ảnh đẹp, nghe xong khó thể nào quên, dù đó là tình ca hay những nhạc phẩm viết về thân phận, về quê hương đất nước.

Ở tình ca, ông viết:

Trong xót xa mắt nào đã khóc
Trong thiết tha môi nào đã hôn

...

Đêm hắt hiu nhớ vòng tay góa
Em vẫn đi theo đời cuốn xô

(Một thời để nhớ)

Hoặc:

Bảy ngàn đêm giấc ngủ chưa tròn
Giấc ngủ hao mòn
cơn mơ thành bại
mắt còn đỏ hoe.

(7000 đêm góp lại)

Đẹp không? Đẹp chứ.

Cám ơn cha đã cho con hạt bụi,
vo tròn trong bụng mẹ cút côi

(Cám ơn anh)

Hạt bụi vo tròn trong bụng mẹ cút côi không những là hình ảnh đẹp, mà còn gói trọn một tình yêu, khởi đầu một sự sống mới, như hạt mầm nguyên sơ một ngày nọ xôn xao lòng đất, lớn dậy, trưởng thành. Đó cũng là vòng quay của đời sống, với hạnh phúc gia đình viên mãn.

Năm 1968, khi chiến tranh đã bắt đầu dâng lên cao độ, ông đã sáng tác nhạc phẩm "Đưa em vào hạ", với phần lớn ca từ rất đơn giản, dễ hiểu. Tuy vậy, đoạn trích sau đây chứa đựng một vài hình ảnh rất khác.

Tiếng nỉ tiếng non khi chiến trường nằm im thở khói
Đứa bé nhìn cha đang chờ giặc dưới giao thông hào

(Đưa em vào hạ)

Chiến trường có thể lắng đọng vì hai bên chiến tuyến có thể đang tìm cách hạ gục đối phương. Nhưng "chiến trường nằm im thở khói" là một hình ảnh hiếm thấy trong âm nhạc.

Còn "tiếng nỉ tiếng non" là tiếng gì, từ đâu tới? Ở góc cạnh của mỗi người nghe, chẳng hạn người lính chiến hay người dân thị thành, có thể có câu trả lời khác nhau. Trên chiến trường mạng người như rơm rạ thì có phải đây là tiếng rên rỉ của oan hồn từ những người đã ngã?

Câu kế tiếp "Đứa bé nhìn cha đang chờ giặc dưới giao thông hào", có phải những người lính đem vợ con theo ở trong các lán trại tiền đồn? Không dẫn giải, ông đã đưa hình ảnh của một cuộc chiến đặc thù vào âm nhạc, mà hình như không có hình ảnh này trong bất kỳ cuộc chiến tranh nào khác. Có thể nói, trong hàng trăm những nhạc phẩm viết về thời chiến, khó tìm ra một bài thứ hai với hình ảnh mà ông chọn lựa.

Ca từ của những bài hát về chiến tranh thường có tính cách dẫn giải. Riêng ông, ông thu gọn chiến tranh bằng cách nhìn của riêng mình. Lạ lẫm và độc đáo.

Năm 1972, ông cho chào đời nhạc phẩm "Tưởng niệm", có đoạn.

Bàn tay làm sao níu một đời vừa đi qua
Bàn tay làm sao giữ một thời yêu thiết tha

...
Mang ơn trên cho cuộc đời ta
Vài vạn ngày gió cuồng mưa lũ
Trăm cơn đau một vừng nhang khói
Kéo ta về, về cõi hư vô

(Tưởng niệm)

Bạn có để ý cách dùng chữ của ông không? "Níu một đời", "giữ một thời". Rồi tiếp theo, vài vạn ngày; trăm cơn đau, một vừng nhang khói, cuối cùng là cõi hư vô. Cuộc đời như một chiếc xe từ đỉnh trời, không phanh lao xuống dốc đời. Thời gian cứ trôi đi, đời người cứ ngắn dần, con số cứ nhỏ lại, để rồi một ngày nào đó ai cũng phải trở về với cát bụi, với hư không. Từ vạn xuống còn trăm, từ trăm xuống một, từ một về zero (hư vô). Đó là một cách dàn trải tài tình theo toán học, từ cực đại trở về cực tiểu. Đem cách nhìn ấy vào góc độ thi ca, ông đặt cái hữu hạn xác thân nằm trong cái vô hạn của đất trời. Chất triết lý gói tròn trong hình ảnh toán học, được dàn trải một cách đầy thi vị. Sau đó, đem chất thi ca ấy vào trong những nốt nhạc, đẩy đến tận cùng cảm xúc của người nghe. Đây là một trong những nhạc phẩm "để đời" của ông.

Thêm nữa, hiếm có nhạc sĩ nào viết "một vừng nhang khói". Ngay cả trong văn chương, người ta thường viết "một vùng" chứ không phải "một vừng". Chữ "vừng nhang khói" của ông thật đắt. Đó là lối dụng chữ của một tấm lòng nặng nợ với âm nhạc và thi ca. Không chỉ dừng ở đó, sắp xếp được những con chữ gói trọn một cuộc nhân sinh, để đưa được vào những nốt nhạc như thế không hề là một sự may mắn, mà là một tài năng âm nhạc. Tuy vậy, có nhiều ca sĩ đã hát sai lời thành "một vùng hương khói". Tiếc!

Thử nhìn thêm một nhạc phẩm khác, "Đêm nhớ về Sài Gòn", viết sau khi định cư tại Mỹ.

Đêm nhớ về Sài Gòn
Thấy phố phường buồn xưa chưa nguôi
Những con đường thèm đôi chân vui, đã bao lâu chờ đợi
Đường im nghe quá khứ trong sâu
Đường chia ly vẫn ngóng tin nhau
Tình lẻ loi canh thâu

Đêm nhớ về Sài Gòn
Tiếng nhạc vàng gọi từng âm xưa
Ánh đèn vàng nhạt nhòa đêm mưa
Ai sầu trong quán úa
Bóng mẹ hiền mờ mờ bên song
Mắt người tình một trời mênh mông
Gợi bao nhiêu cho cùng...

(Đêm nhớ về Sài Gòn)

Nếu có ai đó chưa từng nghe bài này (qua tiếng hát, ví dụ, của Vũ Khanh, Tuấn Ngọc, Lệ Thu, v.v…), không sao. Cứ đọc trích đoạn ca từ như một phần của một bài thơ xuôi. Và đây là bài thơ xuôi nổi trội, so với hàng ngàn hàng vạn bài thơ xuôi mà chúng ta thấy nhan nhản suốt hơn nửa thế kỷ qua. Không chỉ nổi trội, mà còn là một bài thơ hay.

Ở nhạc sĩ khác, người ta sẽ nhớ góc phố này, nhớ con đường nọ có lá me bay, nhớ trưa xa lộ nhớ chiều Hàng Xanh. Nhưng ông thì khác. Cứ nhìn hình ảnh "Những con đường thèm đôi chân vui" mà ông đã dàn trải. Trầm Tử Thiêng đã nhân cách hóa con đường như một con người biết nhớ, biết thương, biết đói khát, biết thèm thuồng, biết lo lắng. Như rừng già nhớ thú hoang, như sông sâu nhớ trăm suối cạn, như bầu trời nhớ những đám mây bay. Ngay cả trong văn chương, hiếm ai chọn được và giữ lại hình ảnh "Những con đường thèm đôi chân vui" như ông. Với tôi, con đường ấy cũng chính là những nhịp đập của một trái tim lớn, trái tim Trầm Tử Thiêng. Một trái tim hít thở với cội nguồn, để nghiêng tai nghe con đường nỉ non chia sẻ, để "hiểu" sự thèm thuồng, háo hức, chờ đợi… những bước chân vui. Đó cũng là cái nhớ quay quắt của một người từ xa, nhìn về cố quận, để bật ra những ca từ không thể hay hơn. Tuyệt!

Hoặc:

Con đã thấy mùa xuân trong lòng mẹ
Mẹ đã tìm mùa xuân trong mắt cha
Mẹ rưng rưng ôm xuân nồng hội ngộ
Cha mừng xuân trong sắc áo sương pha

(Ta đã gặp mùa xuân)

Đây không còn là một đoạn của một ca khúc. Đây đích thị là một đoạn thơ. Hình ảnh gần gũi và lay động của đứa con thấy phơi phới, hân hoan như mùa xuân về trong lòng Mẹ, như sắc xuân về trong ánh mắt Cha. Và đặc biệt là âm điệu. Cái nhẹ nhàng, trong vắt của mùa xuân, cái rưng rưng của hội ngộ, cái lâng lâng không chỉ của thời tiết, đất trời, mà của xuân lòng phơi phới. Mùa xuân khởi đi từ tận đáy lòng. Một trích đoạn ngắn thôi, nhưng bộc lộ hết nỗi niềm của ba nhân vật. Ca từ này không "thơ" hay sao?

Rồi:

Mười năm yêu em ta thấm đời mộng mị
Mười năm yêu em ta thấu tình cuồng si
Mười năm yêu em ta hóa thành chiếc lá
Trôi theo từng cơn lũ của kiếp sống

Tình chưa yên vui bên sóng đời cuồng nộ
Chợt đêm chia phôi ngăn cách một đại dương
Từng đêm gian nan ta ngỡ mình sắp đuối
Nhưng em tình vẫn hát từ bến trời

(Mười năm yêu em)

Hãy nhìn hình ảnh cuộc đời như chiếc lá bồng bềnh trên dòng lũ nhân sinh để hiểu rằng: đó không chỉ là thơ. Đó còn là sự chắt lọc của một trái tim bao lần tưởng như ngừng đập, của từng đêm gian nan, "ngỡ mình sắp đuối".

Và đây nữa:

Có tin vui giữa giờ tuyệt vọng
Lời cầu kinh vừa có người nghe
Trái tim ơi, đất trời lồng lộng
Chờ đêm đêm biển hát tình ca.

Có tin vui giữa giờ tuyệt vọng
Bao sinh linh nhận phép giải oan
Siết tay nhau cúi đầu gạt lệ
Tạ Ơn Trên, người vẫn thương người

(Có tin vui giữa giờ tuyệt vọng)

Lời nhạc thật hay. "Thơ" không? "Thơ" quá đi chứ!

"Lời cầu kinh vừa có người nghe" và "Bao sinh linh nhận phép giải oan" là chứng nghiệm của niềm tin vào những điều tốt đẹp. Đó cũng là điều ông gởi gắm: chúng ta có thể mất tất cả, nhưng đừng bao giờ để mất niềm tin. Không đập những nhịp đập lạc quan, không bao giờ có những ca từ hay như thế.

Chất thơ như rắc mật ngọt trong từng câu chữ, có thể mở được những cánh cửa khó tánh nhất từ người thưởng ngoạn.

Cũng xin nói thêm một bài nữa, đó là bài hát mà tôi đã nghe, đã rớt nước mắt. Tôi khóc cho tâm trạng của một thuyền nhân, như tôi. Và cũng khóc cho hàng trăm ngàn thuyền nhân khác không bao giờ tới được bến bờ tự do.

Dứt bão bắt đầu nước mắt
Chia ly bằng những âm thầm
Chiếc bóng nhân tình ngơ ngác
Như lần từ biệt trăm năm

Dứt bão bắt đầu nước mắt
Ta không chờ mãi bình minh
Chết giữa cánh đồng héo hắt
Mặt trời đến lúc vô tình

(Dứt bão bắt đầu nước mắt)

Đây không còn là một trích đoạn của một nhạc phẩm, mà đích thị là thơ. Không chỉ là thơ, đây là một phần của một bài thơ "đẹp".

Đẹp ở hình ảnh, đẹp ở âm điệu. Tôi tin rằng ông đã viết lời cho ca khúc này trước khi đưa vào nhạc. Phải từng trải qua cuộc nhân sinh chia ly, thất tán; phải đớn đau giữa hội ngộ trùng phùng và từ biệt miên viễn, phải lội ngược đêm đen để ước vọng bình minh, phải thấy những cánh đồng mạ non đang chết khát để hân hoan chào đón nước về, v.v..., mới viết được những vần thơ như thế. Có những bài thơ "đẹp" không hẳn đã hay. Khi một bài thơ lôi cuốn lòng người, chữ nghĩa không thể thay thế, không thể thêm vào một chữ hoặc lấy bớt đi một chữ, đó đích thực là một bài thơ hay. "Dứt bão bắt đầu nước mắt" là một bài thơ không chỉ đẹp, mà hay, và thật hay như thế.

Còn nhiều, rất nhiều những hình ảnh đẹp, những ca từ đầy chất thơ trong những nhạc phẩm của Trầm Tử Thiêng. Nếu để ý, bạn sẽ phát hiện ra nhiều điều thú vị khác về ca từ của ông.

Nhà văn, nhà báo Giao Chỉ cho rằng Trầm Tử Thiêng đã "để lại cho chúng ta một tình yêu mênh mông giữa con người và đất nước. Giữa con người với con người. Ông đã viết nên những lời não nùng nhất của nhân loại"[1].

Nhà văn Huy Phương cho rằng "Trầm Tử Thiêng là người chép sử lưu vong bằng âm nhạc"[2].

Cả hai đều khẳng định ông là một nhạc sĩ tài năng. Đúng, nhưng theo tôi, chưa đủ.

Trầm Tử Thiêng là một nhạc sĩ tài hoa. Ngoài ra, ông còn mang một tâm hồn thi sĩ, đã rút ruột mình gởi cho đời những vần thơ tuyệt diệu, đầy tình người giữa những đổ nát ở cõi nhân sinh. Hơn thế nữa, gia tài mà ông để lại đã khẳng định một điều: ông là một-người-Việt-Nam-chân-chính, với những nhạc phẩm cho Mẹ Việt Nam không thể hay hơn, như thế.

Đoàn Nhã Văn

(1) Giao Chỉ: Trầm Tử Thiêng - người viết Kinh Khổ: http://phiendasau-vongngayxanh.blogspot.com/p/tram-tu-thieng-nguoi-viet-kinh-kho.html

(2) Huy Phương: Trầm Tử Thiêng - người chép sử lưu vong bằng âm nhạc. http://thoibao.com/tram-tu-thieng-nguoii-chep-su-luu-vong-bang-am-nhac/

Con Đường Tây Nam
NGUYỄN THIẾU DŨNG

Chiến thắng lừng lẫy của danh tướng Lý Thường Kiệt trên sông Như Nguyệt năm 1076 đã chặn đứng bước chân xâm lược của bọn phong kiến nhà Tống muốn bành trướng xuống phương Nam, đúng như tuyên cáo đanh thép của vị anh hùng dân tộc:

Nam quốc sơn hà Nam đế cư
Tiệt nhiên phận định tại thiên thư
Như hà nghịch lỗ lai xâm phạm
Nhữ đẳng hành khan thủ bại hư

Ngày nay đem đối chiếu Thiên thư hay đúng hơn là bộ THIÊN CỔ KỲ THƯ tức là KINH DỊCH với Địa thư tức là hình thể núi sông Việt Nam ta cũng thấy thiên nhiên phân định địa hình nước Nam khá kỳ thú. Nguyễn Việt Cường đã phát hiện nếu lấy Ngũ Hành Sơn của thành phố Đà Nẵng làm trung tâm vẽ một vòng tròn thì bản đồ Việt Nam đúng là Thái cực đồ mà hình thể chữ S đã chia làm hai, nửa Âm là đất liền và đồi núi, nửa Dương là biển cả.

Đi ngược thời gian 5.000 năm về trước, không đi quá thời đại hồng hoang mở nước, chỉ dừng lại ở thời đại dựng nước, thời đại Hùng Vương, thời đại hoàng kim của lịch sử dân ta, chúng ta hãy làm quen với các nhà tạo mẫu, các nhà thiết kế cho hoa văn đồ gốm Phùng Nguyên, đồ đồng Đông Sơn, tiền nhân ta đích thực là những nghệ sĩ tài hoa, những kỹ thuật gia lỗi lạc nhưng trên hết họ là những triết gia, những chiến lược gia đại tài. Họ đang thao thức với chủ hình chữ S, họ đang dạo khúc biến tấu, họ đang tạo những biến thể cho bộ hình trang trí chữ S, cách tân, đa dạng hóa.

Trước mắt họ tôn thờ cái đẹp, đáp ứng yêu cầu thẩm mỹ của người tiêu dùng. Nhưng sâu xa hơn, đồ dùng do họ tạo dáng không thuần túy là những vật dụng như thời công nghiệp ngày nay mà mỗi mỗi đều chứa đựng những thông tin triết học, những suy tư, những hoài bão muốn gởi lại cho muôn đời sau. Tại sao họ quá tha thiết với chủ đề chữ S, mối ám ảnh kéo dài hơn hai thiên niên kỷ, từ hậu kỷ Đồ đá mới đến hết thời đại Đồng thau? Phải chăng những họa tiết chữ S đó có mối tương liên với địa hình chữ S Việt Nam. Phải chăng là dự báo, phải chăng họ muốn tạo DẤU NỐI VĂN LANG - VIỆT NAM, dấu nối xưa với nay, dấu nối giữa Tiên nhân và Hậu duệ, dấu nối giữa Trời với Đất, với Người, giữa cộng đồng với cá thể, giữa Âm với Dương, giữa bất biến với dịch biến. Có thể lắm chứ vì họ là những nhà hiền triết Văn Lang đang nắm trong tay khí cụ tư duy dự báo khá vi diệu, đó là Kinh Dịch đã do họ dày công sáng tạo. Những nhà mở nước, dựng nước, giữ nước của bất cứ quốc gia nào cũng thường có cái nhìn xuyên suốt không gian, thời gian. Đừng tưởng tổ tiên ta hồi đó chỉ chôn chân tại chỗ, các tác giả sách Thời đại Hùng Vương đã nhận thấy "những di vật thời đó đã vượt ra khỏi vùng đất phân bố của nhóm di tích Phùng Nguyên hay Gò Mun, vượt ra ngoài cả vùng Bắc bộ và Bắc Trung bộ ngày nay để có mặt trong các di tích khảo cổ cùng thời hoặc muộn hơn tại Vân Nam, Quảng Tây, Quảng Đông ngày nay, thậm chí có một vài loại di vật như dao găm và trống đồng loại I (theo phân loại của Héger) còn được mang đi xa hơn thế nữa tới nhiều nơi trong vùng Đông Nam Á (tr 62, 63). Những con thuyền khắc trên trống đồng có thể là những con thuyền tiền thám phương Nam đã đưa tổ tiên ta đi dọc bờ biển chữ S tạo cho họ tầm nhìn bao quát cả khu vực Đông Nam Á, và do đó họ đã đề ra dự phóng còn mãi giá trị đến ngày nay và mãi đến ngày sau "LỢI TÂY NAM" (đi về Tây Nam có lợi).

Kinh Dịch có bốn quẻ nói về nghĩa này. Quẻ Giải "Lợi Tây Nam", Quẻ Kiển "Lợi Tây Nam, bất lợi Đông Bắc", Quẻ Thăng "Nam chinh, cát" (đi về Nam, tốt), quẻ Khôn "Tây Nam đắc bằng, Đông Bắc táng bằng" (Tây Nam được bạn, Đông Bắc mất bạn). Ở đây cần làm sáng tỏ vấn đề: những câu này ai nói và nói cho ai? Người Trung Quốc xác nhận Văn Vương là tác giả phần Kinh Dịch, nhưng xét kỹ những thoán từ vừa trích dẫn ở trên đi sâu vào tận ngọn nguồn ngữ nghĩa của chúng, ta sẽ nhận ra chẳng qua là ngộ nhận. Trước hết ta hãy nghe những nhà Dịch Sư phương Bắc lý giải những câu trên.

Vương Bật, người thời Tam Quốc, từ nhỏ đã nổi tiếng thông minh, chỉ sống 24 năm ngắn ngủi nhưng ảnh hưởng của ông đối với Dịch vô cùng lớn. "Qua Vương Bật sửa đổi, bản kết hợp Kinh, Truyện của Chu Dịch do Phi Trực, Trịnh Huyền truyền lại, đã có một hình thức quy phạm, thịnh hành hơn 1.700 năm, đến nay vẫn như thế (TĐCD, 1630). Theo Hậu Thiên Đồ, quẻ Khôn (đất) nằm ở hướng Tây Nam, quẻ Cấn (núi) nằm ở hướng Đông Bắc, cho nên Vương Bật trong "Chu Dịch chú" có viết "Tây Nam đất bằng, Đông Bắc là núi non. Từ chỗ khó khăn mà đi đến chỗ bằng, cho nên khó khăn sẽ hết. Từ chỗ khó mà đi lên núi thì sẽ cùng đường".

Khổng Dĩnh Đạt lúc nhỏ đã nổi tiếng thần đồng, đời Đường dùng sách Ngũ Kinh Chính Nghĩa của ông làm tiêu chuẩn chọn người khoa bảng, sách Chu Dịch Chính Nghĩa của ông có ảnh hưởng rất lớn đối với Chu Dịch đời sau (TĐCD, 827). Khổng Dĩnh Đạt cũng cho "Tây Nam thuận vị là hướng bằng phẳng dễ đi, Đông Bắc hiểm vị là chỗ trắc trở khó khăn. Đường đi lắm trắc trở, tất cả đi đến chỗ bằng phẳng dễ đi thì khó khăn sẽ hết, trái lại nếu đi vào chỗ hiểm thì càng bế tắc cùng đường. Đi, ở phải hợp lý như vậy (TĐCD, 846).

Lý Đỉnh Tộ đời Đường, tinh thông Kinh Dịch, làm sách Chu Dịch tập giải dẫn lời Can Bảo "Khôn thuộc âm... đi về hướng Tây Nam thì sẽ gặp nhiều dương, nên âm có dương làm bạn, đi về hướng Đông Bắc thì sẽ gặp nhiều âm, âm là thù địch của âm, cho nên mất bạn (TĐCD, 810).

Nói chung lời giải thích của đa số Dịch gia Trung Quốc đều lấy núi làm trở ngại, nhưng giải như vậy thì chưa sâu mà nếu đối chiếu với hình tượng quẻ Kiển thì rõ ràng chưa hết ý, chưa đúng lý. Quẻ Kiển có hình tượng nước ngập núi, trận đại hồng thủy, Thủy Tinh thắng Sơn Tinh. Vậy ra núi chỉ là trở ngại thứ yếu, sự thật đối với người cổ đại núi không phải là trở ngại đáng kể, tất nhiên là có khổ ải hơn nơi bằng phẳng. Họ những người bước ra từ núi đối với họ núi còn là nhà, những hang hốc là nhà của họ, núi che chở cho họ, núi cung cấp thực phẩm, núi đùm bọc nuôi dưỡng họ. Nói cho cùng với tượng quẻ như vậy, người ta không lo về núi, mà nỗi lo triền miên chính là nước. Suốt thời cổ đại, chiến tranh bất tận là chiến cuộc giữa NGƯỜI với NƯỚC. Con người khơi dòng lấy đất canh tác, đẩy lùi biển để giành đất sống. Khi con người thắng biển nghĩa là Sơn Tinh thắng Thủy Tinh, "Kiển" nạn được giải, vấn đề lật ngược, quẻ Thủy Sơn Kiển lật ngược thành quẻ Sơn Thủy Mông. Thoán từ ca ngợi chiến công thần thánh này là "Lợi Trinh" (thắng lợi bền chặt).

Sở dĩ Dịch học giới Trung Quốc không giảng sát nghĩa với hình tượng quẻ chính vì họ quá lệ thuộc Hậu Thiên Đồ, đó là hạn chế của Dịch Trung Quốc.

Trung Quốc chỉ nhận được của Văn Lang Tiên Thiên Đồ và Hậu Thiên Đồ, còn Trung Thiên Đồ thì Văn Lang hoàn toàn bảo mật, có thể là do Văn Lang không muốn đi về các cực thiên chấp dù là đất hay là trời, Văn Lang muốn hòa vào chỗ Trung, muốn xây dựng một nền triết học Nhân bản, lấy con người làm trung tâm, con người là bình đẳng không phân biệt giới tính. Đó là nét đẹp của văn hóa Văn Lang, người phụ nữ rất được tôn trọng.

Ở Hậu Thiên Đồ cũng như ở Trung Thiên Đồ, quẻ Khôn cùng ở vị trí Tây Nam, nhưng ở vị trí Đông Bắc thì quẻ của hai đồ hoàn toàn ngược nhau, nếu Hậu Thiên Đồ là Cấn (núi) thì tại Trung Thiên Đồ lại là quẻ Khảm (Thủy - nước). Cho nên muốn giảng những câu chung một nghĩa "Lợi Tây Nam" thì phải giảng theo Trung Thiên Đồ mới gọi là đến ngọn nguồn.

Hóa ra "lợi Tây Nam, bất lợi Đông Bắc" là lời dự báo hoàn toàn bám sát thực tế, con người không ngại núi mà chỉ e sông, e nước, e biển. Đó không phải là thực tiễn của Trung Quốc, không phải là thực tiễn của nhà Chu khi phải rời bỏ miền Tây chạy đi tìm chỗ an toàn ở miền Đông. Ngược lại đây là cái thế "vạn đại dung thân" của Văn Lang, của Vạn Xuân, của Đại Việt, Đại Nam, Việt Nam. Cho nên những câu "sấm" đó không thể là những câu nói của người Trung Quốc, của kẻ vu nghiễn mà chính là những câu nói chiến lược, những câu nói vì lẽ sống còn của một cộng đồng. Câu nói của Hùng Vương cho Văn Lang. Câu nói của tổ tiên Việt Nam cho con cháu ngàn đời. Muốn tâm lĩnh những câu nói trên phải đứng ở địa bàn vùng Đất Tổ - cái nôi của Dịch "tam giác châu sông Nhị được giới hạn/ viền bởi dải núi Tam Đảo ở rìa Đông Bắc và dải núi Tản Viên ở rìa Tây Nam. Nói theo ngôn ngữ phong thủy cận địa lý học thì Đất Tổ, với trung tâm điểm Việt Trì, ở ngã ba Hạc ngoảnh mặt hướng biển hậu chẩm xa là dải Hoàng Liên Sơn chất ngất trời Nam, "tay long" là dãy Tam Đảo với dưới chân nó là sông Cà Lồ, "tay hổ" là dãy Tản Viên với dưới chân nó là dòng sông Tích - sông Đáy, trước mặt là sự "tụ thủy" rồi tụ nhân trên đôi bờ Nhị thủy với các đầm lớn trũng lầy như Đầm Vạc Vĩnh Yên, Ao Vua, suối Hai Sơn Tây… Thế đất đó bảo đảm một viễn cảnh phát triển ngàn năm - 4.000 năm nếu tính từ người Việt cổ Phùng Nguyên đến nay… (Trần Quốc Vượng, Cái nhìn Địa - Văn hóa, 42). Ở trong hạn giới Văn Lang, phía Bắc người Trung Quốc khổng lồ trấn giữ, phía Đông bị biển cả muôn trùng chận đứng, dãy Tam Đảo đằng Đông, dãy Tản Viên đằng Tây ép lại duy nhất chỉ còn sinh lộ phía Tây, phía Nam đúng là nơi đất lành chim đậu. Bà Trưng đóng đô Phong Châu, Đinh Tiên Hoàng dựng đô Hoa Lư, Lý Thái Tổ dời đô về Thăng Long, "đời Trần, đời Lê, đời Mạc đều theo đóng đô ở đấy. Nhưng đời Lý lấy châu Cổ Pháp làm phủ Thiên Đức (Bắc Ninh). Đời Trần lấy Tức Mặc (Nam Định) làm cung Thanh Từ. Đời Lê lấy Lam Sơn làm Tây kinh, lại lấy An Tràng làm Nghi kinh. Thế là đời nào cũng hai kinh đô" (theo Đặng Xuân Bảng, SHBK, 280) đều là chuẩn bị cái thế lui Nam phòng Bắc. Nhà Lý mở nước về Nam đến sông Thạch Hãn (Quảng Trị). Nhà Trần tiến đến Hải Vân, nhà Hồ thu Quảng Ngãi, nhà Lê thêm Bình Định, nhà Nguyễn phát triển đến tận biên giới Tây Nam. Con đường Tây Nam thênh thang rộng mở. Ngày nay mở đường Trường Sơn, gia nhập khối Đông Nam Á, nước ta đang ở thế Tây Nam thuận lợi vô cùng. Mỗi đời, mỗi bước dân ta đi phải chăng đều nghe tiếng tổ tiên Hùng Vương đồng vọng.

Hàng vạn Giáp cốt văn đời Thương đào được ở An Dương, hàng

vạn Giáp cốt văn đời Chu đào được ở Kỳ Sơn chứng tỏ Dịch Trung Quốc còn đang luẩn quẩn ở dạng chữ số thì vô số những di vật thuộc nền Văn hóa khảo cổ Phùng Nguyên, Văn hóa khảo cổ Đông Sơn dõng dạc lên tiếng Dịch Văn Lang đã có mặt khá lâu rồi.

Tiến sĩ Wilhelm G Solheim II đã nhận thấy "những khám phá mới đây ở vùng Đông Nam Á… cho ta thấy rằng con người ở đây đã bắt đầu trồng cây, làm đồ gốm và đúc đồ dùng bằng đồng sớm hơn hết thảy mọi nơi trên trái đất… sớm hơn các dân tộc Cận Đông, Ấn Độ và Trung Hoa tới cả hằng mấy ngàn năm."

Kinh Dịch thừa nhận phương quẻ Ly tức là phương Nam là phương văn minh, điều này trong nghiên cứu có thể giả thiết rằng họ thừa nhận có một nền văn minh trước văn minh phương Bắc đã ảnh hưởng cực mạnh đến đời sống văn hóa Trung Quốc. Hằng năm các hoàng đế Trung Hoa đều phải hướng về Nam làm lễ tế Giao, khi thiết triều vua ngoảnh mặt về phương Nam phải chăng trong vô thức của họ vẫn còn sùng bái phương Nam, nơi đã tặng cho họ công cụ tư duy vô giá cho triết học Trung Quốc khai sáng văn minh phương Bắc: KINH DỊCH.

Nguyễn Thiếu Dũng

Vẫn Chuyện Cố Nhân
HOÀNG QUÂN

Điện thoại reo sau mười giờ tối, khi nàng vừa ủi áo quần, vừa coi *Late Night Show*. Khuya như vậy, thường là mấy chị em trong nhà, gọi tán gẫu, kể chuyện trời trăng, mây nước. Nàng nhấc máy, vừa nói, vừa cười:

- Phủ Tổng thống nghe đây.

Đầu dây bên kia, giọng nữ, ngập ngừng:

- *Hello,* cho nói chuyện với Định.

Không mảy may nghĩ đến chuyện hỏi danh tính người gọi, nàng máy móc:

- Chị chờ một chút.

Nàng ló vào phòng, đưa điện thoại cho chàng, đang ngồi nơi *computer.*

- Có điện thoại cho anh.

Nàng trở ra tiếp tục với bàn ủi và ti-vi. Tiếng chàng vọng ra từ phòng, rộn ràng, sống động:

- Chứ sao, có người đẹp chiếu cố là phải tiếp đón trọng thể... Nhằm nhò gì, việc này mất, tìm việc khác. Bạn xưa là quan trọng nhất. Yên tâm! Qua đây nhe, mình sẽ lo từ A đến Z mà.

Lát sau, khi mang điện thoại gác lại vào máy, chàng vắn tắt:

- Duyên bên Canada sẽ qua thăm tụi mình vào tháng Bảy.

Tai nàng đang nghe những câu chuyện thú vị, dí dỏm của anh

phóng viên. Nghe thông tin của chàng, nàng dạ dạ. Cảm nhận như một sinh hoạt bình thường. Như kiểu cuối tuần này mình đi chợ mua thêm thùng bột giặt, mua vài két nước suối. Nhưng nàng đã lầm to. Đó chẳng phải thông tin của một ngày như mọi ngày. Mà là dấu hiệu giông bão sắp đến trong mùa hè của gia đình nàng.

Chiều hôm sau, "người lạ" lại gọi đến. Nàng vờ vịt, giọng lễ phép:

- Xin lỗi, ai đầu dây ạ?

- Định có nhà không? - Giọng bên kia có vẻ bực bội.

- Có chuyện chi không chị?

Người ta trả lời câu hỏi của nàng bằng một câu hỏi, nàng cũng đáp lễ cho đúng điệu chứ. Nàng nghe như một hiệu lệnh:

- Tui muốn nói chuyện với Định.

- À, chồng tôi không có nhà.

Tự nhiên nàng muốn ghẹo cô ta:

- Tôi là vợ Định đây, chị có cần nhắn gì không?

- Bao giờ Định về?

Chà, ngoan cố dữ, chỉ thích dùng câu hỏi, nàng cũng bắt chước cho đạt tiêu chuẩn bên tám lạng, bên nửa cân:

- Chị cần gặp anh Định gấp lắm à?

- Nói ổng, tui sẽ gọi lại sau.

Nàng chưa kịp phản ứng, thì nghe tiếng o o báo hiệu đường dây đã dứt. Nàng nhớ trong tấm hình Duyên gởi cách đây mấy năm, trông cô nàng được lắm. Mà sao nói chuyện lựu đạn vậy ta. Chàng về đến nhà, nàng mắng vốn ngay:

- Cô Duyên mới gọi nữa. Vẫn nhất định không chịu xưng tên. Cô ta làm như không biết em là ai. Em đã giới thiệu rồi. Chớ không, cô ta tưởng em là sen, là bếp thì sao. Vậy mà, cô ta vẫn không thèm nói chuyện với em. Quái đản.

- Chắc tại Duyên xa Việt Nam lâu, nên quên tiếng Việt. - Chàng vờ như không quan tâm đến câu chuyện.

- Em xa Việt Nam còn lâu hơn cô ta. Em có quên tiếng Việt đâu!

Với lại, chào hỏi nhau là phép lịch sự tối thiểu. Bắt đầu học nói là học chào mà.

Nàng chưa muốn đổi đề tài.

- Ừ, anh sẽ cự Duyên vụ này.

Những lần sau, tình cờ, khi cô ta gọi, nàng không có mặt ở nhà. Bởi vậy, nàng không biết chàng "cự" cô ta như đã định chăng. Chàng dỗ dành:

- Duyên nói chuyện hơi cộc lốc, nhưng tánh tình được lắm. Rồi đổi giọng lấy điểm với nàng. Con gái Nam làm sao sánh với mấy cô Huế được.

Nàng mỉm mỉm:

- Nghĩa là em nói chuyện không cộc lốc. Nhưng tính tình không bằng các cô gái Nam?

Chàng chống chế qua loa:

-Đâu có! Cái gì em cũng hơn thiên hạ.

Sau nhiều lần điện thoại qua lại, chàng cho biết, Duyên sẽ qua Âu châu chơi ba tuần. Duyên không đi với chồng con, mà đi với một cô bạn người Hoa.

Nàng cẩn thận lấy hẹn tiệm cắt tóc, lo "tân trang", để đi đón cố nhân của chàng ở phi trường. Nàng chăm chút "ngoại hình", cho ra vẻ ta đây là phu nhân của chàng. Nàng chọn bộ váy màu nhạt, đơn giản nhưng thanh lịch (nàng nghĩ vậy). Nàng chuẩn bị vài nụ cười, ra vẻ ta đây nhiệt liệt đón chào du khách. Duyên làn lạt chào nàng:

- Chào chị.

Hổng lẽ nàng phải nhảy đong đỏng kiểu như con ngựa bà trời trong truyện *Chú Tư Cầu.* "Tui là vợ anh Tư, tức là chị Tư." Tại vì chàng là con thứ tư trong gia đình. Nghĩ vậy thôi, chứ nàng biết bụng mình. Niềm thương, niềm ghét chi nàng chẳng nói nên lời. Nàng chậm rãi đôi câu chào hỏi đúng thủ tục. Duyên giới thiệu cô bạn đồng hành người Hoa, cô không nói được tiếng Việt. Tiện quá, chàng giao cho nàng trọng trách giao thiệp bằng tiếng Anh với cô khách người Hoa. Duyên và chàng ríu ra, ríu rít hỏi han nhau. Nàng đôi câu nhát gừng tiếp cô bạn người Hoa. Lên xe, chàng cầm tay lái. Nàng ngồi trước với "tài xế". Hai cô khách ngồi sau. Nàng không ngoái đầu nhìn. Nhưng đoán, Duyên hơi chồm chồm lên trước, câu chuyện hào hứng, sôi nổi.

- "Chời"! Định bây giờ vợ con đầy đàn, nhưng coi còn phong độ hơn xưa nữa nhen.

- Cám ơn Duyên. Biết đi đón người đẹp, phải cố gắng hết sức. Nếu Duyên bây giờ ở Việt Nam, thì không chỉ là hoa khôi 12 D1. Mà hoa khôi của cả trường Lê Hồng Phong luôn.

Chàng đáp lại bằng một giọng thật dễ thương. Giọng Duyên kéo dài:

- Thời tiết ở đây "xì-cút" quá. Chán ghê.

- Ừ, cả tuần nay trời tệ thiệt. Nhưng bắt đầu ngày mai trời đẹp. Phải vậy thôi, có hoa hậu Canada đến thăm, nước Đức nhất định phải tiếp đãi đàng hoàng chứ. Ngày mai Duyên coi nhe, trời sẽ nắng ấm.

- Cách gì chẳng so được trời ở bển. - Giọng Duyên chắc nịch.

Nàng vẫn vơ nhớ câu hát, *nắng nơi đây cũng là nắng ấm, nhưng ấm sao bằng nắng ấm...* Canada.

Duyên líu lo:

- Đây trời cứ xấu như dzậy. Bỏ xứ này đi. Ở bển, thời tiết đẹp lắm. Mùa hè năm tới, Định qua nhen. Duyên dẫn đi chơi, khắp Canada, dzui lắm. Rồi đi tắm biển, mà biển Florida kìa...

Duyên kéo giọng Điêu Thuyền như vậy thì Lữ Bố, Đổng Trác nào chẳng mềm lòng. Nàng ngồi đàng trước, bên cạnh chồng, nghĩ thầm, chẳng lẽ nàng mặc áo tàng hình hay sao mà Duyên không thấy nàng. Bởi, nếu thấy, chắc Duyên sẽ thăm hỏi nàng đôi câu có lệ, cho hợp phép xã giao sơ đẳng chứ. Giống như khán giả coi *tennis*, đầu nàng cứ phải quay qua, quay về để nhìn kịp đường banh. Tài tử, giai nhân, kẻ tung, người hứng, nàng hoa cả mắt. Người ta thường nói, câm như hến. Nhưng nàng câm như thóc. Bởi con hến còn dám lâu lâu há mõm thở. Còn nàng, cố ghìm nén hơi thở. Sợ thành vô duyên, sợ khuấy động cái không khí thơ mộng của chồng khi gặp lại cố nhân.

Cùng với mấy gia đình khác, vợ chồng con cái nàng dự định sẽ sang vùng biển Andria, bắc Ý, cách Venice không xa, nghỉ "nóng" hai tuần. Người lớn, trẻ em đều mong chờ đến mùa hè cùng du hí với nhau. Bầy con nít gặp nhau đi tắm biển, ăn hàng, tham gia những sinh hoạt cho thiếu niên, nhi đồng của các khu vực nghỉ mát. Bờ biển lài, cát mịn, thật thuận tiện cho đám con nít chưa biết bơi và những bà mẹ bơi dở của chúng. Cha mẹ chúng tối tối túm tụm ăn nhậu, trò chuyện thời sự, văn nghệ, chính trị, xã hội... Cả nhà cùng vui chơi thoải mái. Nhiều người thắc mắc, năm nào cũng đến đó, chạy qua Cavallino, đến Ca'Savio, tối tối lùa bầy nhóc đi Jesolo ăn kem, chạy xe... không chán sao. Không, không hề chán. Sau mùa phục sinh, gia đình nàng và nhiều gia đình họ hàng, bạn bè khác bắt đầu lên chương trình cho mùa hè. Hễ bầy trẻ nhỏ còn mê tơi nước Ý, đối với những bậc phụ huynh của chúng, những địa danh đó vẫn luôn hấp dẫn.

Chấm dứt hai tuần nghỉ hè đã định, chàng sẽ nhận việc ở hãng mới, sau thời gian thất nghiệp khá lâu. Bởi vậy, chuyện xin nghỉ phép chắc chắn chàng không sắp xếp được. Chàng hỏi ý nàng có thể giúp chàng chăm sóc khách vào tuần cuối chuyến du lịch của Duyên.

Chàng bàn:

- Duyên qua đây được có ba tuần à. Thế nào cũng thích đi một vòng Âu châu. Đường xa, phải đi chơi nhiều chỗ, cho đáng công. Nếu mình dẫn Duyên theo qua Ý luôn cả hai tuần thì cũng tội. Ca'Savio đâu có gì nhiều mà coi. Em có đề nghị gì không?

Nàng dấm dẳng:

- Dạ, không.

Thật ra nàng có đề nghị thầm trong trí, đề nghị cô ta làm ơn đặt các *tour* của công ty du lịch, đi đâu chẳng tới, cớ sao níu áo chồng tôi, nhõng nha, nhõng nhẽo.

- Anh tính như vầy, anh đưa Duyên qua Ý chung với cả nhóm. Cho Duyên đi Venice chơi ba ngày rồi về, đi Pháp. Đến Âu châu nhất định phải đi Paris. Hình như Duyên cũng thích đi Hòa Lan và Bỉ nữa. Mẹ con em ở lại bên Ý, cả nhà mình đông vui mà. Vòng về, xe các gia đình khác còn chỗ, hai mẹ con đi chung cũng tiện.

Chàng sắp xếp trơn tru, đặt lên bàn cân, hai mẹ con nàng nhẹ hều. Nàng chưa chuẩn bị tinh thần rằng chàng sẽ có hoạch định "đặc biệt" như vậy. Chàng "dệt" tiếp chương trình:

- Anh sẽ đưa Duyên lên Cologne, ghé ở lại nhà bạn. Rồi từ đó đi Amsterdam và Bruxelles. Một đời Duyên qua có một lần, dẫn người ta đi đó, đi đây cho biết. Hồi nào mình qua Canada, người ta sẽ đáp lễ.

Nàng bực bội trong bụng, "mình" là ai. Suốt đoạn đường từ phi trường về "bả" chỉ rủ chàng đi chơi vung vít, chớ có đoái hoài gì nàng đâu. Tự nhiên nàng đâm ác cảm với xứ lá phong, vì "bả" ở đó. Đứa con quá háo hức, chờ đợi chuyến đi nghỉ hè bên Ý. Nàng chẳng nghĩ gì khác ngoài việc vui với con. Những đề nghị của chàng cho hai mẹ con làm nàng cảm thấy rất bất an. Nhưng có lẽ do ngại những sóng gió, nàng im im gần như chấp nhận. Tình cờ, nói chuyện với cô bạn, bạn cười hắc hắc:

- Sao bồ hiền quá dzậy?

Cô bạn ngưng cười, đổi giọng sôi nổi:

- Ê, ê, không được đâu. Con của bả còn nhỏ, mà bả đành đoạn giao con cho chồng để một mình qua đây du lịch. Chắc ở bển cơm không lành, canh không ngọt. Bả đi chơi để giải sầu!

Cô bạn xuống giọng như đinh đóng cột, rồi tiếp tiếp:

- Nghe tui nè. Bả qua đây, ông Định dẫn bả đi đâu, bồ theo sát rạt ổng cho tui. Chớ không thôi... Trời, trời, bả "dớt" đẹp ông Định hồi nào không hay đó nghen.

Nàng lắc đầu nguầy nguậy:

- Không có đâu. Làm gì có chuyện đó!

Cô bạn chép miệng:

- Thôi, tui hổng dám nói thêm. Sợ thành miệng ăn mắm, ăn muối.

Qua đến Ý, cả nhóm đã đặt mấy căn nhà trong khu trại hè từ đầu năm. Khu trại của gia đình nàng đã hết chỗ. Bởi vậy, chàng phải chạy thuê thêm chỗ cho hai cô khách ở trại bên cạnh. Chàng lo, hai cô lạ chỗ. Nhấp nhỏm, chạy qua, chạy về, bảo buổi tối ở lại trại bên kia, phòng khi hai cô có cần gì giúp đỡ. Cô bạn của nàng nhắc nhỏ:

- Bồ làm ơn theo ông xã qua kia đi. Để thằng nhóc đây. Dì cậu nó chăm sóc được mà.

Nàng bấn loạn tinh thần, chẳng biết tính sao. Lòng chỉ muốn ở với con, nhưng đành xách túi tòng phu qua "nhà mới", nói là để qua làm bạn với hai cô cho vui. Mà thật ra, chỉ trò chuyện đôi câu tiếng Anh, cho cô bạn người Hoa đỡ lẻ loi. Chứ Duyên huyên thuyên bao nhiêu chuyện trường cũ tình xưa, buồn, rầu gì đâu. Hôm sau, có chuyện trục trặc. Trong khi vợ chồng nàng đưa khách ngoạn cảnh Venice, thằng con đi tắm biển chung với các gia đình dì cậu. Chiều về trại, nó đói bụng, nhưng phần ăn các dì đưa, nó chẳng chịu ăn, cứ ngồi thút thít khóc ở góc lều. Đến tối, khi nàng về bên "trại gia đình", thằng nhóc ôm chầm mẹ, khóc tấm tức: "Con không thích thịt dì. Con chỉ thích thịt mẹ thôi". Chị nàng tường thuật: "Cả ngày đi bơi nó vui lắm. Nó chạy nhảy la hét suốt, không biết mệt. Vậy mà chiều về nhà, mặt mày nó ỉu xìu. Chị dỗ ngon, dỗ ngọt nãy giờ, nó vẫn không chịu ăn. Nó cứ hỏi miết, mẹ đâu, mẹ đâu." Nàng tủi thân, thương con, giọt vắn, giọt dài. Một cảnh hai quê sao mà cực lòng. Buổi tối, cả nhóm rủ nhau đi ăn kem. Ở những khu du lịch, thường có những người bán hoa dạo trong các nhà hàng. Họ ôm hoa đi lòng vòng, đôi khi để đại một, hai cành hoa nơi bàn, nhất là các bàn có nam nữ ngồi chung. Rồi lát sau trở lại lấy tiền hoa. Trong tiệm kem, vợ chồng nàng và hai cô bạn ngồi một bàn. Đứa con ngồi chung với những người khác trong nhóm ở bàn lớn bên cạnh. Nàng ráng giữ bộ mặt bình thản, nhưng lòng ngán ngẩm, mệt mỏi. Khi người bán hoa đi qua, chàng ngoắc tay, kêu lại, mua hai cành hồng tặng nàng. Nàng vừa ngượng, vừa buồn. Cô bạn người Hoa trầm trồ: *He's really nice!*" Trời ơi, phải chi những lúc chỉ có hai vợ chồng nàng, cành hoa rẻ tiền 50 xu ở chợ, nhưng thật lòng, cũng đủ cho nàng vui trọn ngày. Chứ bây giờ, trong màn kịch oái oăm như vầy, hai cành hồng sao kệch cỡm, vô duyên quá.

Nghĩ lại, đúng là cái tật ưa làm lanh của nàng đã mở đường cho sự kiện cố-nhân-u-sầu này. Hai đứa lấy nhau khi nàng đang trung học. Sau đám cưới, nàng trở lại nội trú của trường. Chàng ở nhà mẹ. Xong tú tài, nàng về nhà chồng, ở chung với gia đình chàng. Thời gian chờ vào đại học, nàng rảnh rang, lăng xăng chăm sóc tổ ấm. Nàng dọn dẹp bàn trong phòng chàng, thấy trên bàn vương vãi nhiều thiệp tết, thiệp xuân. Nàng sợ chàng mất liên lạc với bạn bè, nên ngỏ ý, chăm sóc nhịp cầu tri âm của chàng với bạn bè. Nàng hỏi chàng, ai là ai. Nàng viết thư thăm hỏi, giới thiệu mình với bạn bè chàng. Mỗi năm ít nhất là vào dịp lễ Giáng Sinh, tết Nguyên Đán, nàng soạn danh sách bạn bè chàng để gởi thiệp xuân. Để tránh những lời chúc trật đường rầy, nàng cẩn thận ghi chép bên cạnh tên A, vợ là B, có con là C... Biết ai còn độc thân, nàng chúc sớm gặp ý trung nhân. Ai mới lập gia đình, chúc mau mau có con bồng, con bế..., vân vân và vân vân.

Duyên là người hồi âm tương đối đều đặn nhất. Duyên gởi tấm hình chụp hai vợ chồng Duyên, giới thiệu, chồng là người Hoa, người Hương Cảng, chứ không phải người lục địa. Duyên viết chung cho cả hai vợ chồng. Chàng giao khoán cho nàng toàn quyền "điều hành" sinh hoạt thư tín với bạn bè. Nàng siêng năng trả lời và ký tên chung. Thư từ chủ yếu mang tính thông tin, không mang cho nàng ấn tượng nào đặc biệt. Ngoại trừ chi tiết Duyên không muốn liên lạc với người Việt ở Canada. Bởi, đa số người Việt "chơi không vô". Nàng thấy kỳ kỳ, luận điệu vơ đũa cả nắm. Mối giao hảo qua thư tín về sau có phần thưa thớt, nhưng xem ra vẫn lành mạnh, cho đến buổi tối nàng nhận điện thoại Duyên.

Nàng "đàm phán" với con, chỉ ở Ý một tuần. Rồi cả vợ chồng con đưa hai người khách về Đức. Cô bạn người Hoa cho biết đã hết ngày phép, phải về Canada đi làm. Đứa con chịu "tạm trú" nhà ông bà ngoại một tuần lễ, trong thời gian nàng bén gót theo chàng đưa cố nhân đi chơi. Vừa buồn rầu vì xa con, vừa bẽ bàng với tâm trạng kỳ đà cản mũi. Nàng ngậm bồ hòn, ráng tươi tỉnh, dẫu lòng héo queo. Ở đâu đại khái cũng vậy. Duyên chỉ thích xuống xe, chụp vài tấm hình, lơ là với những lời dẫn giải hướng dẫn du lịch của chàng. Ngày cố nhân ra phi trường, chàng không nghỉ phép được, chàng nhờ hai mẹ con nàng sắp xếp tiễn khách.

Sau mấy tiếng đồng hồ căng thẳng ở phi trường giúp Duyên giải quyết vài vấn đề khi *check-in*, từ chuyện tìm không ra vé máy bay, đến chuyện hành lý quá tải, nàng thở phào như trút gánh nặng ngàn cân, khi Duyên mất dạng sau cánh cửa cách ly chuẩn bị lên phi cơ.

Nàng ngao ngán nhìn căn phòng của đứa con nhường khách sau hai tuần lễ. Căn phòng trông như nhà kho không cửa sau cơn lốc xoáy. Khắp phòng bừa bộn các bao bì, nhãn hiệu áo quần cắt xé. Thấy mặt mẹ không vui, thằng bé an ủi:

-Không sao đâu mẹ. Nếu mình dọn phòng con chưa xong, con ngủ bên ba mẹ.

Nàng hôn nhẹ má con:

-Con thích ngủ bao lâu bên ba mẹ cũng được, cho dù phòng con đã dọn xong.

Thằng bé thích chí vỗ tay:

- Con thích ngủ chung với ba mẹ hoài à, *immer**!

Được trớn, thằng bé thủ thỉ:

- Mà ở bên Ý cũng như vậy nghe mẹ.

Nàng ôm con vào lòng:

- Mẹ xin lỗi đã không cho con trọn những ngày vui trong kỳ nghỉ hè năm nay.

Nàng nhớ có lần đọc một truyện ngắn về cố nhân. Chao ôi, một câu chuyện với kết cục vừa hiền, vừa lành, dễ thương hết sức. Tác giả quả là một cô tiên nhân từ, đưa ra giải pháp thật nhân đạo: cố nhân của chàng là nữ tu. Câu chuyện đến đấy là chấm dứt. Người vợ khỏi phải bận tâm nhức đầu, nhức cổ vì những chiến thuật binh pháp phòng ngự. Không chừng tác giả có thể xin bản quyền về giải pháp tuyệt hảo này. Tất cả người xưa của các ông đều trở thành nữ tu hết. Như vậy, hiền thê sẽ tiếp tục là hiền thê, vì không phải nhe nanh, chuốt vuốt mà bảo vệ chủ nhân cái xương sườn.

Ôi, phải chi ông trời xếp đặt cho người xưa của chàng là *ma sœur* hay ni cô thì nàng đâu phải nhọc lòng, tả tơi sầu úa, đứa con đâu phải tủi thân, khóc lóc dỗi hờn. Nàng tự hỏi, chàng có bao giờ nhận biết rằng, cố nhân của chàng như cơn bão đã cuốn phăng mất mùa hè tươi đẹp của mẹ con nàng. Nàng thầm mong, cố nhân của chàng sẽ mãi được long phụng hòa minh để mẹ con nàng yên vui tận hưởng mưa thuận gió hòa cả bốn mùa xuân hạ thu đông trước mặt.

Hoàng Quân
Tháng Bảy, 2020

Mưa Sài Gòn Còn Buồn Không Em? của nhạc sĩ Nguyệt Ánh
https://lyric.tkaraoke.com/25916/mua_sai_gon_con_buon_khong_em.html
* *immer* nghĩa là luôn luôn.

Từ Em Thiếu Phụ
LỮ QUỲNH

em vẫn đi về
dòng sông ký ức
vầng trăng đại vực
in bóng thuyền tôi

tóc em mây trôi
trên sông áo lụa
thuyền tôi hạt lúa
vàng lung linh vàng

một chuyến đò ngang
sông xưa mất ngủ
từ em thiếu phụ
lúa vàng thôi trôi

từ em thiếu phụ
tóc rối vành nôi
hồn xanh bóng phủ
u uẩn lời ru

sông em sóng nổi
hạt lúa thuyền tôi
vàng không bến đậu
mù sa bãi bồi.

Sau 35 Năm Chưa Một Lần Trở Lại Quê Nhà

PHẠM CAO HOÀNG

(Gửi Tân và Lily)

bệnh viện Centre Hospitalier
phòng 1004
anh tôi nằm trên giường bệnh, hơi thở mệt nhọc
người con trai duy nhất của anh ngồi bên cạnh, buồn bã
(mẹ mất sớm, hai cha con lưu lạc sang đất Pháp, nương tựa vào
nhau)
tôi ngồi trong góc phòng, tim đau nhói
có tiếng gõ cửa phòng
một bác sĩ với khuôn mặt hiền từ và mái tóc bồng bềnh nghệ sĩ
bước vào
ông thăm mạch bệnh nhân rồi nhẹ nhàng nói với cháu tôi:
- *cha của anh sẽ ra đi trong một thời gian không xa, anh nên sắp*
xếp ở lại trong bệnh viện đêm nay để chia tay ông ấy
lại có tiếng gõ cửa
một bác sĩ khác bước vào
bà là bác sĩ tâm lý, đến để chuẩn bị tâm lý cho cháu tôi khi phải
vĩnh biệt người cha yêu dấu
vĩnh biệt người cha đã trọn một đời hy sinh cho con
5 phút …
10 phút …
thời gian cứ lạnh lùng trôi đi
đột nhiên cháu tôi ôm chặt lấy anh tôi
- *ba cháu đi rồi, chú ơi!*

tôi nhìn đồng hồ
5 giờ 20 phút chiều ngày 12 tháng 9 năm 2019
anh tôi vừa trút hơi thở cuối cùng
sau 35 năm ra đi chưa một lần trở lại quê nhà
cũng như nhiều người đồng hương khác
anh sinh ở Việt Nam và mất ở quê người

bệnh viện Centre Hospitalier
phòng 1004
dưới ánh đèn lờ mờ có ba người đàn ông
một người nằm bất động trên chiếc giường định mệnh
một người ngồi khóc, ngất lên xỉu xuống
tôi đỡ vai cháu tôi
và làm chỗ dựa cho cháu trong giờ phút đau buồn này
rồi thì im lặng
im lặng
nhiều tiếng đồng hồ trôi qua
- *ba cháu có dặn cháu sẽ mai táng hay hỏa táng ông ấy không?*
- *không, thưa chú, nhưng chú ơi, bao nhiêu năm qua cha con có*
nhau, giờ ba đi rồi, con sẽ xây cho ba một ngôi mộ, con cần một
nơi để còn thăm viếng...
tôi nghe giọng cháu tôi thì thầm trong đêm
con cần một nơi để còn thăm viếng...
con cần một nơi để còn thăm viếng...

ngày 18 tháng 9 năm 2019
anh tôi yên nghỉ ở nghĩa trang Athis-Mons, ngoại ô Paris
đúng với ước nguyện của cháu tôi: *con cần một nơi để còn thăm*
viếng
và anh tôi sinh ở Việt Nam, qua đời trên đất Pháp
sau 35 năm ra đi chưa một lần trở lại quê nhà. ∎

Virginia, tháng 9.2020

Trang Thơ
CÁI TRỌNG TY

Lá Thu Ngoại Thành

những mùa thu buồn đau đến sợ
cơn dông chiều em bỏ lại đền xưa
gió đổi mùa phần hồn phần xác
tim xanh sôi
lanh lảnh tiếng gọi đò
tôi đã yêu em
yêu thật thà cay đắng
ánh lửa chiều trong đôi mắt sơn dương
tí tách nhìn giọt cà phê đen
kiên nhẫn từng giọt
buồn bã rơi một đời mong đợi

đất huế hoàng thành
rời xa triều nguyễn
tổ tiên tôi còn để lại dấu ấn người
khối óc hàn lâm
dựng thành đúc súng
khẩu thần công án ngữ uy nghi
rồi mất hút theo bóng chìm đáy mộ
cây sứ già màu hoa lửa hoàng đồng
hương vấn vương trên những xác đường

hóa ra một lịch sử bất nhân
người chết lặng câm
dưới những thanh gươm ngôi bậc
ôi sinh phần bọc gió kiếm âm u
quanh ngai vàng đỏ di chỉ máu xương

và em ơi
người yêu chiều thổ mộ
gõ những nhịp buồn đỏ bảng phố xưa
nhan sắc mùa thu son phấn lạ
nhoe nhoét rừng thu
muôn trùng phôi lạnh ái ân người
ôi mùa thu có em ngồi mắt đợi
có tôi về
thân một gã chăn dê
đồng cỏ úa phơi chân từng gốc rạ
thành lũy tan trầm chết mất long bào
kinh đô đó cựa mình rên đau đớn
từ song long qua lục hạ suy tàn.

Chuyện Tình Thời Loạn

đời cứ như là chuyện ngẩn ngơ
áo xiêm bạc phếch cũng... trơ... chờ
kinh qua thế sự dài trăn trở
bên gốc khuya trăng chảy lập lòe

ở đó có hồn người thơ thẩn
một góc vườn chanh đã cháy vàng
trên cao tìm mãi vì sao lạc
bờ đông bãi tây quạnh nhớ nhà

ngựa xe lầm lũi như mồ mả
ôi giấc vàng khanh trắng bãi bờ
một dạo người với người rầm rập
nghe tiếng cổ thành gọi tai ương

nghe tiếng em về từ tiền kiếp
gọi hồn hú vọng lửa ma trơi
mộc châu chân lấm sình ma đạo
quanh quẩn liếp lầy giậu gió đưa

anh lại trở về căn cứ cũ
lập lòe hỏa pháo đợi chờ em
ngó lên lau sậy mây tiền kiếp
bay từ vô định đến vô thanh

rèm mây vén vội tìm vô ảnh
thấy loanh quanh mờ mịt bóng ma
cõi xa hồi tù và thúc trận
nợ nần đeo cứng phố cùng đinh

bóng xưa em bé trăng vừa nhú
trăng của vầng non dáng lưỡi liềm
một đêm xa lắm em thức học
tình cờ rơi cụm chữ đong đưa

môi vừa mím lại nhòe nước mắt
anh viết gì ư hỡi dấu yêu
ngày đó mênh mông lòng trinh bạch
đêm chưa khuya rèm mi chợt khuya

chốn quê mặt đất rưng rưng nhớ
một đời ai trôi mãi trời tây
cũng cùng tan biến vào mây biển
nhẹ hều rơi chiếc lá bay nghiêng

rứa là em trở về rất thật
rất tang thương xé toạc niềm tin
nỗi nhớ em bến bờ bất tận
gửi lại quê nhà manh chiếu chăn

ánh đèn nhờn nhợt mùa xuân cũ
đám rêu non sân gạch nhà em
những phố phường ngấm mùi thiên cổ
cột mốc nằm nghiêng lốc bụi đời. ∎

Khấn Nguyện
TRẦN THỊ NGUYỆT MAI

(Mến tặng chị PTC)

Chúng mình quen nhau mùa Xuân
Hoa cỏ trỗi mình trở dậy
Sau mùa Đông trời lạnh cóng
Cho thêm ấm áp mùa Xuân

Chúng mình yêu nhau mùa Xuân
Hoa nở bừng khoe sắc
Chim líu lo giọng hót
Anh nghe hồn lâng lâng

Chúng mình đi qua mùa Hạ
Trời xanh, xanh những áng mây
Không thiếu những ngày nắng nóng
Thương thêm ngày dịu mát này

Để khi mùa Thu nhẹ tới
Lá xanh bỗng trở vàng ươm
Thoáng chốc thành màu ủ dột
Còn đâu em thắm môi son?

Mùa Thu mùa rơi rụng lá
Anh nhìn từng Thu đi qua
Chắp hai tay anh khấn nguyện
Em đừng vội bỏ đi xa

Đừng như mùa Thu rơi lá
Hãy còn ở mãi bên anh
Đừng như mùa Thu tan tác
Tình chúng mình mãi tươi xanh. ∎

5.7.2020

Trần Quang Lộc
CHU VƯƠNG MIỆN

Sanh năm 1945 tại Gio Linh Quảng Trị
Mất năm 2020 tại Bà Rịa Vũng Tàu
Nhạc phẩm "Về Đây Nghe Em"
Ca sĩ Tuấn Ngọc & Thu Phương hát
Nhạc phẩm "Có phải em mùa thu Hà Nội"
Ca sĩ Hồng Nhung & Lam Trường hát

"Về đây nghe em, về đây nghe em
Về đây mặc áo the, đi guốc mộc
Kể chuyện tình bằng lời ca dao
Kể chuyện tình bằng nồi ngô khoai
Kể chuyện tình bằng hạt lúa mới
Và về đây nghe lại tiếng xưa
Để nhớ trong tiếng vỡ bờ"

Nhạc Trần Quang Lộc
Giải thưởng Bolero năm 2018 rất ấn tượng ấn voi
Quán quân là ca sĩ đẹp gái
Cử nhân luật Tố My "chị của Tố Ny"
Còn năm 2019 chỉ thấy ca sĩ Giang Hồng Ngọc
Hát ngang ngửa với Tố My
Không rõ hạng nào?

Nhưng có điều đặc biệt là các giám khảo
Như ca sĩ Ngọc Sơn, ca sĩ Quang Lê, ca sĩ Tố My
Đều nhảy và hát chung ca sĩ Giang Hồng Ngọc
Riêng ca sĩ Giao Linh thì không
Lý do là bà đã nhiều tuổi?
Tố My gọi bà là mẹ "mẹ nhường cho con đi mẹ"

ở đây chúng tôi không quan tâm
ai là thí sinh?
và ai là giám khảo?
ai là quán quân?
và ai là á quân?
chẳng qua chỉ muốn mượn lời ca sĩ
Giang Hồng Ngọc hát mà thôi
Để nhằm đưa tiễn nhà nhạc sĩ
tài hoa Trần Quang Lộc về cõi vĩnh hằng

" Thôi là hết… Anh đi đường Anh
Chuyện tình mình chỉ bấy nhiêu thôi?" ∎

Vắng Hoe Hai Bờ Quốc Lộ
TRẦN VÁN LỆ

Hoa quỳ - hoa dại - hoa hoang
năm năm rồi nhớ màu vàng đường xưa,
đó là ngày tháng sau mưa
năm năm nay chẳng bao giờ mưa thêm!

Thì buồn lắm chớ, thưa em
dọc theo quốc lộ rực lên nỗi buồn!
Ở đây suối có, không nguồn
những con nai chẳng thấy còn lãng du...

"Nai cao gót lũng sương mù
xuống rừng nẻo thuộc nhìn Thu mới về..."
Thơ Huy Cận, nhớ, lê thê
cái âm hưởng đọng cái bề thế tan!

Còn chăng chút ánh chiều vàng
chút mơ chút mộng chút tàn hoa bay
Cũng mong ước có một ngày
về thăm núi cũ nâng đài hoa hôn... ∎

Eden - Địa Đàng
HOÀI ZIANG DUY

Nào phải Eden ở chốn xưa
Của Sài Gòn mưa, của tình ái mặn
Của hành lang trốn quanh nỗi nhớ
Mắt em cười khuất mấy mùa trăng

Nào phải Eden ở quán xưa
Nhớ thương xá nhỏ nắng ban trưa
Xôn xao tựa bước tình em ngủ
Ngơ ngẩn môi mềm ngọt tiếng thưa

Góc phố người qua đời chen lẫn
Mờ khung kính nhạt rõ tình xa
Phận gởi bên trời vong cố quốc
Vết hằn năm tháng có phôi pha

Đá tảng rong xanh - sầu nín lặng
Lạc loài cánh hạc - áo đông phương
Bước tới, nhìn sau - quanh chỗ cũ
Lặng lẽ - bềnh bồng - nỗi nhiễu nhương

Một nhớ mười thương câu cổ tích
Bẽ bàng - đổi giọng đủ nhau nghe
Gọi nhớ - bỏ tình sao trọn kiếp
Người về - thác vực tiếng trong khe

Cứ tưởng một thời bóng đổ xưa
Mà vàng thu lá tuổi xế trưa
Em xuống trần gian dời đổi bước
Địa đàng đủ nhớ Sài Gòn mưa

(từ Eden Virginia nhớ Sài Gòn)

Về Đâu

LÊ HỮU MINH TOÁN

Về đâu?
Ôi! Chẳng biết về đâu
Khi chiều buông gió nhạt sắc màu
Hồn tôi trăm nẻo về đâu nhỉ!
Đâu cũng bóng đời hun hút sâu

Đâu cõi
vô thường muôn kiếp trước
Hỏi lòng nhân thế có trăm năm?
Đâu vết bềnh bồng nhang khói cũ
Vọng chốn non cao bóng nguyệt trầm.

Kiếp này
chưa dứt vòng nghi hoặc
Đâu nẻo ân tình đâu đãi bôi
Đâu còn hoa gấm thềm rêu cũ
Mà hồn ai kín cổng phận người

Hãy khoan từ tạ ngày chưa hẹn
Đời vẫn muôn màu đẹp thủy chung
Và tôi, trăm nẻo đường dâu bể
Đêm vẫn còn nguyên bóng nguyệt rằm... ◼

Trang Thơ
CAO NGUYÊN

TÓC NÀNG

Không nhớ trăng tròn hay trăng vuông
Không nghe nai vàng đạp lá vàng
Không kiêng mèo đen bên hàng xóm
Chỉ biết tóc nàng trên gối anh.

ĐỂ ĐÂU QUÊN

Để đâu chiếc áo cà sa?
Lạc đường với sãi ta bà nên quên
Để quên áo giấy chỗ quên
Cô em theo hỏi để quên lúc nào? ∎

Thuở Trời Đất Vào Thu

VÕ THẠNH VĂN

(thương nhớ Mặc Lan Đình)

Mùa thu của cúc
Ta đợi nắng chiều
Pha vàng ngõ trúc
Từng nhánh đìu hiu

Mùa thu của lá
Phơi từng cọng vàng
Cuối ngày hoa úa
Ong bướm lang thang

Mùa thu của gió
Thoang thoảng heo may
Mười phương mắt ngó
Vò võ tháng ngày

Mùa thu của núi
Sáng ngập trăng rừng
Mây qua từng búi
Đẹp như… chưa từng

Mùa thu của khói
Trên đầu mái rêu
Trời cao vòi või
Vương áng tơ chiều

Mùa thu của biển
Sóng vỗ từng hồi
Mây biến mây hiện
Che rợp núi đồi

Mùa thu của nhớ
Rưng rưng sợi tình
Trầu cau trắc trở
Còn nét trung trinh

Mùa thu của mộng
Em là của mơ
Thu về ngập động
Rớt hột thành thơ. ∎

Tán Chuyện Cùng Người Mang Tên Thanh Bình

HỒ ĐÌNH NGHIÊM thực hiện

Những buổi sinh hoạt văn học nghệ thuật diễn ra ở Virginia đều luôn có sự hiện diện và đóng góp nhiệt tình của nhà văn, thơ Nguyễn Thị Thanh Bình. Cá nhân tôi từng có khi kề cận người nữ năng động ấy. Chị cùng thế hệ tôi, cùng khởi nghiệp vào thập niên 80 đầy sôi động, cùng có những bài viết gửi đăng trên hầu hết báo chí Việt ngữ thời đó. Khác phương trời nhưng mỗi người vì một lực đẩy vô hình đã ra được 4, 5 tập truyện. Và cả hai cũng từng đơm ý tưởng là sẽ chung lưng viết nên một cuốn tiểu thuyết để làm… kỷ nghệ.

Mộng tưởng chẳng tựu thành bởi tự nhận ra có chút bất ổn. Hợp đồng, giao kèo chia chác thế này: Tôi đảm trách phần địa ngục và phía kia, Thanh Bình sẽ bao thầu, dựng nên cảnh giới thiên đàng. Không nói ra nhưng cả ác quỷ lẫn thiên thần đã lơ là không bắt tay việc xúc tiến làm nên cái thế giới hỗn mang đầy hư cấu kia. Giản dị vì không ai trong chúng tôi đủ sức vẽ được hai tấm chân dung trời sầu đất thảm kia.

Và như thế, vô tình chúng tôi còn mang nợ nhau. Lời hứa ngày xưa giờ đã phôi pha. Nhắc chuyện cũ bởi bây chừ tôi nghĩ đã tới đúng thời điểm để đòi chút nợ bọt bèo mà muốn ơn đền oán trả, không gì hơn là đề cô ấy ra hỏi chuyện. Chuyện thường ngày ở huyện thôi, bởi ai nỡ mang người đẹp ra chất vấn, khảo cung. Chuyện như sau:

Hồ Đình Nghiêm (HĐN): Chị xông xáo ở mặt sinh hoạt cộng đồng nhưng do đâu, chị nhác chơi ở địa phận chữ nghĩa? Bấy chầy không thấy Nguyễn Thị Thanh Bình ký tên dưới thơ, văn?

Nguyễn Thị Thanh Bình (NTTB):

Thưa vâng, phải nói người-mang-tên-Thanh-Bình mà chẳng thanh bình chút nào cả. Tán chuyện nghe cũng ngồ ngộ, hơn bị Phỏng và Vấn (lại) chắc là nóng chết luôn.

Mà này anh nhà văn ơi, sao mới câu đầu tiên chưa kịp tán gẫu, đã bị bạn mình "táng" một lời nhắc nhở, "théc méc" đến lạnh lùng.

Thật ra, mình vẫn ngỡ mình đang lừng khừng với cả hai kia mà.

Hơn thế nữa, không thể vì cái này mà bỏ cái kia được đâu bạn hiền, sức hút của văn chương ghê gớm lắm. Mình đoán bạn ít thấy thơ văn mình xuất hiện trong một lúc nào đó, có lẽ vì nơi bạn chuyên cộng tác, chủ trương, mình lại nổi hứng đi đầu quân ở một vài diễn đàn khác chăng. Kỳ thực mình đã rục rịch ấp ủ một cuốn truyện dài kế tiếp, nên có thể mình hơi "ẩn tích giang hồ" cho "hai năm dàn ý, một năm viết" ghê thế đấy ạ. Bây giờ vẫn còn rơi vào mùa đại dịch nơi mình ở, cho nên đề tài, chất liệu sống đang tha hồ chạy loanh quanh đây. Chờ xem liệu mình có chụp bắt được điều gì không nha.

HĐN: Mỗi khi tháng Tư về thấy chị đưa ra những câu hỏi hóc búa về khổ nạn kia cho những người cầm bút loay hoay giả nhời. Chị mong nhìn thấy gì trong cái việc săm soi lại vết thương cũ của bá tánh?

NTTB:

Nói thật nha, lỡ ký kết với con nhà văn chương rồi, bạn cũng như mình chắc khó lòng "nhác chơi" dài hạn lắm phải không. Mặc dù có thể viết xong đôi khi cũng chẳng còn mặn mà cho đăng ở đâu, nhưng chắc hẳn những vị đã trót yêu chữ nghĩa văn chương không thể không tiếp tục cuộc chơi... còn dài của mình. Từ bao giờ mình vẫn nghĩ người cầm bút thực sự có khả năng luôn để lại những xúc cảm có thể làm dịu lòng người đọc, hoặc tính nhân văn, nhân bản trong mỗi cây viết thường làm câu chuyện kể, những trải nghiệm dù đau lòng của tháng Tư, những quan điểm đổi đời... có nhiều khả năng được băng bó vết thương chiến tranh hơn là cố tình xé toạc nó. Hơn thế nữa, giới cầm bút một cách nào đó thường được nhiều người, nhiều độc giả thầm lặng lắng nghe, nhất là họ cũng tò mò thắc mắc muốn biết những suy nghĩ và cái nhìn của giới cầm bút ra sao. Văn chương nghệ thuật một lúc nào đó sẽ làm tốt được công việc tìm đến ngồi lại với nhau, nhưng hẳn nhiên không phải chỉ qua vài lần đối thoại.

HĐN: Ngoài phỏng vấn, chị sở trường ở món kung-phu "Nhị thủ cầm ma". Với chị cái sướng lên tới đỉnh điểm là khi làm xong một bài thơ hay đạt khoái cảm khi làm cái dấu chấm ở cuối trang văn?

NTTB:

Bạn ta đúng là người quá vui tính. Không trách ai cũng khen bạn viết văn duyên dáng, dí dỏm, thông minh này nọ. Cảm ơn bạn đã tặng cho mình hai thứ sở trường ở món kung-phu "Nhị thủ cầm ma". Có lẽ được bạn có chút cảm tình, và cũng có lẽ thứ gì mình thích và đam mê chết bỏ thì sẽ trở thành sở trường có phải. Để xem nha. Dường như Thơ thì thường xẹt ngang như sấm chớp, như điện giựt, như đường bay của ánh sáng nên phút xuất thần đỉnh điểm ấy có lẽ cũng chỉ "đê mê" thật nhanh mà thôi. Cảm giác tận hưởng vì thế cũng ngắn ngủi chóng vánh.

Với những trang văn truyện ngắn (nói chi đến truyện dài cho nhọc lòng chiến sĩ) thì phải đi qua khá nhiều màn dạo trước dạo sau, do đó một khi được đẩy đến khoái cảm tận cùng, mình dễ bị choáng ngợp, và muốn cảm tạ cái ngòi bút xông pha "cuộc truy hoan" dài hơi ấy hơn. Gớm, người hỏi đặt câu hỏi chi mà hình tượng quá.

HĐN: Thơ văn in ấn ra sách lóng rày như cánh đồng gặp hạn. Chị thích lật giở những trang giấy không? Cảm giác hối tiếc? Chị có thích nghi với hoàn cảnh phải đối diện với màn hình điện toán?

NTTB:

Đối vào thời điểm này thì chừng như thơ văn in ấn lại khá được mùa. Bạn cũng đang ở trong nhóm chủ trương của tạp chí văn học Ngôn Ngữ, và tờ báo vẫn ra đều đặn cứ mỗi hai tháng với bài vở phong phú, không thiếu những tên tuổi đã định hình. Rồi nhà xuất bản Nhân Ảnh, Văn Học Press, Văn Học Mới, Người Việt Books, Tiếng Quê Hương, Mở Nguồn... vẫn tung đều những tác phẩm mới. Chưa kể muôn trùng những tác giả tự in sách lấy.

Nói thật, dù có thích nghi cách mấy với văn chương mạng hoặc trước cái ông tàng hình có cằm hình chữ nhật, dường như chúng ta vẫn chưa đánh mất cảm giác được ngửi mùi thơm của những trang giấy in, hoặc lấy tay lần hồi từng trang sách gối đầu giường như một thuở nào đó.

HĐN: Ở Huế có biển Thuận An, ở Đà Nẵng có biển Thanh Bình (tên nghe quen). Địa danh đọc lên nghe sao có vẻ "mưa thuận gió hòa" quá đỗi. Người bây giờ bạc ác đã phụ lòng tiền nhân, hai vùng biển kia đã xao xác cá giạt vào bờ. Lòng chị có nổi sóng? Hẳn chị là người luôn theo sát thời sự bên nhà, chị có hé lộ chút bất bình cho tôi nghe chăng? Bên kia biển người ta đang hòa ca "Dậy mà đi hỡi đồng bào ơi".

NTTB:

Xin lỗi câu hỏi này có lẽ bị "ngâm tôm" câu trả lời hơi lâu, nên sự kiện Formosa "xao xác cá giạt vào bờ" cũng đành lỡ trôi giạt lòng một cách nào đó. Dù vậy, có lẽ bạn cũng đồng ý với mình rằng mỗi ngày chúng ta mở mắt ra là mỗi ngày nhìn thấy quê nhà cũng như thế giới phải đối diện với những biến động.

Không hẳn chỉ lòng mình đang nổi sóng, mà chính là Biển Đông cũng đang dậy sóng với những Tuyên Bố cứng rắn của Mỹ như chưa bao giờ. Bạn cũng như mình, trước khi cầm bút, chúng ta cũng không thể không có những trăn trở của một công dân.

Thật ra những bất bình của chúng ta cũng chỉ là những lên tiếng phản biện, để hy vọng mọi sự có thể thay đổi theo chiều hướng tốt đẹp hơn. Một chút kiến bò kiến cắn lương tri, lương tâm của một người cầm bút thế thôi. Chúng ta không thể không viết về những trải nghiệm suy tư của thời đại chúng ta đang sống. Chỉ sợ ngòi bút của mình lắm lúc không chuyên chở nổi mà thôi. Có cắt được một lát mỏng của thứ đời sống ấy chắc cũng đáng chiêm nghiệm lắm rồi, phải không bạn.

HĐN: Trên Facebook gần đây truyền tải phát tán nhanh đến chóng mặt bài thơ "Đất nước mình ngộ quá phải không anh?" của cô Trần Thị Lam ở Hà Tĩnh. Chị là một nhà thơ viết nên nhiều bài có lửa, chị nghĩ gì về bài thơ mang tính chống đối kia?

NTTB:

Bài thơ của cô giáo Trần Thị Lam xuất hiện đúng lúc và đã nói giùm được tâm trạng không chỉ của người dân Hà Tĩnh, mà dường như của mọi con dân trên khắp miền đất nước, do đó nó dễ đi vào lòng người và đã được khá nhiều nhạc sĩ chắp đôi cánh âm nhạc cho thơ bay cao hơn. Cũng có thể vì cô giáo ấy bị mời lên kiểm điểm, nên sự ủng hộ càng dâng trào thêm. Một thi sĩ nói cho cùng chỉ cần một bài thơ "ấn tượng" là đủ nổi danh rồi phải không bạn.

HĐN: Tôi có xem hình người dân ba miền đi biểu tình. Tôi mừng vì nhìn thấy có sự đổi thay lớn, rằng trong đám đông xuống đường kia đã thôi mang cờ đỏ sao vàng theo như những lần trước. Và họ cầm tay những tấm bìa cứng ghi vào đó những câu chữ tuyệt cú: "Cá cần nước sạch. Dân cần minh bạch". Và lục bát đắc địa: "Miền Trung đang rất nguy nan, bốn vị lãnh đạo lang thang chỗ nào". Chao ôi, thấy mà thương! Giả như Nguyễn Thị Thanh Bình đi biểu tình, nhà thơ viết nên câu gì ấn tượng đây?

NTTB:

Coi chừng kẻ hèn này bị gọi là "phản động" cơ đấy. Dù có thể những kẻ "phản động" lúc này thật đáng yêu vì dám ăn dám nói, cũng như dám thổ lộ tấm lòng yêu nước của mình là cái chắc. Phải đi tìm một định nghĩa mới cho hai chữ "phản động" này mới được. Còn vụ biểu tình cho sự kiện Formosa cá chết, thì từ trong nước ra ngoài nước đều không thiếu những tiếng nói phẫn nộ. Dạo đó với một nhóm bạn trẻ, tụi này cũng có làm banner, áo T-shirt với vỏn vẹn hai chữ "Cứu Nước" thì phải. Bây chừ thấy trong một đất nước chưa có tự do ngôn luận, mà hôm rồi bày đặt mở viện bảo tàng báo chí này nọ, mình chỉ thấy rầu và còn biết nói năng chi. Ở xa thì thường chỉ có thể đóng vai phụ thuộc ủng hộ thôi, bạn ơi.

HĐN: Tôi ở cách chị hơn hai giờ ngồi bó thân trên máy bay, hơn mười hai tiếng lái xe đường trường (con chó nó tha con mèo). Tuy xa mà gần tuy gần lại xa. Nếu hôm nào trở trời khiến chị vực dậy ý tưởng xưa, tôi sẽ không ngại chạy sang bàn thảo tiếp giấc mộng sầu thảm kia. "Hai đứa mình" in chung một cuốn tiểu thuyết liệu giang hồ có chới với không? Khà khà, chỉ nghĩ thôi đã thấy khoái. Chúng ta nên chấm dứt màn vấn đáp ở đây bằng một cơn mộng xa xăm. Biến nó thành hiện thực, biết đâu mai hậu sẽ mỉm cười nơi chín suối. Thuận An xin cám ơn Thanh Bình. Ngồi đây mà nghe sóng xa mãi tự tình cùng bờ cát ẩm.

NTTB:

À thì ra TB "vưỡn" còn mắc nợ bạn một lời hứa trong lúc vui chuyện. Lúc này vẫn đang còn mùa cách ly, nhưng nếu bạn nhất trí đòi trả nợ cho bằng được thì ráng đeo khẩu trang N.95 "đường xa vạn dặm" về D.C tham quan lần nữa. Món nợ "cuốn truyện vừa" thì đặng, chứ cuốn tiểu thuyết dài hơi chắc... kiếp sau! Dù sao cũng xin lỗi khi không làm con ma nhà họ Hứa. Viết văn chứ đâu phải "bửa củi", mà muốn "bửa" lúc nào cũng được, câu ni ai nói mà trúng tủ mình quá.

Coi bộ cuộc tán chuyện này làm "lộ hàng" nhiều chuyện quá. Nhất là "ý đồ" cưu mang chung một tác phẩm "thiên đàng địa ngục" chi đó, mà mới nghe đã thấy tư tưởng cao siêu rồi.

Thôi, lỡ phóng lao thì phải theo lao. Bạn ở bển ráng viết cho qua hết mùa trăng... sáng tạo này đi. "Thiên Thần Dưới Địa Ngục" hay cuỗm đại "Ác Quỷ Trên Thiên Đàng" cho giống Henry Miller, hoặc chi chi đó cũng được sẽ phải trình làng trong nay mai. Cảm ơn nhà văn Hồ Đình Nghiêm đã "nghiêm nghị" như chưa bao giờ, trong buổi tán gẫu văn nghệ văn gừng này.

Hồ Đình Nghiêm

Đêm Muôn Màu
CUNG TÍCH BIỀN

Con ai đem bỏ nơi đây,
Thế gian đâu chỉ một này mà thôi. [CTB]

1

Hồ sơ về *Kỷ vật:*

Thư của Manh Manh:

"Chị Mành Mành thân yêu,

Kỷ vật là con của chị? Em biết.

Chị say đắm trong một tình thương hiếm có của tình mẹ con? Em biết.

Nhưng em phải viết ra/ ghi lại những dòng này, vì quanh đây còn ánh mặt trời. Kỷ vật phải được soi sáng, rõ thực là từ đâu tới.

Ngoài thương yêu, dâng hiến cho đứa con từ tình mẹ, chị không có một quyền năng gì để thay đổi được sinh mệnh của cháu.

Kỷ vật chỉ là một Hậu quả, không là một Tương lai. Hôm nay, xã hội người đã một mực đi tới tương lai, quên những gì đã tạo, và để lại, từ quá khứ.

Có nên xem Quá Khứ là một cái hố sâu nay đã được san bằng, để an nhiên trồng cây hái trái? Cây trái ngọt, hoa lá tươi, vì may mắn có quá khứ bón màu?

"Chị hãy nhớ bản kê khai này:

Bốn giờ sáng, một ngày của năm 1980, em đang say ngủ thì con chó Ung đánh thức em dậy, qua vài cái cào nhẹ vào cánh tay em.

Ung dẫn em ra cái gốc cây khô. Ai đã đặt vào chỗ đó một cái bọc vải. Nghe có tiếng khóc yếu ớt của một hài nhi trong đó.

"Thời này mọi thứ thiếu thốn. Thiếu điện nước gạo cơm. Trời đất hãy còn tối đen trong một khu vườn không đèn đóm. Em hoảng sợ. Nhìn con Ung, em liếc mắt ra dấu cho nó, là, Mày hãy vào nhà gọi thêm người.

Con chó Ung vào nhà, thức chị dậy. Lát sau Ung dẫn chị ra theo. Chị cầm một cây đèn bấm gần hết pin. Chị như cầm trên tay một cây nhang soi đường.

Cái bọc vải được mở ra. Một cái gì rối rắm mù mờ, một hình người thịt xương sắp xếp lộn xộn. Em sợ quá, bỏ đi chỗ khác. Những chòm sao khuya đêm không trăng sáng rực rỡ hơn mọi đêm vì, có thể, dương gian này đang cần thứ ánh sáng ấy.

"Chị ẵm đứa bé vào nhà.

Trông chị như một con người cha mẹ đúc ra bằng sắt thép, không sợ hãi, không buồn vui. Bật ngọn đèn sáng hơn. Em thét lớn "quái thai".

Chị vả mạnh một cái vào cái mồm ăn nói bậy bạ của em.

Lúc chị đi tìm khăn lau, Con Ung thè lưỡi liếm quanh em bé dị dạng. Làm như con của nó. Con chó này cái gì của con người nó cũng cặm cụi tham dự. Nó câm mà nặng tình.

"Người em bé đầy những gì quanh người như nhớt con cá lóc mới chộp được từ sông hồ.

Chị đập con Ung một cái nhẹ, nạt nó, Không phải việc của mày, ra chỗ khác chơi.

Chị dùng nước ấm lau nhẹ nhàng cái hình dạng vừa nhìn thấy đã đau lòng. Chị âu yếm sợ nó tan vỡ như ta gìn giữ lau chùi cẩn thận một cái lọ thủy tinh quý hiếm.

Trời đất sẽ cảm ơn chị nuôi dưỡng thương yêu Kỷ vật còn hơn những người-mẹ-thường-tình nuôi/thương đứa-con-bình-thường.

"Chị Mành Mành,

Em nhớ hồi ấy trong bọc vải có một lá thư ngắn, có thể người mẹ đã viết sẵn trước khi mang đứa con thân yêu đặt vào chỗ góc vườn nhà chúng ta.

Đây là nội dung lá thư từ người Mẹ bỏ con thuở ấy:

" Tôi xin chịu tội với trời đất đã không nuôi được đứa con chính mình đẻ ra. Kiếp sau, tôi xin làm kẻ tôi tớ, trúc mai đền bù cho những ai đã nuôi dưỡng đứa bé bất hạnh này. Đa tạ.

Một người mẹ đã mất nhân lương. "

2

Trời đã chiều lung. Chỗ cổng nhà có một người đàn ông đứng nhìn vào bên trong. Cổng vườn nhà Phiêu Thiền không bao giờ khóa, một khe hở luôn trống giữa hai cánh khép hờ. Người đàn ông vẫn đứng đợi. Không có chuông reo. Anh ta đập nhẹ tay vào cánh cổng lần nữa.

Anh đã nhìn thấy cái gốc cây khô trong vườn, thầm nghĩ: "Có thể cô Nhàn nói đúng"

Bước lên mấy bậc thềm nhà, người đàn ông tên Khôi, chỉ vừa tuổi bốn mươi đã cảm thấy đuối sức, mệt từng hồi, cánh tay ốm o vịn vào thành cửa cho bớt run. Trời chiều tháng sáu, đầy nắng, anh vẫn thấy lạnh, cần một chiếc áo ấm.

Bị ung thư di căn vào thời kỳ cuối, theo lời khuyên của bác sĩ, Khôi phải nằm tại nhà, nhất mực được chăm sóc. Ra đi anh có thể gục chết giữa đường. Nhưng anh trốn nhà ra đi. Khôi cần làm một việc cuối đời, trong những ngày ngắn ngủi còn lại.

Anh đi tìm một kết luận. Anh luôn bị ám ảnh bởi một quá khứ rẫy đầy những ám ảnh.

Câu hỏi được đặt ra, từ cái đêm người vợ ôm đứa con vừa lọt lòng, trốn nhà ra đi. Vừa sinh con, cô còn yếu lắm, cần chăm sóc, nhưng cô trốn biệt.

Hồi ấy anh đi xa, chưa thấy mặt con. Khi trở lại, mọi việc đã trở nên hoang mị. Mọi người, cả cha mẹ, anh em trong nhà đều câm lặng, những tiếng thở dài, hoặc có nói là nói khác đi những gì đã xảy ra với vợ con anh. Họ tình nguyện chôn mình trong một bí mật, nhất mực đẩy anh ra khỏi sự tuyệt vọng. Mong anh có một giấc mơ khác hơn cái hiện thực tàn tật, cái tương lai khốn cùng trong hoàn cảnh.

"Anh ơi, con chúng ta, cái kết quả tình Bắc duyên Nam không như chúng ta mong đợi" Đó là vỏn vẹn một dòng thư của vợ anh để lại.

Lá thư ngắn ngủi này do cô Nhàn, một người bạn gái của vợ anh giữ gìn, mãi lâu sau mới trao cho anh. Nhàn, vì nỗi ăn năn, vì hiểu rằng Khôi cũng đã tới cuối con đường, nên cô trao lá thư, và thuật lại cho Khôi tường tận sự việc, cả địa chỉ mà vợ của anh đã bỏ đứa con tại đó.

3

Khôi ngồi trên một chiếc ghế nhỏ trong phòng ngủ, cũng là phòng sinh hoạt của hai mẹ con Mành Mành. Phòng khá rộng. Cái lạ, cô không tiếp Khôi tại phòng khách mà đưa anh thắng vào trong.

Khôi đã hiểu là người phụ nữ vừa ngoài hai mươi này yêu thương đứa con tàn tật của mình biết là bao. Anh thẫn thờ nhìn quanh, nghe khóe mắt ướt, chỗ cổ họng nghẹn lại, muốn trào lên một nỗi đau đã từ lâu quận đắng trong lòng.

Mành Mành đã mua sắm cho con anh, dù thời buổi khó khăn, hàng chục loại đồ chơi đẹp đẽ chất đầy cả hai cái kệ. Chiếc nôi là giường ngủ của con treo những búp bê, lồng đèn, kèn nhựa, âm thanh nhỏ vang ra tiếng nhạc dịu nhẹ. Các loại áo quần, cả chiếc áo ấm Mành đều tự may, vì không mua đâu ra loại áo quần đặc biệt cho em bé dị hình này. Trên một chiếc bàn nhỏ ngoài những thức ăn dặm, sữa uống là vô số những lọ thuốc bổ tăng trưởng, thuốc chữa bịnh, cả thuốc cấp cứu tại chỗ. Con của anh, *Kỷ vật*, ngoài sự tàn tật còn mang rất nhiều căn bệnh hiểm nghèo, cả bệnh tim bẩm sinh.

Anh cũng rất ngạc nhiên thấy trên giường ngủ của Mành Mành, bên phía tường có mớ sách dạy nuôi con. Mành Mành, chưa chồng, chưa biết sinh đẻ là gì, nay phải học cách nuôi con, lại là một đứa con đặc biệt trong trời đất.

Khôi bàng hoàng khi được Mành Mành bế *Kỷ vật* quay về phía cha. Anh vội vàng quỳ xuống. Anh một lạy cái tình thiêng, giờ phút hội ngộ cha con hằng mong đợi. Anh một lạy thánh nữ.

Mành Mành tay ôm con, tay vội nắm cánh tay Khôi, ý bảo anh không nên làm vậy. Cô nhận ra hơi lạnh từ bàn tay người đàn ông đối diện. Anh gầy quá, sự tàn tạ này còn đau đớn hơn nỗi tàn tật vô minh của con anh.

Mành Mành dìu người người đàn ông như đang ngất đi ngồi lại, trên chiếc ghế nhỏ. Cô lấy một chiếc khăn, tẩm nước ấm lau mặt cho anh. Cô nhận ra mùi người đẫm mồ hôi. Anh không được chăm sóc, lại qua những ngày lặn lội đi tìm. Cô hỏi:

- Tôi chế cho anh một cốc cà phê nhé, cho tỉnh người, anh dùng được cà phê?

- Bệnh của tôi phải kiêng cà phê, nhưng xin một cốc đêm nay.

**

Mành Mành hiểu rằng con của Khôi dị dạng có nghĩa Khôi đã bị phơi nhiễm rất đậm chất độc da cam. Anh ở đâu để bị phơi nhiễm nếu không từ trong, hoặc gần rừng núi? Ai là Người-Trong-Rừng-Núi? Ai là người làm cho Sài Gòn điêu linh?

Có bị phơi nhiễm từ cha mới truyền sang qua con. Mành Mành, cả gia đình cô, đều biết rất rõ từ trước, *Kỷ vật* từ đâu ra. Biết rõ là như thế, nhưng ta có đành lòng phân loại, kể ra thành phần Tả-Hữu, nghịch cảnh Bắc-Nam, để loại *Kỷ vật* ra khỏi lương tri.

Cô yêu thương, nuôi dưỡng *Kỷ vật* với toàn vẹn lòng thành, của cái tình thiêng tự nhiên như được thánh hóa giữa những con người. Tự nhiên? Vì cô hiểu ở đây không là sự ra ơn, càng không cần viện ra một thứ đạo lý hào nhoáng nào.

Súng đạn thì có giới tuyến. Nỗi đau, sự tàn tật, là vô biên. Tình thương, dù lớn lao bao nhiêu cũng chỉ là cái bọc nhựa mong manh bên ngoài, càng trang trải càng thấy thiếu hụt bấy nhiêu.

Mành Mành ngồi nhìn Khôi rồi nhìn đứa con của anh, cô lại nghĩ lung. Rồi cô tự hiểu, với lòng thương xót tràn đầy, đây là lúc cô cần phải cẩn trọng khi *đối diện* với Khôi, một linh hồn nát nẫm như triệu triệu bụi mù của bao linh hồn bị xay bột.

Cô cố tránh những điều làm anh đau đớn. Cái tàn cuộc này, cha và con này, đã là quá lớn lao, là tận cùng của địa ngục rồi.

Và, địa ngục vẫn đang tràn đầy những đặc sản chính nó cho bất cứ ai, được nó mang tới, biểu không.

4

Khôi ẵm con một cách vụng về. Đầu gối hình gần góc vuông với thân mình của *Kỷ vật* thọc vào hông, bụng anh hoài. Cha không nói gì, đứa con hai tuổi chỉ ú ớ vài nguyên âm.

Qua khung cửa sổ, bên ngoài sân vườn một đêm không trăng. Bóng đêm được chia chác với vài ánh đèn thiếu điện nhập nhòa.

Chừng như có ai đi quanh đây trong đêm, bước nhẹ hơn cả tiếng lá rụng. Lúc này, một người xa lạ tới nhà một ai đó, tức thì một người quen thuộc trong tổ dân phố quanh đây có thể sẽ tới gần, có khi sẽ nhòm lén qua cửa sổ theo dõi, có khi cố lắng nghe, cả nỗi đau tận cùng trong tâm can kẻ khác. Bóng Tối này không của riêng ai.

******

Mành Mành bảo Manh Manh:

- Kiếm cho tao hộp kem đánh răng, cái bàn chải, xà phòng, một cái khăn lau mặt, tất cả đều phải mới nguyên.

- Chi vậy?

- Đêm nay có khách. Sớm mai đánh răng.

- Ông ấy có ngủ trong phòng dành cho khách không? Em dọn chỗ nằm?

- Ngủ luôn trong phòng của tao.

- Ngon quá trời, đêm nay có chồng.

- Cái con khỉ, bộ chung phòng là anh này trên bụng cô kia hả?

- Đương nhiên cả hai chị em mình là gái *"chưa có dấu tay trên ngực"*. Bao nhiêu lần chị bảo đau đẻ là cái đau hạnh phúc của người đàn bà mà tụi mình chưa biết nó đau ra làm sao. Phải có cái chi bỏ vô trong buồng trứng mới có cái đau xanh trời đỏ đất đó chứ!

- Thôi bớt cải lương rườm rà đi con nhỏ.

Mành Mành lại đùa:

- Rồi có tí tẹo gì trong đêm thâu không?

- Cái con khỉ này, đồ tanh hôi.

**

Đêm mềm như lụa. Mành Mành thầm nghĩ, *"Cha con họ phải được nằm chung, ngủ chung với nhau."*

Giường ngủ của Mành Mành rất rộng. Cô dọn dẹp mớ sách bên trong, phía sát bờ tường, đặt một cái gối đầu, một chiếc mền. Suy nghĩ một chút cô lấy cái gối ôm của mình giao luôn cho Khôi. Cô nói:

- Anh nằm phía trong tôi nằm hầu phía ngoài này, còn phải pha sữa, làm vệ sinh cho thằng nhóc, có khi nó khóc thâu đêm.

Cô vặn nhỏ tiếng nhạc. Tắt đèn. Căn phòng chìm trong ánh sáng dịu nhẹ của ngọn đèn ngủ.

Kỷ vật chừng mơ hồ cái hơi cha, cái hòa hợp huyết thống, đồng điệu màu máu độc, em ngủ một giấc ngon lành. Khôi không sao ngủ được, nhìn con, sờ con, lại nằm ngửa nhìn trần nhà, phút gặp nhau sau mong đợi sao mà trắng nõn, bạc lòng.

Mành Mành nằm ngoài, quay lưng về phía *Kỷ vật*, nhường con cho cha nó ôm một lúc. Khó ngủ quá trời. Cô lại thấy cái bụng lạnh lạnh, cái ngực trống vắng, hai cái vú thiếu cái gì đè lên, bàn tay thiếu cái gì để cầm nắm, à… thì ra thiếu cái gối ôm thường quen. Cô cười trong đêm.

5

Đêm miền Nam, cả Khôi và Mành Mành có khi tự hỏi, *"Tôi nằm chung giường với ai đây?"*

Mành Mành nhìn Khôi và con. Hai nụ cười héo úa. Không là của hân hoan gặp gỡ. *Trong bóng tối muôn năm tối này đó là dị dạng từ những nỗi đau. Là cô đọng từ những máu không may mắn thành máu. Là tiếng hát sâu bọ từ tim sang não người.*

Cô nghe hơi thở rất khó khăn của Khôi trong giấc ngủ. Anh không thể đuổi cái định mệnh, cái đã phải cam chịu trong đời mình ra khỏi giấc ngủ.

Mành Mành quay vào trong, định đặt bàn tay lên người *Kỷ vật* như cô đã thường âu yếm ru con ngủ. Chỗ đó đã có một bàn tay người đàn ông xa lạ. Cô đặt bên cạnh. Một lúc Khôi cựa mình, úp bàn tay mình lên tay Mành Mành. *Những da thịt âm dương chồng lên nhau trên một thân thể tàn tật.* Mành Mành để yên, cô muốn Khôi tìm một chút ấm lòng.

Cô lại thấy cơ thể mình hoang trống, cái bụng, vú, cái ngực. Cô rất muốn ôm con siết vào lòng lúc này tìm chút lửa ấm. Nhưng *Kỷ vật* đang chĩa hai cái đùi dị tật về phía cả cha lẫn mẹ. *Kỷ vật* luôn nằm ngửa hoặc nằm úp, không thể nằm nghiêng. Không nghiêng về một bên nào được. Em như cái thế trung lập, cái lực lượng thứ ba tật bệnh chia cách.

6

Mành Mành rất sợ những đêm khó ngủ. Khuya khoắt, trôi nổi bồng bềnh với không gian trắng toát hoặc vàng cháy trong mắt nhắm, nhắm để cố ngủ, để bình yên né tránh ác mộng. Những đêm, nàng thường mơ thấy anh trai mình trở về. Thuở ban đầu anh mặt đồ lễ phục của sĩ quan Quân trường, rất đẹp. Về sau là đồ trận. Lần cuối cùng anh trai trở về, lại rất khác. Khuôn mặt hào hoa xinh đẹp của anh bị bể một mảng xương cằm... Rồi cô lại nhớ người yêu, một luật sư đang tập sự dở dang rồi gặp cuộc Đổi Đời. Anh vượt biên không tới nơi, không trở lại, anh mất tăm. Cô chẳng thể nào, dù tưởng tượng, cũng chẳng thể hiểu ra "Đường Đi Của Biển" ra sao. Có thể biển là cái lỗ đen kỳ ảo.

Cô thu mình, bó gối ngồi góc giường. Cô nhắm mắt, bàng bạc những cái chết chập chờn. Nỗi đau thì có thật, lai láng chảy cùng máu châu thân. Là rầy nâu, những linh hồn héo úa màu da cam, tiếng chim câm trong máu tủy.

Đây là thế giới một dòng giống chung giường. Khôi, người cha của con nàng đang thở. *Kỷ vật,* con của nàng đang thở bên cha. Những tình ái hụt hơi. Những nỗi đời bị treo cổ.

Mành Mành rất sợ phải run rẩy trong cái bóng tối luôn đụng phải xác chuột chết, thấy tượng Phật phát cháy sáng rỡ, cháy luôn chùa chiền, đầu trọc phát hỏa, vì Phật tử đốt nhang khói quá mạng, rồi thần lằn đứt đuôi, cái đuôi một mình run mãi… Cô vớ một quyển sách ngôn tình. Con khỉ Manh Manh ưa tha về nhà những thứ chữ nghĩa hoa lá cành, tình ái mít ướt. Cô đọc không quá vài trang, những hàng chữ đã xiêu vẹo, nhạt nhẽo. Những mối tình đắm say dạng rau cải. Những éo le, chia ly boléro cập nhật. Văn chương ướt đẫm tinh khí tinh trùng chỗ đùi mông… Mành Mành lại sờ ngực mình. Tự bóp vú thì chẳng thú vị gì.

7

Ba giờ sáng, chẳng ai ngủ được. Mành Mành pha hai ly sữa. Cả hai cùng ngồi trên ghế, nơi bàn làm việc của Mành Mành. Khôi yên lặng, cố giấu tiếng thở dài.

Mành Mành cắc cớ lại hỏi:

- Anh nghĩ gì về thân phận mỗi con người chúng ta?

Khôi thực lòng:

- Tôi chưa có dịp làm người. Chúng tôi chỉ là Cái-được-dùng. Giống như súng đạn, xe cộ, tấm ván lót cây cầu, là một khối cốt mìn.

Mành Mành có phần kinh ngạc về cái phẩm hạnh hiếm thấy trong nhân loại là, *tình nguyện làm vật dụng* nơi một con người.

Cô lại hỏi:

- Hiện tại anh màu gì?

Khôi chậm rãi, có phần buồn nản nhưng rất thân mật khi gọi Mành Mành là em. Anh dùng ngón tay lần lượt chỉ vào đầu, vào ngực, rồi chỉ xuống dưới, và nói:

- Tôi ấy à, thằng người Đỏ chuyển màu. Một chuyển màu khó khăn vì nó đã là da thịt. À, trong châu thân lẻ loi này à? Một cái đầu hoang mang hối tiếc, một trái tim máu độc. Và, một nhiệm vụ lưu giống truyền nòi, nối tiếp tương lai, nhưng tôi đang để lại cho em cái gì em hẳn biết.

8

Trong lúc đang trò chuyện Khôi bỗng co quắp, run giật như bị một cơn động kinh, ngã gục trên đôi tay nhanh chóng đỡ của Mành Mành. Cô ôm chặt Khôi để anh khỏi va xuống nền nhà.

Anh lại bắt đầu những cơn đau thường nhật. Nó làm anh ngất đi mau chóng. Bọn tế bào vô lại đã làm ung vỡ, bấy nát những tế bào chân chính, bọn giặc máu cuồng điên lộng hành, gây bão trong cuộc đời Khôi.

Lúc đầu, mới thấy chuyện lạ lùng, Mành Mành hoảng hốt chưa biết cứu cấp ra làm sao. Cô gọi Manh Manh. Manh Manh bận bộ đồ ngủ chạy vội tới. Cô sợ hãi, đứng như đinh đóng chỗ bậc cửa ra vào.

- Lẹ đi, nhào vô đỡ giùm một tay con khỉ. Tao đi lấy thuốc. Tiêu đời rồi.

Hai chị em đặt Khôi nằm trên giường, bên cạnh *Kỷ vật*. Em bé dị dạng lúc này đã thức giấc. Em nhìn quanh một cách khó khăn.

Mành Mành nhặt vội cái xắc vải của Khôi, đặt dưới ánh đèn bàn, lục tìm thuốc uống anh mang theo phòng ngừa. Manh Manh ôm người Khôi, tay cô đỡ chỗ cần cổ để Mành Mành bỏ mấy viên thuốc, chẳng biết là thuốc gì, móc trong túi rết ra, là bỏ vào miệng Khôi. Cho anh uống nước, dùng khăn lau nước miếng thều thùa, vài lời nói mềm mại an ủi. Hai chị em đặt anh lại vị trí giữa giường, nằm yên ổn.

Một lúc, Khôi cố gượng dậy, anh chỉ tay về phía *Kỷ vật*, ngầm muốn ẵm con. Mành Mành bảo anh nằm yên. Nàng bế đứa con dị dạng đặt úp lên ngực của Khôi. Anh lim dim mắt.

Bóng tối không giúp ích được gì. Ánh sáng càng vô dụng. Ngày lên, mặt trời bảnh bao phần mặt trời. Mớ nắng tươi rói. Có ai ngợi ca, *"Bình minh đã sáng ngời..."*. Khôi vẫn nhắm mắt nằm yên, như đang bất tỉnh, như đang mơ một giấc mơ dài. [*]

Cung Tích Biền
Xóm Gà Gia Định, tháng Tư, 2015.

[*] Đọc chung trong chùm truyện, với [1] *Gia sản trong Bóng Đêm (trong NN7)*, và [2] *Gia sản dưới ánh trăng (trong NN8)*.

West Point

SONG THAO

Chỉ cần nói "West Point", ai cũng biết đó là chi rồi. West Point là cái tên… dân gian, nói ra ai cũng hiểu. Tên chính thức của ngôi trường này là *United States Military Academy* (Học Viện Quân Sự Hoa Kỳ). Nhưng nếu lười biếng, chỉ cần nói *The Academy* hay *The Point* thì cũng biết liền chính là hắn!

Được Tổng Thống Thomas Jefferson thành lập vào năm 1802, đây là học viện quân sự đầu tiên của Hoa Kỳ. Ngày nay mỗi năm trường thâu nhận khoảng 1300 sinh viên nhập học. Thời gian huấn luyện là 4 năm. Như vậy trong trường luôn luôn có 4 khóa tổng cộng khoảng trên 4 ngàn sinh viên. Chính ra con số này phải hơn nhưng vì mỗi khóa có khoảng 2% sinh viên bị loại mỗi năm, nên vào thì nhiều, ra thì ít, khoảng trên dưới một ngàn tân khoa mỗi khóa. Đây là một quân trường nhưng muốn vào học còn khó hơn vào những đại học danh tiếng. Tỷ lệ được chọn chỉ khoảng 9%, có nghĩa là trong 100 lá đơn xin học, chỉ có 9 thí sinh được nhận. Sở dĩ khó như vậy vì West Point chọn lựa sinh viên không chỉ dựa vào thành tích học tập ở trung học mà còn chú ý vào tổng thể con người ứng viên. Dĩ nhiên thể lực là một yếu tố đánh giá quan trọng. Không có sức khỏe tốt thì làm sao chịu được khi theo tiêu chí của trường là "trụng nước sôi 100 độ rồi trụng nước lạnh tiếp"! Thí sinh ứng tuyển phải qua kỳ thi đánh giá thể lực của trường (*Candidate Fitness Assessment*). Hồ sơ ứng tuyển còn phải kèm theo thư giới thiệu của một dân biểu, nghị sĩ hoặc Phó Tổng Thống hay Tổng Thống Hoa Kỳ.

Có đủ các món ăn chơi trên, Hội Đồng Tuyển Chọn mới xét hồ sơ của từng ứng viên. Ứng viên nào có thành tích lãnh đạo thời trung học như đại diện của trường, lớp trưởng, các vận động viên, chủ tịch các hội của trường được chú ý hơn. Tuổi phải trong hạn từ 17 đến 23, tính đến ngày 1/7 của năm học đó. Dĩ nhiên phải là công dân Hoa Kỳ, chưa kết hôn, không có thai hoặc chịu trách nhiệm pháp lý về việc nuôi dưỡng con cái. Trong khi theo học, sinh viên được nuôi ăn ở *free*, ngoài ra còn được 900 đô mỗi tháng dằn túi tiêu vặt. Khi ra trường với cấp bậc Thiếu Úy phải phục vụ trong quân đội ít nhất 5 năm.

Sản phẩm của trường là những công dân Mỹ hoàn hảo, xuất sắc trong bốn lãnh vực: trí tuệ, thể chất, quân sự và đạo đức. Chương trình học gồm 42 chuyên ngành và lãnh vực nghiên cứu nhằm mục đích: củng cố quan điểm lịch sử, nuôi dưỡng hiểu biết văn hóa, rèn luyện kỹ năng quân sự và phát triển khả năng lãnh đạo. Khi ra trường, ngoài bằng tốt nghiệp của trường, họ còn lãnh thêm văn bằng Cử Nhân. Tất cả sinh viên phải thề danh dự: "Sinh viên không nói dối, không lừa đảo, không ăn cắp và không khoan dung với những kẻ làm điều này". Tuyển vào khó khăn là thế, vậy mà tỷ lệ tốt nghiệp chỉ 78%.

Mũ bay lên trời trong lễ tốt nghiệp.

Sinh viên tốt nghiệp West Point là vốn quý của đất nước. Có người làm Tổng Thống như Ulysses Simpson Grant và Dwight D. Eisenhower. Nhưng trong những hoạt động thương mại hay kỹ nghệ, họ cũng ăn trùm thiên hạ. Rất nhiều doanh nghiệp loại bự có CEO là dân West Point như Johnson & Johnson, 7-Eleven, Foot Locker. Khi một công ty cần tuyển nhân viên lãnh đạo, nếu có các ứng viên tốt nghiệp West Point tham dự, coi như họ sẽ được thâu nhận trước. Theo thống kê, tỷ lệ CEO là dân West Point trên số sinh viên tốt nghiệp cao hơn các trường Harvard, Stanford hay Yale!

West Point thoạt kỳ thủy chỉ tuyển nam sinh viên có quốc tịch Hoa Kỳ. Nhưng ngay từ năm 1816, học viện đã có sinh viên quốc tế tới học. Tuy vậy, mãi tới năm 1884 chương trình thâu nhận sinh viên quốc tế mới chính thức thành hình một cách quy mô. Trong số các sinh viên ngoại quốc tốt nghiệp West Point có ba vị tổng thống: Tổng Thống Nicaragua, ông Anastasio Somoza Jr., tốt nghiệp năm 1946; Tổng Thống Phi Luật Tân Fidel Valdez Ramos, tốt nghiệp khóa 1950; Tổng Thống Costa Rica, ông Jose M. Figueres, khóa 1979.

Theo thời gian, số sinh viên quốc tế theo học ngày càng nhiều. Theo thống kê, thì từ năm 2013 đến 2018, mỗi năm có từ 53 tới 57 sinh viên ngoại quốc. Phí tổn đào tạo các sinh viên quốc tế này do các quốc gia liên hệ chi trả.

Năm 1970, Việt Nam có sinh viên đầu tiên theo học West Point. Đó là anh Phạm Minh Tâm, sanh năm 1949 tại Sài Gòn. Khi đó, Hoa Kỳ dành mỗi năm một chỗ tại West Point cho các nước vùng Đông Nam Á. Vì vậy cuộc tranh đua rất vất vả. Cuối năm 1969, anh Tâm, lúc đó đang là sinh viên khóa 25 của trường Võ Bị Quốc Gia Việt Nam và được nhà trường chọn đi dự thi. Anh thi ngay tại Hội Việt Mỹ, Sài Gòn. Các môn thi gồm: Toán, Lý Hóa, Anh văn, Sử và Địa Lý nước Mỹ. Sinh viên Tâm đã xuất sắc dành được chỗ duy nhất cho vùng Đông Nam Á, khóa 1970.

Ngày 1/7/1970, anh Tâm tới Hoa Kỳ nhập học. Vì sự kiện trọng đại này nên chỉ vài tháng sau, tháng 11 năm 1970, Trung Tướng Lâm Quang Thi, Chỉ Huy Trưởng Trường Võ Bị Đà Lạt đã qua thăm trường West Point. Năm 1970, anh cáo già nhiều mưu mô Henry Kissinger đã đi đêm với Trung quốc để bán Việt Nam. Nhưng chuyện này lúc đó còn là bí mật. Sinh viên West Point dĩ nhiên cũng chẳng biết. Tâm ở chung phòng với anh Patrick McBrayer. Quê quán vùng Forest City ở tiểu bang North Carolina, McBrayer đã quyết định vào West Point từ năm học lớp sáu! Khi đó anh nhóc có mái tóc màu cát này coi phim *"The Long Grey Line"* nói về West Point và mê ngay bộ đồng phục màu xám. McBrayer và Tâm như hình với bóng, sẵn sàng bảo vệ nhau. Châm ngôn của cặp đồng phòng này là: "Cùng hợp tác để cùng tốt nghiệp". Tâm gà McBrayer môn toán trong khi McBrayer giúp Tâm trong môn bơi vì Tâm bơi rất kém. Lần đầu tiên Tâm phải đứng trên cầu nhảy cao cỡ của hồ bơi Thế Vận Hội, lao xuống với đôi giày dã chiến và chiếc ba lô chất đầy gạch nặng chình chịch trong trạng thái mệt mỏi, McBrayer… cầu nguyện: "Trồi lên đi! Trồi lên đi nào!". Khi thấy cái đầu Tâm trồi lên khỏi mặt nước, McBrayer mừng như bắt được vàng. Anh kể lại: "Trông hắn giống như một con chuột lột!". Vậy mà con chuột lột này cũng thuộc hạng chì. Tuy vóc người bé nhỏ giữa những tên bạn khổng lồ nhưng Tâm là người thành thạo môn võ *karate* nên không lép vế. Có lúc anh còn chơi ngông hẹn hò với con gái của một vị tướng! Năm 1974, anh McBrayer đinh ninh sẽ phải qua chinh chiến ở Việt Nam nhưng khi đó Mỹ đã rút quân, cả khóa không ai phải qua Việt Nam trừ anh Tâm. Thực ra anh Tâm lúc đó còn độc thân, có thể ở lại Mỹ dễ dàng, nhưng anh đã không đào ngũ ở lại.

Sinh viên West Point Phạm Minh Tâm.

Sau bốn năm học tập vất vả, anh Tâm ra trường vào ngày 5/6/1974 với văn bằng *Bachelor of Science* và cấp bậc Thiếu úy. Nhưng anh không mang lon Thiếu úy quân đội Mỹ mà mang lon quân đội Việt Nam. Để hình dung sự vất vả của anh Tâm, chúng ta nhìn vào con số. Trong tổng số 1300 khóa sinh nhập học, chỉ có khoảng 800 sinh viên tốt nghiệp. Tình hình Việt Nam khi đó đã rất xấu, nhưng anh vẫn trở về phục vụ tại Trường Võ Bị Đà Lạt ngay sau khi mãn khóa. Đúng theo tôn chỉ của West Point được khắc trên nhẫn ra trường: Bổn Phận, Danh Dự, Tổ Quốc. Anh về chưa đầy một năm, Sài Gòn sụp đổ, anh bị đưa vào lò "học tập cải tạo". Anh mất chiếc nhẫn ra trường trong những ngày chộn rộn đó. Mãi tới năm 1981, anh mới được thả về.

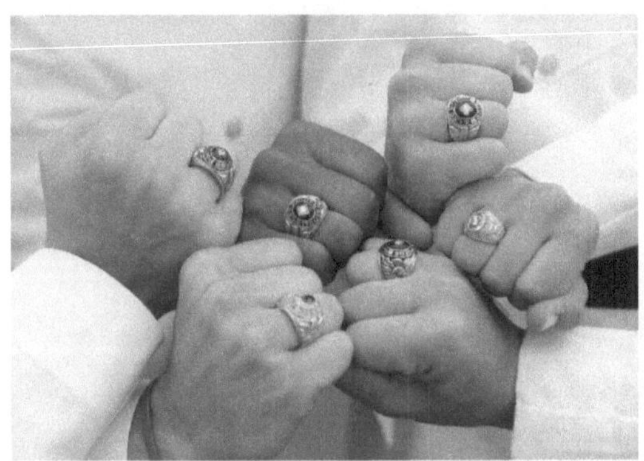

Nhẫn West Point

Khi có chương trình HO đưa các sĩ quan Việt Nam Cộng Hòa qua Mỹ, trớ trêu thay, anh Tâm không được chấp thuận. Lý do rất bi hài: giấy ra trại của anh bị ghi lộn là "thành phần chống đối nhà nước" thay vì sĩ quan cải tạo. Em gái của anh đang sống ở Mỹ đã liên lạc với các bạn học của anh ở West Point để cứu bồ. Sau nhiều khó khăn vất vả, cuối cùng, trường hợp của anh được Tướng John Vessey, cựu Chủ Tịch Tham Mưu Liên Quân, lúc đó đang đại diện Tổng Thống George H.W. Bush thương thuyết về bình thường hóa quan hệ với Việt Nam, đích thân can thiệp. Anh Tâm được qua Mỹ vào ngày 31/5/1991, đợt HO7.

Qua tới Mỹ, Anh Tâm có *job* cũng khá. Đầu tiên anh làm phụ giáo cho trường trung học Cardozo ở thủ đô Washington, sau đó làm cho hãng TRW và cuối cùng với hãng Northrop Grumman. Chị Tâm cũng làm *assembler* cho hãng Huge Network System nên họ đã có thể mua được nhà, đời sống khá dễ chịu. Năm 2012, anh bị mất việc, gia đình sa sút. Anh chị Tâm đã phải bán xe và tới năm 2017, nhà bị tịch thu mang bán đấu giá. Họ sống trong hoàn cảnh thiếu thốn tới mức thiếu ăn. Bà Kim Chi sụt sùi kể lại: "Tiền thuê nhà không đủ, tiền lương thì ít, tôi và cháu Kristy chỉ dám mua một phần McDonald's, hai mẹ con chia nhau. Gia đình tôi ăn mì gói, hột gà là chuyện thường, vì chỉ có thế! Tôi xót xa khi cháu than đói bụng. Nó ở Mỹ mà ốm nhom. Khi bạn nó rủ đi ăn, nó nói không có tiền. Tôi muốn nuốt nước mắt!". Túng thiếu tận cùng như vậy nhưng anh Tâm không than van, không cho bạn bè biết vì tính khẳng khái và lòng tự trọng không cho phép anh lợi dụng lòng tốt của người khác.

Một bài báo của AP, nói về trường hợp ông Phạm Minh Tâm
bị tù "cải tạo."

Ngày 10/2/2019, anh Tâm bị tai nạn giao thông tại Montgomery Village và mất vào ngày 1/3. Chị Kim Chi lo cuống cuồng. Nhà không còn tiền nên không biết xoay sở ra sao. Cuối cùng chị phải báo tin cho bạn bè trường Võ Bị Đà Lạt. Họ chung tay giúp đỡ tổ chức tang lễ cho anh. Xác anh sẽ được hỏa thiêu nên tang gia chỉ để anh trong quan tài tạm bợ bằng giấy cạc-tông. Trong số người tới dự tang lễ có bốn bạn đồng khóa West Point với anh trong đó có anh bạn đồng phòng McBrayer. Chính anh bạn này là người lo cho tro cốt của anh Tâm được để trong nghĩa địa của West Point.

Quan tài bằng cạc-tông của ông Phạm Minh Tâm

Sinh viên West Point toàn là đực rựa. Mãi tới năm 1977 trường mới nhận nữ sinh viên. Ngay khóa đầu tiên đã có 62 bóng hồng thấp thoáng trong sân trường. Năm 2020 này, số nữ học viên là 263 trên tổng số khoảng một ngàn tân sinh viên. Từ 1977 tới nay đã có cả thảy 4100 nữ lưu khoác áo West Point. Từ năm 2000 tới nay, trường có khoảng 20% sinh viên là nữ.

Nữ sinh viên gốc Việt tại West Point khoảng vài người mỗi khóa. Khóa ra trường năm 2014, có một nữ sinh viên gốc Việt rất đặc biệt của West Point: cô Amanda Nguyễn. Cô không nộp đơn xin học nhưng West Point đã phải mời cô vào trường! Khi theo học bậc trung học tại trường J. Frank Dobi ở Houston, tiểu bang Texas, Amanda Nguyễn là Tổng Thư Ký hội Latin, Phó Chủ Tịch hội *Debate* chuyên về tranh luận. Nhưng cô rất xuất sắc trong môn thể thao *softball* của trường. Trong năm chót tại trường, cô được bầu là tuyển thủ giỏi nhất của tiểu bang Texas trong vị trí *"second base"*. Đừng hỏi tôi về vị trí này vì tôi mù tịt môn *softball*. Với thành tích này, nhiều trường Đại học đã mời cô về học và chơi cho đội bóng của trường. Cô còn treo giá ngọc, chưa quyết định về trường nào trong các trường Đại học ở

Colorado, Louisiana hay Texas thì bà Michelle Depoto, huấn luyện viên của đội bóng *softball* của West Point, điện thoại thỉnh cô về West Point. Bà cho biết đã chú ý tới cô khi coi các trận đấu tại Houston nên bà đã xin trường J. Frank Dobi cho coi điểm học và thành tích lãnh đạo của cô. Coi xong bà "thấy vừa ý quá". Bà mời cô tới quan sát trường. Bất ngờ trước lời mời, cô bối rối. Cô không có ý gia nhập quân đội và cũng chẳng biết West Point là gì nên hỏi mẹ. Mẹ đùn cho cha là ông Nguyễn Ngọc Vinh. Cha "không biết nghĩ sao" nên đá trái banh qua cho ông nội. Ông nội hồi ở Việt Nam đã tốt nghiệp trường Quốc Gia Hành Chánh và năm 1962 là "đồng thủ khoa" khóa 3 Sĩ Quan tại trường Đồng Đế. Khi nghe thấy tên West Point, ông nội reo lên: "Cháu không nên bỏ lỡ cơ hội tốt này!". Tháng 1 năm 2010, cả gia tiểu tới thăm West Point. Bà Depoto tiếp rước rất trọng hậu và nói: "Xin ông bà đợi một chút, chúng tôi có một ngạc nhiên bất ngờ cho gia đình". Điều ngạc nhiên đó là lá thư của trường chấp nhận cô Amanda Nguyễn nhập học với hai điều kiện: qua được cuộc khám sức khỏe và xin được thư giới thiệu của một dân biểu hay nghị sĩ. Họ thăm viếng trường trong ba ngày, quan sát sinh hoạt và nơi tập thể thao, tiếp xúc với các nhân viên điều khiển của trường. Chấm dứt cuộc thăm viếng, Amanda Nguyễn nói với cha mẹ: "Con không muốn thăm một trường nào khác vì trường này coi trọng kỷ luật nên con muốn chơi *softball* ở đây!".

Tân Thiếu Úy Amanda Nguyễn.

Ngày 28/6/2010, Amanda Nguyễn nhập học và đụng ngay chuyện huấn nhục trong 6 tuần. Cô tâm sự: "Thời gian đầu nhớ nhà không thể nào chịu nổi. Từ trước tới giờ em sống trong một đại gia đình, mỗi cuối tuần các cô các chú luôn tới nhà thăm ông bà nội, các em quấn quýt chung quanh, rồi đùng một cái không còn người thân nào bên cạnh". Phôn cũng không được dùng trong thời gian huấn nhục nên nỗi nhớ càng thăm thẳm. Ngoài nỗi nhớ nhà, quân trường không phải là chốn thích hợp với phụ nữ nên Amanda trải lòng: "Người ta nhìn em với những ánh mắt ái ngại rằng làm sao một cô gái nhỏ bé có thể chịu nổi những khó nhọc mà cả những thanh niên lực lưỡng cũng phải… ngán! Em chỉ cao 5'2", nặng 110 pounds nhưng vẫn phải chạy bộ 14 miles với ba-lô nặng 30 pounds giống y như những chàng trai lực lưỡng cao hơn 6'. Nhưng tất cả tùy thuộc vào tinh thần và sự quyết tâm. Thật ra chúng ta mạnh mẽ hơn mình nghĩ nhiều. Có nhiều nam sinh viên không chịu nổi khóa huấn luyện và cũng có những phụ nữ rất xuất sắc. Sức mạnh đến từ một ý chí mạnh mẽ!".

Bảy tân sĩ quan gốc Việt ra trường năm 2020

Khóa ra trường năm nay, 2020, các tân sĩ quan gốc Việt có tất cả 7 người. Đó là các tân Thiếu úy Andy Vũ, Chris Đào, Travis Lee, Kenny Lê, Ty Đặng, Thomas Weatherford và Austin Nguyễn. Năm nay các khóa sinh ra trường trong một hoàn cảnh không giống những năm trước. Hơn một ngàn niên trưởng trong các khóa trước đây đã cùng ký tên gửi cho các em một tâm thư. Một đoạn trong bức tâm thư này như sau: *"Các bạn đang khởi đầu binh nghiệp của mình tại một thời điểm xáo trộn. Hơn 110 ngàn người dân Mỹ đã chết vì COVID-19, hơn 40 triệu người thất nghiệp và đất nước chúng ta đang bị thương tổn từ bất công chủng tộc, xã hội và con người. Hiện hữu trong đời sống thường nhật của quá nhiều người dân là sự tuyệt vọng, nỗi sợ hãi, lo lắng, sự phẫn nộ và bất lực. Đây là thời điểm khó khăn nhưng chúng tôi tin tưởng rằng, các bạn sẽ vượt qua thách đố này để làm tròn vai trò là những người lãnh đạo trong quân lực chúng ta... Hành trình huấn luyện West Point đã đưa các bạn đến giây phút này, khi mà các bạn đưa tay phải lên để tuyên thệ sẽ "bênh vực và bảo vệ Hiến Pháp Hoa Kỳ trước mọi kẻ thù trong cũng như ngoài nước". Lời tuyên thệ này có giá trị vô thời hạn. Gánh nặng trách nhiệm sẽ đặt lên vai và ảnh hưởng trong suốt cuộc đời các bạn. Những lời thề long trọng, cam kết với đồng bào, mang ý nghĩa quan trọng và có sức nặng của đạo đức. Khi chúng bị phá vỡ, tổ quốc bị tổn thất!"*.

Cầu chúc tất cả các tân thiếu úy West Point, nhất là các con em gốc Việt, chân cứng đá mềm. Chúc là chúc vậy thôi. Có cần thiết không? Khi những đôi chân đã bước ra từ cổng trường West Point!

Song Thao
07/2020

Trang Thơ

HUY TƯỞNG
NỖI NHỚ QUÊ NHÀ

NGỌN LỬA RÊU TRÊN PHỐ CỔ,

gió chiều.thắp ngọn lửa rêu
phố theo vách dựng.chim kêu cảm hoài
đêm về
bóng trĩu hai vai
mái im
nén tiếng thở dài âm dương...

CÙNG CHIỀU.QUA HẢI VÂN QUAN,

đưa tay.hứng giọt nắng tàn
tôi nghe chiều vỡ mênh mang.chân đèo
rú gầm đá núi.cheo reo
vẫn không tan được hắt hiu trong lòng !...

TIẾNG KHUYA TRẰN TRỌC,

về đây.
thức với cơn mưa
nghe đêm bấc lụn.nghe xưa tìm về
nghe lạ lẫm
cả tiếng ve
tiếng khuya trằn trọc.
giậu tre
trở mình…

TIẾNG GÃY,
kỷ niệm cùng những hàng cây bị đốn ngã trong lòng phố Saigon 2017.

giữa chiều
một tiếng gãy.rơi
tiếng cây gập xuống.ngày vơi đọt chồi
sùi sụt theo giấc mây trôi
tôi nghe tiếng gãy trong tôi.mịt mùng…

ĐÊM NGHE CHIM KÊU BÊN HỒ,

ráng chiều
trĩu nắng bờ lau
chim kêu võng tiếng.gió cau mặt hồ
giữa dòng
sinh diệt.lô xô
đêm giăng vách mộ.hư vô tuyệt cùng…

TIẾNG QUẠ KÊU,

gió lên.
nhịp nhịp sóng đôi
cỏ cây rợp bóng.hóng lời biệt tăm
trong trầm tích những mầu âm
quạ kêu một tiếng
sập lam cả chiều!

NHẶT XÁC MÂY CHIỀU,

những chú quạ kêu.xám đen
và đêm cũng đã nhá nhem.thủy triều
những chú quạ kêu
phất phiêu
tôi về nhặt xác mây chiều.đầy sân…

CA DAO NAM BỘ,

bìm bịp kêu nước.giọng khàn
ca dao nam bộ nồng nàn.vì đâu
chiều qua.bậu mớm đôi câu
hôm sau ta đẩy ghe bầu.hái trăng!...

ĐÒ NGANG TRÊN SÔNG HOÀI,

chở mây & núi.
qua đò
nghìn đêm nguyệt lạnh.
giọng hò ướt vai
nghe.nghền nghẹn tiếng thở dài
ngựa thồ vấp bóng.chiều phai trong chiều…

DƯỚI VÁCH KHÔNG

LỜI CỦA THINH LẶNG,

nằm nghe
đất sặc sụa.nâu
mây giăng trĩu tiếng kinh cầu.chịu tang
suối khe
bao nỗi đá vàng
lời thinh lặng
róc rách
từng
miếng đêm…

GIỮA ĐƯỜNG VẤP CÁI TRỐNG KHÔNG,

chim kêu.ngút bóng núi rừng
tiếng lam luyến gọi.ngắt từng ngọn đông
giữa đường
vấp cái trống không
chìm theo muôn nẻo mít mùng
vì đâu
?!

TRỜI LÊN CAO.SAO ĐÀNH,

trời cao
cao mãi.sao đành
bỏ đêm.nghẹn bóng
bỏ xanh núi rừng
bỏ sương giá khóc.về không
bỏ tôi thất tán
bao lần.quạnh hương!…

KHẢN GIỌNG GIÓ RÊU,

vạc bay
cánh lấp bầu trời
ve kêu nuốt chửng vạn lời.nước non
nằm đây
níu bóng hoàng hôn
gào khan.khản giọng.
mỏi mòn gió rêu…

NHÁNH KHÔNG,

uống chưa cạn một lời ru
chân trời trĩu tiếng chim gù.nhánh không
chiều lên
gầy guộc đồi đông
mình ta
tay bế tay bồng hoang vu!...

LÊN NÚI THĂM BẠN ĐANG ẨN TU,

vượt đèo.thăm bạn đang tu
núi cao ngút ngọn mù u.chim gù
chim gù.rót tận thâm u
bạn tôi.chẫm rãi công phu.từng giờ…

công phu chẫm rãi.quên giờ
len trong lời kệ.bài thơ đời mình
chim gù.sáng rỡ câu kinh
cây mù u hát.lợp xanh nắng chiều…

NIỀM IM LẶNG
& TIẾNG TRẢ KHÔNG CỦA TRỜI ĐẤT,

đất trời khinh bạc.lặng thinh
đá sương câm nín.vô minh tuyệt mù
nghìn năm sau nữa.cho dù
biển ngàn réo gọi
chim gù
trả không!…

THUỞ TÌNH NHÂN

CHUYỆN NGHE ĐƯỢC TRONG VƯỜN KHUYA,

đêm theo lá dậy trong vườn
nhỏ to thầm thĩ.cỏ ươn ái.và
gió im.lịm mật dưới hoa
đêm mơn trớn giục trăng tà.khỏa thân…

CŨNG ĐỦ THẤT TÌNH,

đi trong chiều vắng
lưng đồi
râm ran cây cỏ.những lời lẽ riêng
đôi chim âu yếm
gọi tên
lòng ta cũng đủ tự nhiên.thất tình !

LÊN XANH BẤT NGỜ,

đưa tay.hái một nụ hoa
em ơi.cây lá chua ngoa chuyền cành
hôn nhau kín đáo.mỏng manh
sẽ nghe trời đất lên xanh.bất ngờ !

ĐÊM RỤNG VEN HỒ,

bóng tà
trĩu xuống cành khô
em về mau kẻo câu thơ.mãi chờ
mai kia
đêm rụng ven hồ
thơ anh không chết ngu ngơ
một mình !

CHẠM TRỔ HOÀNG HÔN,

một mai
trái đất có chìm
xin em
hãy giữ trăng im trong hồn
anh sẽ
chạm trổ hoàng hôn
chiều lam tất tả.đêm dồn dập.xanh...

TRƯỚC THỀM CHIÊM BAO,

nằm trong quạnh quẽ trăng sao
tôi nghe thấy tiếng thì thào.của đêm
xin em.bước khẽ bước êm
khuya hôm.thường vấp phải thềm chiêm bao !

MỘT CHUYỆN TÌNH,

cùng em
hứng giọt nắng tan
chợt nghe thắp lửa lá bàng.cháy nâu
đêm chênh
chếch ngọn không màu
ngoài khung cửa gió dìu nhau.về nhà…

THEO CHIỀU.LẤM HƯƠNG,

xanh lên leo lẻo
suối đèo
bước chân sóc chạy.giọng chèo bẻo kêu
mịn màng
nũng nịu hồn rêu
ai tình nhân có nghe chiều.lấm hương?

TIẾNG XANH NHƯ HẠT,

chim non
khóc quạnh bìa rừng
tiếng xanh như hạt sương lừng.gấm hoa
dẫu.nghìn năm nữa
sẽ qua
tôi còn chìm nổi trăng tà.xanh xao…

CẢNH TƯỢNG,

đôi chim.líu chuyện trên cành
vàng lên khôn xiết.trầm thanh đáy hồ
chiều im lắng.lặng như tờ
có con dế khóc bài thơ.đời mình!

KỂ TỪ BỮA ẤY,

chập chờn
ong bướm lượn quanh
cỏ cây rón rén lên xanh biếc.chồi
đôi chim âu yếm
mớm mồi
kể từ bữa ấy.đất trời
… lặng thinh!

ĐỌNG SÓT HỒI CHUÔNG,

ngoài vườn
nặng hạt sương rơi
tiếng con bướm gáy.chưa vơi nỗi buồn
tôi nằm
đọng sót hồi chuông
chết từ cô biệt dặm trường.vắng em!

ĐÊM RỤNG VEN HỒ,

bóng tà
trĩu xuống cành khô
em về mau kẻo câu thơ.mãi chờ
mai kia
đêm rụng ven hồ
thơ anh không chết ngu ngơ
một mình!

TIẾT NHỊP,

trời xanh.
xanh rất nhu mì
đồi nghiêng.cỏ mọc rậm rì gót chân
về trong
tiết nhịp tình nhân
lần đầu.anh thấy thiên thần... bay lên! ∎

Lục Bát Huy Tưởng

NGUYỄN VY KHANH

Lục bát hay "thượng lục, hạ bát" là thể loại thơ mang tính dân tộc, xuất phát từ *ca dao* và đã truyền thừa từ nhiều thế kỷ. Lục bát truyền thống và "chính thể" niêm luật không nhiều ngoại lệ. *Biến thể* bắt đầu khi các câu thơ bị đổi cách gieo vần, hoặc chữ 6 câu trên vần với chữ thứ 4 câu dưới hoặc đổi trắc vận vào vị trí vần bằng, và liên tục được/bị thử nghiệm qua nhiều hình thức và phương tiện ngày càng nếu không độc đáo thì cũng khó hiểu, nhưng đã làm phong phú thêm thể loại! Thơ lục bát đã bị xâu xé giữa truyền thống và mỹ học mỗi thời. Lục bát cách tân dưới nhiều hình thức, biến thể tự do về chấm câu và xuống hàng trong cái khuôn tiên-thiên 6-8. Nhịp điệu đa dạng ra, câu sáu thì 1-5, 2-2-2, 2-3-1, 2-4, 3-3, câu tám thì 1-7, 2-2-2-2, 2-4-2, 3-5, 5-3, 4-4, v.v... Bình-trắc không nhất thiết phải ở những chỗ chẵn-lẻ như trước ("nhất tam ngũ bất luận, nhị tứ lục phân minh"), âm điệu vẫn giữ hoặc không giữ, lục bát ba câu, chấm dứt ở câu sáu, v.v... Hình thức có đem lại cái mới cho con mắt và cách đọc đa dạng. Nói chung nòng cốt vẫn là lục bát!

Biến thể đã đi xa hơn, khi các câu thơ 6-8 bị cắt, xuống hàng hữu ý hữu tình hoặc vô tội vạ và có khi đã thành một bài thơ chỉ với 2 câu 6, 8. Nhiều nhà thơ đã hơn một lần sử-dụng biến thể này. Rồi lục bát biến thể của Nguyễn Tôn Nhan với những bài lục bát ngắt đoạn khổ ba câu xuất hiện trên các tạp chí *Hợp Lưu, Thơ* sau xuất bản trong *Lục Bát Ba Câu* (2014), hay "Lục bát rời" cũng 3 câu của Trần Thiện Hiệp. Biến thể khi thêm gạch chéo slash / (quan niệm hoán vị / conversion concept) và câu bị cắt nát, chấm câu, xuống hàng, bỏ quên bằng trắc, nhịp thơ 6, 8 đổi theo, v.v... và bài thơ chấm dứt ở câu 6 và với dấu phẩy như lục bát Du Tử Lê (sử-dụng những dấu chấm, phẩy để cắt vụn câu thơ, cho rằng đời sống hiện nay như những mảnh vụn; *Sông Núi Người Thơm Nỗi Nhớ Nhà* 1995, *Thơ Tình*). Lục bát Ngu Yên đến gần thơ văn xuôi và như mở đường cho Tân Hình Thức, khi viết liên tục cả khổ không xuống hàng, hoặc viết hai câu liên tục như "quên" xuống hàng hoặc câu lục và câu bát xuống hàng mỗi chữ như rơi rơi (*Hóa Ra Nét Chữ Lên Đàng Quẩn Quanh*, 1986). Lục bát biến thể như "lục bát Vắt dòng" còn gọi là "lục bát Tân hình thức" như của Ngu Yên, Khế Iêm, Đỗ Kh. Lục-bát có khi trở thành lục-cửu hoặc các biến thể khác của 6 và 8; có khi vì dùng chữ nước ngoài nên phải giữ số âm mà thiếu số chữ, giữ số chữ mà dư số âm, nhưng thường là âm thanh hay chữ cho hợp với lục bát đọc! Như vậy, lục bát được tiếp tục hiện đại hóa với ngôn ngữ tân kỳ, thi-ý, hình ảnh mới hơn, bất ngờ, cũng như trong cách dùng chữ, ngắt câu.

Về nội dung, lục bát xưa nay chủ yếu là thơ tình theo nghĩa rộng. Nay lại có lục bát biến thể "tản thần" như lục bát Nguyễn Hàn Chung, lục bát cứu rỗi như với Trần Hoài Thư (*Vịn Vào Lục Bát,* 2017), lục bát phải trường ca mới nói hết được tâm ý như Nguyễn Đức Bạt Ngàn (*Giữa Triền Hạn Reo*) hoặc lại bị lột trần như *Lục Bát Khỏa Thân - Trăng mật* (2002) của Ngô Tịnh Yên. Như vậy, thể loại lục bát truyền thống còn có chỗ đứng vì còn có khả năng chuyển tải thi ca, còn có thể sử-dụng cho hôm nay. Vấn đề là ở người làm thơ có thành công, có tay, có thả được hồn vào thơ không; có thành thơ lục bát và thơ lục bát đó có ngôn ngữ riêng hay chỉ mang hình thức 6-8!

Suy nghĩ đó đưa chúng tôi đi vào thơ lục bát Huy Tưởng. Từ thời trước 1975 cho đến nay, nhà thơ đã liên tục suy nghĩ lục bát, làm mới và đa dạng hóa câu thơ lục bát. Từ những bài hình thức "cổ điển" nhưng đã nhen nhúm suy tưởng, như bài Kể Từ Vạn Đại:

> *Sương là nước ở chân như*
> *Động cành thủy lục nên thu thân ngồi*
> *Đêm là máu của mặt trời*
> *Theo huyền lâm dẫn xuống đồi thiền môn*
> *Rằng trong tột đỉnh càn khôn*
> *Tôi nguyên hình chúa của hôn phối trùng*

Tạc hình mây dựng trung dung
Ca từ cựu ước đến vùng kim cang.

(Văn, số 96, 15-12-1967)

Với người xưa nhưng là Nguyễn Du, Huy Tưởng có chùm thơ Trăm Năm Trong Cõi Người Ta, trên tập san *Tư Tưởng*, xin trích 2 đoạn Dưới Trăng Câm và Dâng Từ Ngọn Cỏ:

- Cầm tay em dưới trăng câm
Tôi nghe lá cỏ âm thầm chết theo
Tóc bay đụn bóng tàn xiêu
Thôi em tình đã quá nhiều mây bay...
- Dâng từ một ngọn cỏ thôi
Mầu trăng xuống bệnh vỡ ngời tiếng chim
Tôi choàng dậy, đất trời im
Máu hồng nghẹn thở cùng đêm mất rồi!

(số 17, 1-12-1970, tr. 12, 13)

Huy Tưởng lạc vào cõi tình, có con trăng chứng giám, trong chùm thơ *Ảo Nguyệt Ca (Tư Tưởng*, số 19, 15-4-1971). Tiểu thư, giai nhân như đến từ một thế giới liêu trai, qua Gót Lục Tiểu Thư:

Xé đau mảnh áo ngô đồng
Tiểu thư gót lục băng sông sương mờ
Vén tầm tã nửa trang thơ
Gieo thu nguyệt mộng lót tờ kinh xanh
Lá đêm trùng ngọn buông cành
Gào mây vô ảnh dặm thành cố vong (tr. 51)

Cùng những hứa hẹn trong Và Nghìn Năm Cùng Lá Cỏ:

Ổ tiểu thư, ngọn bông chiều
Để anh hái tặng em triều sóng hương
Mai về bóng lệch tà dương
Hồn xiêu phách lạc ngậm hường nhớ nhau
Lưu ly tơ cỏ nghiêng mầu
Nghìn câu vắng lặng dâng sầu xé hoa.
Ổ tiểu thư, giọt mù sa
Xin em xuống mộng đêm ngà ngà say
Anh về triệu bước mây bay
Quên thân sinh tử bụi đầy áo trăng... (tr 54)

Lá cỏ khó rời thơ Huy Tưởng, lá cỏ trở về trong thi phẩm *Một Mùa Tóc Mộ* xuất bản năm 1970, trong chùm thơ Mười phương tố vọng, xin trích Phương Lá Cỏ, 1 trong 10 bài:

Khuya mê động bước trên đồi
Nghiêng u hiển lá tỏ lời đi hoang
Mái sương bỏ vắng canh vàng
Về im rũ mộng bẽ bàng nhựa khô
Gieo cành bóng cuốn cơn mơ
Mầu trăng thiên cổ hững hờ giọt hư
Khuya mê động bước thanh từ
Ôi ghê lạnh chút hoang vu bến hồng...

(Trích từ *Tư Tưởng*, số 15, 1-10-1970, tr 37)

Huy Tưởng đã nhập thế giới Thiền, vui cùng thiên nhiên cây cỏ, trăng đêm, và đã đẩy thử nghiệm đi xa hơn, sáng tác những bài thơ 14 chữ tức gồm hai câu lục bát nhưng mang hình thức thơ tự do như muốn nội dung hài-cú với 14 âm-tiết - Hai-ku của truyền thống Nhật 17 âm-tiết, qua tập *Hỏi Đường Cùng Mây Trắng* (1996) xuất bản ở trong nước và xuất hiện trên tạp chí *Hợp Lưu*.

Trong *Hỏi Đường Cùng Mây Trắng*, không chỉ mỗi màu trắng mà đã nhiều sắc màu, một mình hoặc đã pha trộn cho bức tranh lạ lẫm hơn, độc đáo hơn, hình ảnh của thi-tứ đậm đà nét quyến rũ, của kín đáo thiền-thi. Như màu "nhã xanh" trong Bài Đêm, Tôi Đắm, Mắt Như Thuyền:

Đêm chuyền giọt
Đêm nhã xanh
Đêm lững thững, lá
Đêm lanh lảnh, huyền

Hay màu vàng pha:

Im hờn
nắng thú hình hoa
bóng đi
hoen lá
vàng
pha phách người... (Trừu Tượng)

Hay màu trắng trong Ngập Ngừng Chiều Xuống Còn Đâu:

Nắng lên
Xô trắng giàn mây
Cào cào
Búng nhảy
Trên vai địa cầu…

    Năm 2018, Huy Tưởng phát hành tập *Những Màu Âm Xô Giạt* đặc trị thơ Tự-do và đã sử dụng cách chấm câu cùng khắp - và viết tiếp không khoảng cách (space), như con chữ bị… xô giạt. Hai năm sau, Huy Tưởng trở lại với thơ Lục-bát, với *Đêm Vang Hình Tiếng Chuông* (Văn Học Press, 2020) với 197 bài thơ của nhà thơ Huy Tưởng (và 10 họa phẩm của họa sĩ Trương Đình Uyên khá ăn ý với thơ, giúp liên tưởng, gợi hình). Tất cả đều là lục bát biến thể, cách tân, với cách ngắt dòng, chấm câu và xuống hàng theo độc đáo riêng. Đa số là lục bát 4 dòng, có khi ngắt dòng câu lục hay câu bát để thành các dòng hai chữ hay bốn chữ. Mỗi bài thường vỏn vẹn gói trong 4 câu lục bát dù nhảy/kéo dài đến 8, 10, 12 câu - 10 như bài 197-Tiếng Lời Ít Ỏi với hai đoạn:

vốn tôi
ít chữ.vụng lời
trí tâm chưa đủ như người tài hoa
nuôi lòng
tát cạn bao la

lay thức tịch lặng.âm ba đất trời!

đành thôi.
ít ỏi tiếng lời
đường mây trắng sẽ tuyệt vời
lãng du...

Dấu chấm giữa dòng - có khi hơn một lần, phải chăng để nhấn mạnh sự cắt đứt, phân lìa hoặc dứt khoát của tư duy, tâm tưởng? Câu thơ đọc lên như âm thanh tắc nghẹn:

chiều.không nguôi cơn sốt trắng
tôi nằm nghe.đêm lắng một màu âm
hoa.trút lời câm dã thú
tiếng chim gù.vần vụ mỗi tàn phai...

(Lời Câm Dã Thú-bài 29)

Không hẳn, vì bài 38-Bóng Chiều Vơi Cạn, các dấu chấm khiến người thưởng thức có thể tùy tiện ngưng giây lát, nhưng theo thiển ý, khác với dấu chấm chính tả, các dấu chấm ở đây không ảnh hưởng gì đến toàn bộ thi-bản, như những… hạt bụi trên màn ảnh bản in!

Ngày vừa rộ bóng.gióng hoa
tiếng xanh ngần ngật.chim sa lưng trời
lạc trong cảnh giới.mình tôi
thân cô chiết liễu.chiều vơi cạn.dần...

Lục bát xưa *tượng hình* qua hình ảnh hay ẩn dụ khéo dùng, nay Huy Tưởng qua hình thể của bài thơ: các câu, dòng, dài ngắn bất thường cùng chấm câu đã tạo thành "hình tiếng chuông" như tựa thi tập. Tài tình cấu trúc nên hình cái chuông - không, hình tiếng chuông, tức là cái được nhà thơ sáng tạo nên vừa là âm thanh vừa là hình ảnh như cái chuông. Xin đan cử một vài:

tiếng chim.tát cạn câu thơ
ngoài khung cửa cũng bất ngờ.tắt hoa
tôi từ mông muội.bước ra
đưa tay hái lọn trăng tà.lau đêm...

(Tiếng Chim, bài 166)

"Hình tiếng chuông" cũng đa dạng, đủ cung bậc và hình dạng, tùy cảnh vật và tâm trạng của nhà thơ. Nghĩa là có khi đơn thuần một cái chuông, có khi thành hình nhiều tầng như âm vang tiếng chuông. Đây là điểm son của thơ lục bát trong tập. Bài Tiếng Lời Ít Ỏi trích ở trên gợi hình ảnh đa-tầng của sự vật. Bài 66-Cảm Thán cái chuông rõ nét hình - chuông thật ra là hình ảnh trừu tượng, dáng vẻ vô định:

> *trên cao*
> *tắt một đọt màu*
> *chiều nghiêng trầm lắng*
> *gió lau hồi còi*
> *cỏ cây.giun dế.con người*
> *ra đi*
> *sao cứ lắng lời*
> *xa nhau*
> *!?*

"Hình tiếng chuông" xoay ngược khi Chàng "Sơn Núi" Đã Lặng Lẽ Ra Đi, cũng là tựa bài 78:

> *đá im khàn giọng.chim rừng*
> *sơn núi lặng chết.như từng lặng thinh*
> *lặng thinh*
> *trần trụi riêng mình*
> *phất tay*
> *nện một chày kinh.*
> *bỏ về...*

Lục bát Huy Tưởng ở đây còn mang những **sắc màu** cho "hình tiếng chuông". Thi ca như hội họa biểu diễn trực tuyến. Màu ở đây sinh động, chuyển hóa, theo vị trí, tầm nhìn hoặc tâm trạng. Như *"trong trầm tích những mầu âm / quạ kêu một tiếng / sập lam cả chiều"* (Bài 51-Tiếng Quạ Kêu). Như "Tiếng Màu Còn Vang" hay Tím Ngát Hồi Chuông-bài 74:

> *lá nghiêng.nắng chếch lưng đồi*
> *vành khuyên cất tiếng.trĩu lời tà dương*
> *bất ngờ*
> *tím ngát hồi chuông*
> *gió mưa dồn vách.mây trườn dặm khuya...*

Còn hoàng hôn nào đẹp hơn "hoàng hôn" được nâng niu chạm trổ:

> *một mai*
> *trái đất có chìm*
> *xin em*
> *cố giữ trăng im trong hồn*
> *anh sẽ*
> *chạm trổ hoàng hôn*
> *chiều lam tất tả.đêm dồn dập.xanh...*

Khác với Thơ cụ-thể với những bài thơ tạo hình đến với người thưởng ngoạn bằng âm thanh hoặc bằng thị giác thay vì bằng tâm thức, lục bát "hình tiếng chuông" của Huy Tưởng tượng hình cùng với âm thanh và tâm thức: con chữ vang tiếng thơ, chạm đến tâm hồn và vận động trí tưởng, ba yếu tố tạo thành "hình tiếng chuông". Cách thể hiện tượng hình - cái chuông, cũng là cách **tượng hình** của chữ Hán, như chữ *nữ* nếu cần có thể vẽ thon nhỏ hoặc rộng khổ, khiến người đọc chữ *thảo* hình dung được.

Về ngâm nga thì ca dao, Đoạn Trường Tân Thanh hay Lục Vân Tiên đều có thể ngâm - và cả theo âm điệu địa phương; nhưng lục bát ở *Đêm Vang Hình Tiếng Chuông*, chủ yếu là đọc và đọc bằng mắt, hơn là ngâm nga... Tuy vậy, Huy Tưởng đã khá thành công tượng hình, tượng thanh qua bài Bài 145-Ca Dao Nam Bộ:

> *bìm bịp kêu nước.giọng khàn*
> *ca dao nam bộ nồng nàn.vì đâu*
> *chiều qua.bậu mớm đôi câu*
> *hôm sau ta đẩy ghe bầu.hái trăng!...*

Bài 147-Thác Ngàn Datanla Khản Giọng nếu đọc lên cũng không xa cách ngắt câu lục bát đã quen:

> *thác ngàn khản giọng trong đêm*
> *đá vang rêu phủ tiếng bìm bịp.kêu*
> *hồn em.giục giã trong chiều*
> *truông ngàn sập bóng.đêm liều lĩnh.buông*

Và cứ thế, 197 bài lục bát tượng-hình tiếng chuông, vang lên trong đêm, lúc hoàng hôn, của thiên nhiên và tâm thức. Từ những "vách đêm rêu quạnh", "tiếng rằm lênh đênh", "tiếng đêm tách hạt" đến "cỏ hoa ướm lời" và (tạm!) kết thúc lúc "trĩu nặng tà dương", bốn phần phân biệt rõ cái không thể chia phân, đó là cõi thơ của bóng đêm, của những hình tượng chuông, âm thanh và màu sắc của bóng xế và chìm khuất. Những tựa thơ với dấu phẩy (,) như mời gọi đi tiếp thi-ca vào đêm, vào u minh nhân thế và cõi nghệ thuật của Huy Tưởng; người thưởng ngoạn thơ cũng có thể đi tiếp đến dấu chấm câu gặp đầu tiên. Cùng những thi-tứ của người xưa, những chuyện thần thoại, cổ điển (Giả Đảo, Lý Bạch, Hạ Tri Chương, Hoàng Hạc Lâu,...). Tất nhiên, thiên nhiên, cảnh trí - hùng vĩ có, nhỏ nhoi quê mùa có, ở quê nhà Việt-Nam cũng như nước Úc tạm dung cũng ắp đầy trí tưởng thi nhân và nhập vào thơ.

Thể loại lục bát đến *Đêm Vang Hình Tiếng Chuông* thiển nghĩ là đã sở đắc một thứ ngôn ngữ tiềm lắng cần được nắm bắt một cách nghệ thuật qua âm vang và hình ảnh! Tự thi-bản thơ đã là một vũ trụ, một khối tự lập hình thành từ nhiều cấu trúc, yếu tố, và một khi đã thành, trở nên một ngôn ngữ riêng biệt! Thi-bản / văn-bản phân phối lại Lời / Ngôn ngữ, nhưng ngôn ngữ cũng phân phối lại văn bản: những câu lục bát bị cắt, chấm câu, xuống hàng và viết hoa theo nhịp điệu, ý thơ, cụ thể tượng hình cái chuông hoặc gì khác đã đến với người thưởng thức như một văn bản mới và như một ngôn ngữ thơ lục bát mới, khác. Thơ cần hình thức để dễ nhận diện, đó là lý do tại sao Tân Hình Thức vẫn giữ hình thức thơ. Nhưng theo thiển ý hình thức thơ chưa đủ, đã là thơ thì phải có tính-thơ - có thi-tính, thơ mới đạt được cảm xúc, có cảm xúc mới đi đến vấn đề khái niệm hóa và từ đó mới có lý thuyết, lý luận thi ca! Thơ là để cảm (tự cảm), tìm đồng cảm, đánh động tâm linh, tâm thức - mình cũng như người. Sáng tạo trong thơ là tác động cá nhân, riêng tư, như Thiền tịnh, nhưng một khi đăng báo, xuất bản, thơ mang thêm ý nghĩa xã hội, văn hóa rồi - trước khi trở thành một lý thuyết, trường phái. Canh tân, làm mới, phải có ý thức mỹ học trước rồi đưa đến tiêu hóa sau mới ra đời thành nghệ thuật! Thơ hôm nay đòi hỏi độc giả "mới" nhưng hình như giới này thu hẹp, chia phân! Và như thế, dù ở thể-loại nào thì thơ cũng đang ở nhiều ngã ba đường! Huy Tưởng là một trong những nhà thơ đã làm cho lục bát tiến xa hơn thời đại. Chúc mừng!

Nguyễn Vy Khanh
Toronto, 25-7-2020

Làng Báo Chí

NGUYỄN ĐÌNH PHƯỢNG UYỂN

THUỞ HỒNG HOANG VÀ QUÁN TRÊN SÔNG

Khi tôi về đây ở, dân tình còn thưa thớt. Năm con đường trong làng đều có những dãy nhà liên kết với vách ngăn, tôn xi măng, mỗi nhà hai gian, một lớn một nhỏ. Đằng sau là diện tích bếp, sân trời và một hố xí. Trước nhà có một giếng nước hình tròn, lúc xây dựng, bố mẹ tôi sửa cái giếng thành hồ cá kiểng, thả rong rêu và cá màu.

Làng Báo Chí có nhiều nhà văn, nhà báo, phóng viên... nhưng các gia đình công nhân viên chức cũng đến cư ngụ.

Buổi ban đầu, trong làng nhà hoang nhiều hơn nhà có chủ. Trời mưa, ruộng đồng ngập nước, cóc, nhái, ễnh ương nghiến răng kèn kẹt, uềnh oang khắp nơi, cá tôm nhảy lách tách. Có khi thấy cả cá lóc và lươn bơi lủm chủm trên đường vì cống ngập. Lạ mắt, mấy anh em há hốc mồm xem, thích mê tơi. Chúng tôi còn mò vào mấy căn nhà hoang bắt nòng nọc đen ngoe nguẩy trong vũng nước hay đào đất sét nặn đồ chơi - những trò không thể kiếm được khi ở phố thị. Về nhà, nhem nhuốc đất cát, bị đét đít hoài.

Dù mình là một trong những người về làng sớm nhất, đã thấy quán cà phê của bà Tư ngoài đầu ngõ mở cửa đón khách. Quán chỉ là căn nhà gỗ lợp lá, cất de ra con lạch, dừa nước mọc đầy, nhờ thế, trời có nắng nóng, quán Bà Tư vẫn mát rượi.

Thời thế thay đổi, quán còn là chỗ đàn ông trai trẻ tụ họp xem tivi nhất là mùa World Cup, Cup Euro. Hồi đó, nhà giàu mới có tivi.

Nhà nghèo ghiền bóng đá, phải đi xem ké hàng xóm cũng ngại, hò hét không sướng, thế là giữa đêm khuya khoắt, dù mưa gió bão bùng các ông già trẻ lớn bé cũng kháo nhau, lúp xúp ra quán Bà Tư cá độ reo hò cho nó đã. Bà Tư chắc hốt khẳm bạc những mùa bóng quốc tế.

Cho đến giờ phút này, gần năm mươi năm trôi qua, tiệm của bà vẫn nằm nguyên chỗ cũ, bán nước uống cho khách vãng lai, chòm xóm láng giềng. Không biết thanh niên Làng Báo còn gọi bà là "bà Tư Chém"- ý nói bà bán đắt - không?

TÌNH LÀNG NGHĨA XÓM

Bố tôi hay đi câu với hai bác gần nhà. Có lần họ đi tận Cai Lậy câu cá rô. Cá nhiều đến nỗi mỗi người xách về cả mấy xô, ăn không hết phải cho bớt hàng xóm.

Ba ông cụ hùn hạp mua một chiếc ghe đi lòng vòng trên con lạch bao quanh làng để câu cá. Một bác trở thành hiệu trưởng trường tiểu học Hàn Thuyên.

Lúc 30/4, người làng đi vượt biên nhiều lắm, kể cả gia đình hai bác này. Làng tan hoang, mỏi mệt.

Một số người di tản từ đâu đó về Báo Chí định cư, bù vào số dân biến mất nhưng chả bõ bèn gì. Làng hiu quạnh, chỉ có một dúm người nghèo rớt mồng tơi sống gần nhau nên dễ thân thích, làm quen. Ai vượt biên, ai dựng vợ gả chồng, đau ốm bệnh hoạn, sinh con đẻ cái... làng trên xóm dưới đều biết. Đưa chuyện cũng có, giúp nhau cũng có.

Nhà tôi và nhà bác Quỳnh bên cạnh cần đường muối, nước mắm bột ngọt, cuộn chỉ, xe đạp... đều có thể chạy qua xin hay mượn người kia. Hai bên có món gì ngon thường sớt cho nhau một miếng lấy thảo. Mẹ bảo "Bán anh em xa, mua láng giềng gần" là vậy.

Bác có người thân ở Đà Lạt nên hay có quà rau cỏ hái trong vườn. Thỉnh thoảng bác cho mẹ tôi vài cây xà lách để trộn dầu giấm. Xà lách mới hái tươi rói, giòn rau ráu. Bữa nào sang, bác còn tặng mẹ ký gạo thơm. Gạo Đà Lạt nấu lên có màu hơi xanh xanh, dẻo như nếp, ngọt mát. Lâu lâu lại thấy hai bà mẹ to nhỏ chuyện chồng con, nước mắt lã chã.

Mấy bận nhà bác có đám cưới, tôi và mẹ đều sang phụ một tay, dọn dẹp nhà cửa, nấu nướng. Đến phiên nhà mình rước dâu, bác vào bếp không thấy miếng thịt miếng cá liền sai con cái cắt cổ hai con gà bác nuôi ngoài sân đem tặng mẹ.

Có lần thằng em bệnh sốt xuất huyết phải đi nhà thương. Người nó lả ra vì sốt và kiệt sức. Bác sĩ bảo phải chuyển từ khu này sang khu kia mà không cho xe lăn trong khi mẹ còm cõi như cò hương, không bế nổi thằng nhỏ ba bốn chục ký.

May, anh Cường con bác Quỳnh cũng đưa em gái vào bệnh viện vì sốt xuất huyết nên ở cùng khoa, anh to con, khỏe như voi, đưa lưng xốc thằng em tôi lên, bác sĩ chỉ chỗ nào anh cõng nó đi vèo vèo chỗ đó, mẹ tôi chỉ việc chạy theo lót tót. Không có anh, mẹ tôi xoay sở thế nào đây?

Đến phiên tôi vô bệnh viện, sắp ngủm. Mẹ đi thăm nuôi bố ở tù đến tối mịt mới về, chả hay biết gì. Sợ mẹ tôi hoảng, mấy bác lựa lời báo với mẹ tình trạng của tôi rồi tự động gom góp, giúi vào tay bà một ít tiền. Một anh trai làng xung phong đạp xe chở mẹ từ Báo Chí tới tận nhà thương Bình Dân ở Bà Chiểu, trong mưa dầm sùi sụt, cho bà bớt quạnh hiu.

Dân làng đến đấy thăm tôi thật đông. Nghèo thế mà các bác, các anh chị và bạn bè cũng ráng mua cho tôi quả cam, quả quýt, hộp sữa đặc, bịch bánh khô... Thời ấy mấy thứ này là cao lương mỹ vị. Cơm còn không có ăn mà.

Thấy gia đình tôi cơ cực, neo đơn, bác Lý chỉ cho mẹ tôi cách nấu chè kiếm sống, cho mượn luôn cả nồi niêu, chén bát để bán hàng. Hôm nào mẹ bán hết chè thì lũ con mặt mày tiu nghỉu, không được vét nồi. Bán ế mới vui. Vài lần ế thì cụt vốn, mẹ dẹp tiệm.

Làng ít dân nên chỉ một quầy bán thịt cá, rau dưa là đủ cung cấp cho mọi người. Cả xóm xúm vào đấy đi chợ. Ngày nào cũng phải ăn nhưng công việc thì khan hiếm vào cái thời khó khăn, đào đâu ra tiền? Bà chủ quầy bán thiếu cho cả làng, cuốn sổ nợ dày cui, chừng nào hàng xóm có tiền thì trả.

"Chừng nào" nghĩa là quà nước ngoài gửi về đấy. Quà này thì không đều đặn, tùy lòng hảo tâm của người thân ở nước ngoài, biết đâu mà lường. Không có tấm lòng của bà hàng chợ, khối nhà treo mỏ.

THANH DANH VÀ TRẤN LỘT GIỮA BAN NGÀY

Trẻ con Làng Báo sau 75 như chim sổ lồng, như cọp xổng chuồng, chân đất chân cát, tụm năm túm bảy, chia phe chia phái chơi đánh nhau, đi hái trộm trái cây, đi đá banh rồi tắm sông, bắt cua bắt cá... tỉ món ăn chơi.

Hình như đứa nào cũng có một cái tên "cúng cơm". Thằng ốm thì gọi là "còm, gầy, còi"... Thằng mập thì gọi là "Heo"; rồi "Cao", "Lùn", "Ghẻ", "Đen"... Trai gái gì cũng được ưu ái chỉ mặt đặt tên, hỗn danh minh họa cho cá tính hay bề ngoài của từng đứa, ví dụ như "M. Đau Khổ" vì mặt nó hay nhăn nhăn, "D. Toét" vì cười miệng rộng ngoác.

Có khi *nick* đi kèm cái tên để khi nói lái, sẽ có nghĩa xấu xa, thối tha, tục tĩu. Gọi mãi, chính khổ chủ cũng quen, không thấy tục tĩu, xấu xa gì nữa.

Nghe kể ở cuối làng có cây cầu khỉ, mấy thằng con trai thích trèo lên để co cẳng "bom" xuống sông, thằng nào làm văng nước nhiều, mấy đứa kia sẽ nể mặt. Thôi thì la ó chí chóe vang động, hàng xóm cằm ràm, mắng vốn um sùm. Vì vậy cha mẹ cấm chúng nó không được tắm sông nữa.

Làm sao cấm nổi? Chúng nó tìm đủ cách qua mặt người lớn. Sợ mặc quần ướt về nhà là lộ tẩy, chúng nó chơi tắm truồng.

Một hôm lựa lúc chúng đang say sưa thi thố, gào thét khản cổ, ông chú ghét ồn ào, nhà sát cây cầu khỉ, ra gom hết quần của bọn trẻ đem giấu. Chúng khóc lóc, năn nỉ, ỉ ôi lời kèn ổng cũng không trả, làm các ông tướng phải bẻ lá chuối, đóng khố về nhà. Vậy mà chúng không chừa.

DRACULA

Khu xóm có khi cúp điện ba bốn ngày một tuần. Đường tối, đi ngang qua mấy căn nhà hoang đen ngòm, ớn lạnh.

Quanh nhà tôi có cả chục thằng con trai, lớn cỡ mười bốn mười lăm, bé cỡ sáu bảy tuổi.

Biết mấy bà bác hay tụ họp tại một căn hộ để tán dóc vào mỗi tối, tụi nhỏ rủ nhau bu quanh cây trứng cá, mọc trong góc sân của căn nhà hoang tối thui gần đấy, chờ thời.

Thấy bà cụ nhuộm răng đen, đầu vấn khăn từ trong căn hộ mò mẫm đi ra, thằng lớn trèo lên ngọn cây, đu cho cây ngả ngang ngả ngửa, tay cầm cái móc có treo một chiếc áo dài trắng bay phất phơ như ma, ra hiệu cho mấy đứa nhỏ bên dưới thi nhau hú, rên ghê rợn, đập nồi, đập lon loạn cào cào làm cụ sợ mất vía, chạy ngã xuống cống.

KỲ ÁN 0011**

Mấy chị lớn lớn đến tuổi biết điệu, có bạn trai trong trường đến chơi nhà. Các hiệp sĩ trong làng ngứa mắt, chặn đường đánh nguyên dàn "hoàng tử bé" xịt khói mặc dù các ngài chả yêu thương gì các chị, lại còn tinh tướng "Muốn quen con gái làng này, phải bước qua xác tụi tao." Bể duyên, mấy bà chị xoắn váy, cong cớn chửi các ông nhỏ té tát.

Ngay hôm sau, một bản tin ghi trên giấy học trò được dán trên cột điện, tại ngã tư họp chợ của cả làng, mọi người xúm đông xúm đỏ tranh nhau đọc. Mảnh giấy đặc nghẹt những chữ viết tắt:

"Theo tin tình báo của R.B. & W.T. đã được P.M. kiểm chứng, hôm qua, tại địa điểm " α " vào giờ "β" … đã xảy ra một trận hỗn chiến giữa C.H, H.N, C.E ... với mấy thằng láo toét, bạn của M.T đường số 1, T.N đường số 2..."

Chu choa trời đất! Công an xông ngay vào cuộc, bảo phải kiếm cho ra ai viết bản tin này. Đây là mật báo từ CIA hay của thằng gián điệp nào đây. α, β là ám hiệu gì đó, nhất là những chữ viết tắt... đáng gờm là chữ "W" nặng mùi đế quốc.

Sát nách Làng Báo Chí lúc ấy là khu Ngân Hàng, toàn vi-la biệt thự đã bị cướp cho Phạm Hùng, Lê Duẩn... ở nên họ canh phòng cẩn mật, lính ôm súng gác ngày đêm, con ruồi con muỗi không bay lọt vậy mà đêm qua có thằng W.T., R.B. trời đánh nào đó lẻn vào tận giường của chủ tịch nước đặt bom làm công an, bộ đội như ngồi trên chảo lửa.

Cả làng nháo nhào, lần mò một hồi thì lời ra thủ phạm là ông anh mười ba mười bốn tuổi nhà mình.

Ông bị lôi ra đồn công an tra hỏi với sự có mặt của tổ trưởng, chủ tịch làng... cả mẹ mình nữa. Họ không tin ổng bé tí mà nét chữ cứng cáp như vậy. Họ vặn vẹo hỏi tới hỏi lui, ổng khai mấy chữ viết tắt là ổng phịa ra để đặt tên cho thằng Cu Còi sáu tuổi, thằng Xíu tám tuổi, thằng Nhí, thằng Bi, thằng Nô... Toàn mấy Hoàng đế đi cầu còn phải nhờ người lớn rửa đít.

Các Hoàng đế cũng bị thỉnh ra đồn. Công an tra khảo: "Phải M.L. là biệt hiệu của mày không?" Ngài gật. "Còn mày là R.B. hả?" Gật nốt. "Mày có thấy thằng A, thằng B đánh nhau không?" "Có."

Công an, tổ trưởng tra vấn mãi cũng ra toàn chuyện con nít nên để mẹ dắt ông anh về. Mẹ mất vía vì trò chơi của ổng.

Khổ, lúc đó phim trinh thám "Trên từng cây số" do Bôm Ba Ta & Đi A Nốp thủ vai đang làm trẻ con chết mê chết mệt với những vụ phá án thần sầu quỷ khốc - quên, với Đi A Nốp đẹp trai nữa chứ - nên anh tôi bị nhiễm, bắt chước viết bản tin. Công an mà biết ổng còn chế mấy cái máy đánh morse chớp đèn xanh đỏ trên lầu nữa chắc cả nhà "bóc lịch".

Lúc còn có hai mẹ con, mẹ căn vặn mấy chữ viết tắt là gì, ổng thú thật P.M. = Pall Mall, W.T. = Winston, rồi thì Capstan, Ruby, Melia... toàn tên thuốc lá ổng lấy đặt cho mấy thằng đệ tử.

Mẹ nhảy nhổm: "Sao hồi nãy con không nói cho mọi người nghe?" Ổng gãi đầu, gãi đít: "Sợ quê."

Đánh chết hai anh Bôm Ba Ta và Đi A Nốp cho rồi.

ĐỔI THAY

Đời con cháu tôi, xã hội bắt đầu khá lên, ai cũng có xe pháo đi lại nên trẻ được đưa lên Sài Gòn học hết. Đứa nào cũng tối mặt với việc học thêm học bớt, thì giờ không có để ngủ, nói gì đến chuyện đánh đinh đánh đáo với nhau. Không còn nghe tiếng trẻ con cười đùa, la ó trước cửa nhà nữa.

Dân làng tung ra tứ phương đi kiếm kế sinh nhai, mong đổi đời. Thanh niên vào lứa tuổi tôi thì về quê chồng, quê vợ, người lấy Việt kiều, lập nghiệp tận bên kia quả đất.

Bản thân tôi từ lúc có việc làm trên Sài Gòn, chả mấy khi gặp lại láng giềng xa gần.

Thật lòng tôi sợ cái cảnh nghèo đói, không thể kiếm đường sinh sống ở Làng Báo. Nơi ấy chỉ để ở. Khí trời, sông nước mát mẻ, không ồn ào náo nhiệt người qua kẻ lại, không xe cộ nhả khói ầm ầm như trên phố. Sáng sớm hay chiều tà, nghe rõ mồn một tiếng chim hót véo von trong sân nhà, tiếng gió hú trên cành thông, tiếng ong vo ve tìm mật...

Nhưng như thế chưa đủ. Có ai chỉ hít thở khí trời để sống đâu?

Mình còn phải mua sắm, phải làm việc, phải học hành, phải vui chơi... nữa chứ.

Muốn học ngoại ngữ buổi tối, Đại học Tổng Hợp là gần nhất. Muốn ăn hủ tiếu, mua cái quần cái áo... hạng bét phải từ Hàng Xanh trở đi mới mong kiếm được. Rồi nhà thương, bác sĩ, công ty, văn phòng nước ngoài... tất tất đều nằm ở Sài Gòn.

Sắm được xe máy nhưng tiền đổ xăng cũng bằng mấy lần thiên hạ chi ra hàng tuần.

Thương cho rẻo đất nghèo ít ai biết đến, nằm sâu hút phía trong đường lộ, bao quanh bởi sông Sài Gòn. Xóm rách như tổ đỉa nên tôm cá dưới sông từng cứu đói dân làng mấy phen.

Từ lúc đồng ruộng, sông ngòi bị san lấp làm nhà, Làng Báo Chí bị ngập úng, lụt lội tèm lem.

Ông nhà nước thông minh đáo để, nâng đường nâng sá, không cần làm cống rãnh. Ba bốn lần nâng đường, nhà dân chìm từ từ như mộ huyệt dưới lòng đất. Nóc nhà cao ngang đầu gối. Cửa sổ bị mặt đường bít chặt, nhà như cái hầm Củ Chi. Người này nâng nhà, người kia sửa cửa, người không tiền chịu chết trong cái hầm ngột ngạt đó. Làng Báo Chí càng u uất, nhếch nhác, thảm thương.

Đến khi đường sá mở rộng, Tân Cảng làm thêm đường nối với quận 1, An Khánh làm hầm Thủ Thiêm... người Làng Báo đã bán nhà, bỏ đi gần hết. Người mới về đôn nền, xây cất từng căn nhà thành những biệt thự sáng choang. Làng thành một trong những khu biệt thự cao cấp ở quận 2, đất đai đắt đỏ thấy sợ.

Từ lúc nào cái tên Làng Báo Chí không còn trên văn bản số

sách, thay vào đó là Ấp Thảo Điền. Chính quyền sợ những người cầm bút, coi Làng Báo như cái gai trong mắt và bây giờ thì họ đã đạt được mục đích xóa sổ làng tôi, các nhà văn nhà báo đã bỏ đi tha phương cầu thực hết.

Cư dân mới và một ít người làng còn sót lại sống kín cổng cao tường, sáng cắp ô đi chiều cắp ô về, không khắng khít như xưa nữa. Tuy nhiên dân Báo Chí cũ gặp nhau ở Việt Nam hay ở nước ngoài vẫn tay bắt mặt mừng như những người thân thiết.

Tại xứ sở Kangaroo này tôi đã gặp được hai chị cùng làng, một chị đi vượt biên từ năm bảy mấy. Gặp nhau, chúng tôi hay nhắc đến những mẩu chuyện vui trong xóm rồi cười nắc nẻ.

Có bữa chúng tôi tụ họp hát hò đến khuya, nhắc nhớ lại thuở làng mình hay bị cúp điện, không có chuyện gì chơi, trai gái lớn bé chuyên bò ra trước cửa nhà, túm tụm đàn hát, tán phét dưới trăng cho đến giờ đi ngủ.

Làng nghèo nhưng cái tình với nhau sao mà đằm thắm.

Nguyễn Đình Phượng Uyển
12/12/19

Ngồi Lại Bên Cầu
NGUYỄN AN BÌNH

Tháng chín em về có vàng hoa cúc
Sợ bước chân người lạc dấu ra sông
Giữ nỗi buồn riêng bay như lá trúc
Thương cánh ô môi đã nhạt môi hồng.

Tháng chín em về tiếng chim ngơ ngác
Thơm dậy đất trời trái chín nào rơi
Một thuở đi tìm tình yêu thất lạc
Giữa chốn nhân gian bụi đỏ mù trời.

Tháng chín em về còn âm tiếng sóng
Nhẹ tựa tơ trời đủng đỉnh gót thu
Nghe tóc phai màu nghe mùa thay lá
Nghe dòng đời trôi trắng đục sương mù.

Tháng chín em về có thành khách lạ
Buồn mênh mang theo tiếng vạc gọi chiều
Ráng hoàng hôn soi một màu rất lạ
Có giấu riêng mình hơi thở đìu hiu?

Ngồi lại bên cầu khua bao dòng nhớ
Con cá ngày về ngược nước mù tăm
Thương hạt phù sa ngàn năm vẫn đỏ
Sao sóng trong lòng dội mãi dư âm. ∎

Chùm Thơ
NP PHAN

Bài Tháng Tám

và tháng tám đã về rồi em ạ
xanh ngát hồn thu, thơm mát tuổi hồng
chùm phượng vĩ cuối cùng còn sót lại
tiếng ve sầu em giữ có còn không?

anh đưa em về thăm nơi hò hẹn
bước chân đường chiều dương liễu xanh xao
tháng tám về có cơn mưa ướt áo
cơn gió năm xưa giờ lạc phương nào

nắng tháng tám cũng buồn như câu hát
chớm vàng phai đã rất đỗi hồn nhiên
thu rất mỏng mà dịu dàng như thể
len lén heo may, vơi chút muộn phiền

ừ, tháng tám đã về rồi em ạ
những hàng cây giăng mắc chút trầm tư
bước thu cũng sẽ gầy theo năm tháng
tháng tám về, ừ tháng tám, hình như...

Tình Khúc Mùa Thu

mai mốt em về nhớ thăm tuổi phượng
dù nét kiêu sa năm tháng dần phai
đốm lửa thắp không còn hồng trong mắt
đi mười phương chưa hết giấc mộng dài

và chút nắng cũng trầm tư với gió
hoang vắng nào cũng gợi nỗi cô đơn
chiều đã lặng nên dịu dàng hư ảo
nghiêng về phía nào cũng gặp hoàng hôn

những chiếc lá đã nhuốm màu tiếc nuối
giai điệu xanh run rẩy với sa mù
sắc vàng hanh đã lạc vào hoa cúc
quay về phương nào cũng gặp mùa thu

không hẹn gặp mà mắt buồn như thế
sóng mùa xưa xao động đến không cùng
em có nhớ những con đường năm ấy
đi về lối nào đã gặp phù dung? ∎

Màu Hoa Hiếu Hạnh
NGÀN THƯƠNG

Một mùa Thu lại đến
nghe thương nhớ Mẹ hiền
đã biệt trần - thoáng hiện
bóng Người về bên hiên

Mẹ ngày xưa xinh lắm
cho đến khi lấy chồng
thì dung nhan tàn tạ
phận làm dâu long đong

Suốt ngày ra phố chợ
trầm hương rao bán mời
đêm mới về đầu ngõ
đèn hiu hắt chơi vơi

Từng củ khoai, viên kẹo
Mẹ vẫn dành cho con
có khi không bán được
Mẹ vẫn cười chẳng than

Rồi Cha con cũng biệt
theo Mẹ về Tây Phương
con cài lên bông trắng
lòng dâng ngập buồn vương

Sân Chùa Thầy ban pháp
sao lòng con héo hon
tiếng chuông ngân thanh thoát
xua tan bao não phiền

Hai màu hoa hiếu hạnh
ôi tình nghĩa thiêng liêng. ∎

Hé Ngực Mùa Thu
HUỲNH LIỄU NGẠN

lại ngập hồn anh về giữa tháng
mà trăng đã ngợp ở trên trời
thương em anh giấu trong tim mãi
thế mà tròn lại ở làn hơi

anh biết hôm nay trời lạnh rồi
trời thu xa lắm ở đôi môi
em đi gió nhẹ lên tà áo
tiếc mãi vầng trăng đã rã rời

rồi nhớ nhung hoài giọt mưa tan
mùa thu hé ngực nở hai hàng
em về che lại mùi hương ấy
làm cả đời anh cứ mơ màng

đợi lá vàng rơi cũng dịu dàng
vì em mái tóc đã sang ngang
chiều vơi giọt nhớ sầu lên mắt
anh nhặt đem chôn kẻo úa vàng

thôi thế để em rằm với nguyệt
với hồn thu thảo rụng đầy vơi
mai về anh thắp lên đôi mắt
trăng sáng đâu bằng em lả lơi. ∎

1 tháng 7/2020

Đêm Trăng
THIẾU KHANH

Mân mê lá cỏ em không nói
Rưng rức màu trăng áo lụa vàng
Anh bỗng dại lòng đành bối rối
Chờ con gió rủ tóc bay sang

Suốt mặt hồ im trăng sóng sánh
Hàng cây lặng lẽ ngủ bình yên
Lòng anh xao xuyến đang vào hội
Âu yếm gọi thầm mỗi tiếng "Em!"

Súng đã vác mòn vai áo lính
Mà hồn anh vẫn rất ngu ngơ
Trời không làm gió cho nhau lạnh
Nên để vai anh chịu hững hờ

Nhan sắc nở bừng đêm nguyệt rạng
Anh say uống mãi mắt không đầy
Em đưa cọng cỏ lên môi cắn
Con dế đằng kia bỗng hát dài…

Em thở bằng hồn dạ lý hương
Vầng môi thấp thoáng mộng thiên đường
Mắt em ăm ắp trăng tình tự
Mỗi ngón tay nào cũng dễ thương!

*

Đời sau kể chuyện đêm trăng ấy
Hương tóc còn say lá cỏ mềm
Từ đó ngàn năm xa cách mãi
Còn trong tình sử dấu chân em. ∎

Bài Thơ Của Anh

MY THỤC

anh hoài nghi chuyện tình
và hoài nghi chuyện mình
vô lý như mùa thu hoài nghi chiếc lá
lẽ nào trong mênh mông vàng rơi
thu không tìm ra bóng?

có lẽ anh là mùa thu cô đơn
một ngày chơi vơi bỗng hoài nghi tháng tám
để lá vàng thổn thức
thả dỗi hờn bay về phía tan phai…

mùa thu của em!
anh phải biết ngày xưa - là đã mãi xa
có trở về cũng tìm đâu ngàn lá cũ
chỉ có trong bâng khuâng - mơ vàng em giăng mắc
sẽ tan cùng người - cùng sương khói - thu rơi

hãy say mê em, anh ơi!
như thu xưa say nồng hương tháng tám
như heo may riết cóng những cánh vàng
như một lần
rồi vĩnh viễn phai tan… ∎

Sinh Sau 1975
TRẦN HẠ VI

em đọc
dòng văn học tiền chiến
dòng văn học hiện đại đầy hoài niệm

những ký ức đạn bom gầm rú
những ngày nằm rừng đói khổ
manh áo nâu thủng lỗ chỗ
chiếc ấm trà miệng vỡ
hoa văn lệch như một tiếng thở buồn

từng dòng từng dòng ký ức tuôn
ra từ những tâm hồn giàu có
nung nấu
ấp ủ
đau đáu
những vết thương lên da non
rồi làn da sậm màu mưa nắng
nhưng vẫn chưa lành

em
rỗng không ký ức
chẳng nhớ gì trước năm mười sáu tuổi
miền quê yên ả
tuổi thơ bị đánh cắp
sau chiếc kính cận dày
và những quyển sách giấy vàng nâu
rụt rè một đứa trẻ đầy mặc cảm lo âu

em đã vẫy đôi cánh
bay qua đêm sâu
bay qua khoảng trời rộng
hành trang là một vùng trống rỗng
không tên

Em đứng lên
tự đói nghèo câm lặng
Chỉ có bản thân mình
Chỉ dựa vào bản thân mình
lặng lặng mà đi
vấp té
lại đứng lên
lặng lặng mà đi

Ký ức của em đâu
em còn nhớ gì
mẹ cha chật vật lam lũ
căn gác gỗ cũ
mái nhà bằng tiếp lô
rào rạt những mùa mưa
cây trứng cá lá lưa thưa
khoảng sân tròn đầy nắng

Ký ức của em đâu
sinh ra giữa mùa không bom đạn
chỉ đói nghèo làm bạn
quấn mãi đôi bàn chân

Em đã bay đi
giữa vùng ánh sáng phân kỳ

Bay đi
giữa bao lần bụng đói
Em đã chọn quên
quên
quên
quên
lãng quên mãi miền ký ức
để sống cho hôm nay
cho một ngày
như mọi ngày
đón ánh hồng lên

Em đã quên
quên
quên
vùng trời đau khổ
ẩn ức vụn vỡ
quên
quên
tuổi thơ bị đánh cắp
chẳng quay về...

05.05.2020

Vào Thu
LÊ HÂN

nắng thu sáng rúc vào cây
con chim động ổ vụt bay ra ngoài
lưng vàng ửng vạt áo dài
tiểu thư uyển chuyển trang đài hành lang
hương thanh xuân ấm không gian
loanh quanh đâu đấy tình chàng chơi thơ

xa xưa cho đến bây giờ
mùa thu không phải tình cờ dễ thương
đất trời như đã lót giường
cho bao mơ mộng yêu thương nhẹ nhàng
chữ trong tim thở ra bàn
tay nâng niu trổ thành ngàn triệu hoa

gió đưa mưa nhẹ bay qua
tôi em đâu dễ nệ hà làm thơ
đôi dòng linh động phất phơ
thơ mùa thu nỗi hững hờ riêng tư
ngàn xưa nối đến bây chừ
tôi và trời đất vào thu mượt mà ∎

Hương Đồng Bằng
QUỲNH NGA

Nhặt mùi hương tháng giêng
Ướp xanh trên nhành cỏ
Hôm con sông quên trôi
Đi vòng qua cánh đồng gió biếc
Nghe những hạt sương rơi từ vòm mắt ướt

Nghe mùa thu vừa thức giấc gọi tên
Nghe tuổi nào trên vạt áo lam cánh chuồn chuồn kim
Những lọn sóng đồng tâm cứ đuổi nhau về xanh ký ức
Những đóa sen trong gió cứ vọng về ung dung nở thực
Nở bềnh bồng trên đầm lầy ngát hương
Mặc mùi bùn xưa ngái ngủ

Con ếch xanh trốn vào gốc hoài niệm tôi
Mơ thành hoàng tử
Gọi giấc trăng lên từ một huyền thoại em về.
Con sông nào cứ chảy cồn cào như mắc phải bùa mê
Hôm em gieo nụ nhớ gieo chùm thương từ đầu nguồn sợi tóc

Hương mạ non và mùi ngải trầm của một đêm lại mọc
Từ khoảnh khắc tôi nghe câu kinh trổ hoa
Lạ lẫm những đóa dạ đề
Đêm tôi mơ
Những giấc mơ phát quang kỳ ảo
Đêm. Một tôi và loài dạ thảo
Lắng nghe lời tiên tri của gió
Phía đồng bằng em
Mùa tháng giêng nồng nàn xanh! ■

Thu Bay Mòn Tuổi

ĐỨC PHỔ

Nắng thắp ngược, buổi chiều trượt dốc
đời, thu bay mớ tuổi chín muồi.
Đã tay chạm nỗi trần phù hoặc
tính toan chi cũng trễ tuyến đời!

Ngồi mỏi chỗ, đứng mòn phiến đất
tháng ngày tiêu lún hết sinh phần.
Nghĩ vô ích một thời ăn học
bài vỡ lòng không níu nổi căn tâm.

Những bão dậy, triều dâng, sấm động...
thân oằn cành mục buổi mưa sang.
Trơ thêm mấy chỉ là chai mặt
thà vong thân cho hồn được xanh ngàn!

Đời gió dựng, máu tuôn róc rách
nghe trong tim suối lệ ngược dòng.
Ngùi quê xứ lịm chùng khí phách
còn mong gì ngước mặt giữa thinh không!

Đọc sách cũ bừng cơn hảo hán
tiếc thiên tư không đủ chí anh hào.
Uổng một kiếp Thu bay mòn tuổi
sống dư thừa nghĩ thẹn với xanh cao!... ∎

Thơ Tình Gởi Mùa Thu
ĐOÀN PHƯƠNG

Khoảng trời đó có cánh chim không mỏi
Nơi sông dài ta hun hút heo may
Nhặt lá vàng phai trên phiến đá
Chút thơ tình ta gởi lại mùa thu

Ta trách lòng ta thơ "kẻ chợ"
Tản mạn hình dong lỗi nhịp vần
Khiến người buồn tiếng thu ai oán
Dẫu tình thơ ta chẳng dối lừa

Tiễn mùa đi lời ru sao đắng
Dấu chân ai phía trước con đường
Xa khuất vàng thu còn ngoảnh lại
Tiếng vọng buồn con chim hát trong sương

Người đếm mùa thu lầm lũi
Ngơ ngác lòng ta muôn lá rơi
Thương mảnh trăng soi chân trời cũ
Bồi hồi ly biệt một dòng sông... ∎

(05- 07- 2020)

Mảnh Trăng Thu
XUÂN THAO

(Tặng TP.)

Trăng ơi, đừng bỏ mái lầu
Và em, thôi bỏ tinh cầu trống trơn
Từ lâu hết giận, hết hờn
Hết cơn yêu dấu, hết mòn mỏi trông

Nụ cười tan, hợp núi, sông
Ta vung tay đốt cháy loang địa cầu
Đợi ngày hoàng hậu lên ngôi
Ta dương danh lại một thời phế vương

Tìm em trong cõi đời thường
Cũng say nét nhạc, cũng vương vấn tình
Ta chờ thơ mãi hiển linh
Đêm đêm mở hội, tự tình riêng ta

Làm sao sáng nhất NGÂN HÀ
Dìu em từng bước, em qua phù kiều
Chạnh nhìn mây nước cô liêu
Em về bến ấy, ai yêu em bằng? ∎

Vẽ Một Mùa Thu
NGUYỄN DẠ QUỲNH

em vẽ mùa thu như trong thơ
Hội An qua cửa Đợi mà chờ
anh về biết có còn gặp lại
trắng áo ngày em vẫn học trò

em xõa tóc dài qua phố Hội
bất chợt con đường thơm hoa chanh
lung liêng mắt bỗng dường như nói
mắt nhớ anh mà... không nhớ anh?

áo bay mát một trời thu cổ
vạt trắng mành trăng thả xuống đêm
ai thắp lồng đèn giăng khắp phố
ai thả sao trời trong mắt em?

Hội An dường cứ ở trong thơ
mùa thu em vẽ bến sông chờ
vẽ mưa trắng phố ngày em đến
vẽ một ai về trong giấc mơ. ∎

Lục Bát Mùa Thu
TRẦN HOÀNG VY

1.

Ngỡ buồn vương mắt thu xưa
Người năm cũ chợt mới vừa qua đây
Giọt mưa, giọt mưa bóng mây
Mấy bông cúc nở, giậu gầy thềm xanh!

2.

Trà thu, rót nắng vào chung
Uống chung chiêng mắt ngọt cùng vị sen
Chiều chưa? Phố cũ lên đèn
Bàn tay chợt nắm ngón quen và buồn...

3.

Môi hồng thổi ngọn nến thơm
Mùa thu về rũ hoa đơm cánh vàng
Từ em ngọn gió mùa sang
Gửi khung cửa nhớ hoàng lan dậy thì.

4.

Rằng thưa thu mới mon men
Mà hoa đã tím, lén len vào lòng
Hàng cây thắp nắng, vàng mong
Lạ quen ngọn gió, lá vòng vèo bay?...

5.

Thu này, thu nữa, thu sau...
Hồn nhiên mười sáu gọi nhau qua rằm
Kể từ con mắt lá răm
Ôm mùa thu ngủ đêm nằm chiêm bao!

6.

Phố thu, ngày vỡ nắng lên
Đường say màu lá ngập trên lối hồng
Mới thu chưa kịp chạm đông
Thiệp treo báo hỷ... theo chồng buồn tênh! ∎

2020

Lòng Ta Bia Đá Tự Nghìn Năm
SỸ LIÊM

Cái khóc đầu tiên đẫm lệ đời
Bắt đầu khai tử cuộc rong chơi
Cũng từ muôn triệu tinh trùng ấy
Ta vỡ òa ta thét giữa trời:

Lòng ta bia đá tự nghìn năm
Ai khắc đau thương vết sẹo nằm
Hằn sâu muôn thuở trong hồn đã
Lịm chết tình ta lặng lẽ… thầm!

Ta khổ không vì khổ biết yêu
Ta đau không hẳn bởi đau nhiều
Bởi luôn ôm trái sầu hiu quạnh
Lặng lẽ nhìn em… khóc mỗi chiều!

Cuộc đời có cả trăm ngàn cảnh
Chẳng có cảnh nào son phấn ta
Khép mình ta thử mình so sánh
Chợt hiểu rằng ta rất lệ nhòa!

Ngồi trong vuông chiếu tình hư huyễn
Nhớ chuyện ngày xưa của chính mình
Bàn tay mười ngón không đủ đếm
Mượn các vì sao để tượng hình!

Lòng đêm nhịp xuống từng hơi thở
Trăng khuất bên trời sáng mỏng manh
Đời ta cầm trái tim dang dở
Ném xuống tàn hư mộng chẳng thành!

Tàn chưa buổi tiệc em hờn dỗi
Sầu khách riêng ta đã đón chào
Muỗng buồn, đũa khóc, bàn thương tủi
Giẻ lệ ta chùi những chén đau!

Em còn nghĩ tới… còn thương hại
Xin hãy cho ta vắng một thời
Một thời nếm đủ mùi hương dại
Để biết em rời bỏ cuộc chơi!

Ta ôm thánh giá tìm chân Chúa
Hỏi Chúa vì sao phải nhục hình?
Đức Mẹ Đồng Trinh: còn phải hỏi?
Hãy thử treo mình - tự đóng đinh!

Hai chân mười ngón thân lưu lạc
Chẳng biết về đâu giữa biển trời?
Chặt chân bỗng thấy hình như khác
Chống nạng đi tìm đáy thẳm khơi! ∎

Những Mùa Thu Đã Đi Qua
TIỂU NGUYỆT

Kha nằm trên chiếc ghế dựa trước hiên nhà, nhìn ra ngoài ngõ. Ánh nắng vàng hanh chiếu trên hàng dâm bụt tươi sáng, lung linh, rõ nét hơn. Những chòm mây trắng mịn, rời rạc, bay nhởn nho, như rong chơi trên bầu trời cao; ánh lên đủ sắc màu, hình dáng. Một làn gió heo may nhẹ hắt qua hiên, làm anh thoáng bồi hồi, xao xuyến, bâng quơ.

Mùa thu đã về tự lúc nào mà anh chẳng hay.

Ánh nắng dịu dàng hanh hao gợi nhớ những mùa thu đã đi qua trong đời anh; như một chuỗi dài liên tiếp, thấm đẫm nhớ thương, hạnh phúc lẫn khổ đau, niềm vui cùng nỗi buồn, man mác.

Mùa thu của tuổi mười ba, mười bốn với những tiếng cười giòn giã, nao nức, bước vào năm học mới. Những bước chân sáo chạy nhảy trong sân trường như bầy chim non ríu rít sau ba tháng hè gặp lại thầy cô, bạn học cũ, chấp chới ẩn hiện trong anh.

Anh cười thật hồn nhiên, thấy mình xúng xính trong bộ quần áo mới, cùng các bạn vui đón ngày khai trường tràn đầy niềm hy vọng. Tiếng trống khai trường vang lên trong ký ức, khơi dậy trong anh bao hình ảnh tinh khôi một thời cắp sách. Những kỷ niệm tuổi học trò thơ ngây, dễ thương, ngơ ngẩn đến nao lòng. Anh thấy mình trong những trò chơi đá kiện, u quạ trong sân trường cùng lũ bạn, mồ hôi thấm ướt lấm lem bộ quần áo mới mặc lần đầu.

Vào lớp, nhỏ bạn nữ bên cạnh cằn nhằn:

- Ông ăn ở dơ quá! Quần áo lấm lem, ngồi xích ra.

- Xích đi đâu nữa, tui ngồi đây đấy. Không muốn thì bà đi chỗ khác.

Bạn nữ giãy nảy:

- Chỗ khác là ở đâu ông? Thầy xếp tui ngồi đây, làm gì có chỗ khác mà đi.

- Vậy thì ráng chịu.

- Ngày mai, ông phải sạch sẽ mới được ngồi đây - cô bạn nhỏ cùng bàn dịu giọng.

Anh cãi:

- Học mà không chơi, sao học được? Tui cứ vậy đấy. Bà làm gì dữ vậy, bày đặt chê sạch dơ, khó chịu - anh "hứ" một cái, khiến nhỏ bạn đỏ mặt.

- Thấy mà ghét!

Anh chợt cười một mình, nhớ về nhỏ bạn nữ thuở xưa ấy, bồi hồi, không biết bây giờ cô ấy làm gì, ở đâu?

Mùa thu - với những chiếc đèn ông sao năm cánh, chính tay anh, tự chặt tre, phất giấy, rồi cùng đám bạn, xách đèn vừa đi vừa hát, rong chơi trên con đường làng ngập ánh trăng năm nào, réo gọi trong anh.

Tiếng hát rập ràng, nao nức: *"Tết trung thu em rước đèn đi chơi, em rước đèn đi khắp phố phường. Lòng vui sướng với đèn trong tay. Em múa ca dưới ánh trăng rằm"* [1], vang động cả xóm, như đánh thức con đường quê yên vắng ngày nào. Tiếng cười giỡn, tiếng hát ca hồn nhiên đủ mọi chất giọng thuở nào, vang dội lại chợt khiến anh bàng hoàng, đến ngẩn ngơ.

Những chiếc lá khẽ khàng rơi ngoài kia, như từng giọt thời gian rớt vào vùng trời kỷ niệm thân thương của anh - từng chiếc, từng chiếc, nhẹ nhàng, thấm đẫm nhớ nhung, như gần gũi mà xa xôi, vời vợi.

Kha hít thật sâu, nén xúc động vào trong sâu kín tâm hồn, rồi thở ra nhẹ nhàng, như sợ cảm xúc vỡ òa, trào dâng, tan biến. Kha ngước nhìn những áng mây trôi bồng bềnh trên bầu trời xanh cao, thoáng hiện đủ hình dáng; như để cố tìm bóng hình Lài ẩn khuất sau những bóng mây, chập chờn giữa bầu trời mênh mông ấy. Lài - người con gái có mái tóc dài luôn thoang thoảng hương bồ kết - người vợ thủy chung một đời, mà anh luôn yêu thương, tưởng nhớ.

Thoáng trong làn gió heo may vừa lướt qua trước hiên nhà, anh nghe giọng hát của Lài âm vang đâu đây, thật gần gũi. *"Ta ngắt đi, một cụm hoa thạch thảo. Em nhớ cho mùa thu đã chết rồi. Mùa thu đã chết, em nhớ cho, mùa thu đã chết, em nhớ cho, mùa thu đã chết, đã chết rồi. Em nhớ cho, em nhớ cho, hai chúng ta sẽ chẳng còn nhìn nhau nữa, trên cõi đời này, trên cõi đời này. Từ nay mãi mãi không thấy nhau, từ nay mãi mãi không thấy nhau, từ nay mãi mãi không thấy nhau"* [(2)].

Kha bàng hoàng quay nhìn chung quanh như có ý tìm kiếm, nhưng âm vang ấy chìm mất vào khoảng không vắng lặng, mịt mờ. Anh thì thầm: *"Có thật chúng ta sẽ chẳng còn nhìn thấy nhau được nữa không, Lài ơi? Em đang ở đâu, trong cõi vô cùng nào xa xăm, mà anh tìm hoài không thấy?"*

Hình bóng Lài thương yêu bỗng trở về như đang trước mặt. Ngày đầu tiên Lài đến trường nhận nhiệm sở, anh đã gặp nàng ngay dãy hành lang, trên lối dẫn đến văn phòng ông hiệu trưởng. Giọng nàng trong trẻo:

- Xin cho hỏi, phòng hiệu trưởng ở đâu ạ?

Anh nhìn nàng, hơi bối rối:

- Cô đi thẳng đến cuối hành lang là phòng ông hiệu trưởng. Cô đến nhận nhiệm sở à?

- Dạ!

Anh cảm thấy mình thật lạ lùng - một cảm giác xao xuyến bất chợt khuấy động trong anh. Kha trở nên dạn dĩ:

- Để tôi đưa cô đến văn phòng ông hiệu trưởng nhé!

Vừa nói, anh vừa cùng nàng đi về phía trước. Giọng Lài dịu dàng:

- Cảm ơn anh! Anh là giáo sư của trường à?

- Tôi dạy văn các lớp mười một, mười hai.

Nàng mừng rỡ:

- Vậy cùng bộ môn với em rồi. Có gì xin anh giúp cho với.

Anh thân thiện:

- Không sao - anh cười - tôi là Kha... Còn cô?

- Em là Lài. Nguyễn Thị Hoa Lài.

Kha thầm cười một mình, hạnh phúc vô ngần như vừa gặp lại người vợ yêu thương đã nghìn trùng xa cách. Hình bóng Lài ùa về trong anh; vừa vỗ về, vừa réo gọi. Anh như nhớ được từng dáng đi, giọng nói; nhớ từng sợi tóc lòa xòa trên khuôn mặt nàng. Nhất là giọng hát da diết, truyền cảm của nàng mỗi chiều cùng ngồi trước khoảng sân gạch, luôn lởn vởn trong anh.

Tiếng kêu ríu rít của bầy chim sẻ trên nhành cây trước sân nhà rộn rã, cùng tiếng kẻng khô vang báo giờ nghỉ của khu sản xuất gạch ngói, đã làm anh choàng tỉnh. Ngoài sân, nắng đã úa màu, hiu hắt; như lòng anh đang thổn thức, cố níu kéo bóng hình người xưa trở về từ cõi mênh mông, mù mịt.

Trong cơn xúc động, Kha bỗng nhớ đến những bức thư của nàng: *"Anh thân yêu! Nắng quân trường chắc đã làm anh chai sạm, cứng cỏi, phải không anh? Em hình dung, anh đang đi, đứng trong bộ đồ lính nặng nề, dày cộm, chắc là lạ lắm, khó chịu lắm? Em biết ước mơ của anh là được vui cùng bầy học trò nhỏ - một người thầy, với phấn trắng, bảng đen và niềm hy vọng tươi sáng cho tương lai; chứ không phải một người lính với súng đạn, với sự hận thù, chết chóc ám ảnh ngày đêm. Nhưng anh yêu, đâu phải mơ ước nào cũng dễ dàng được toại nguyện phải không anh? Em sẽ thay anh đứng trên bục giảng, truyền đạt cho các em những ước mơ, hoài bão của chúng ta, anh nhé!* Kha khẽ kêu: *"Lài ơi!"*

Kha nhớ rất rõ ngày anh bị gọi vào lính, bởi lệnh tổng động viên, lên đường nhập ngũ cùng một số bạn đồng nghiệp trong trường, sau ngày khai giảng niên khóa 1972 - 1973 được vài tháng. Những ngày chờ đợi mỏi mệt ở Trung tâm 3, rồi được đẩy lên C130 ra nhập khóa ở quân trường Đồng Đế, anh luôn nhận được những lá thư đầy ắp yêu thương, nhớ nhung của nàng gởi đến. Chín tháng sau, mãn khóa - anh được trả về Bộ Giáo dục, rồi về trường cũ tiếp tục việc giảng dạy.

Mùa thu năm sau, đám cưới của anh với Lài.

Anh nghe tiếng nàng thì thào bên tai:

- Em nguyện sẽ yêu thương anh mãi mãi, không bao giờ đổi thay, anh yêu!

- Chúng ta sẽ mãi sống bên nhau, cho dầu thế nào - chỉ có cái chết mới chia lìa chúng ta thôi, em yêu!

Lài đưa tay che miệng anh:

- Đừng nói gở, anh yêu! Đừng nói đến sự chết chóc khi chúng

mình đang hy vọng.

- Anh xin lỗi! Chúng ta sống hạnh phúc là để "chuẩn bị", chứ không hề sợ hãi, em ạ!

Mùa thu năm 1975, đang trong niên khóa, anh bị tập trung học tập ở rừng núi Ngân Điền cùng với đồng nghiệp trong tỉnh. Vài tuần một lần, Lài lặn lội lên thăm nuôi anh, dù phương tiện đi lại khó khăn, đường xa cách trở. Những ngày tháng ở trong trại, anh như chạm mặt, bị dồn đẩy vào một cuộc sống mới, hoàn toàn xa lạ, nhưng Kha đã học được nhiều thứ trong cảnh khốn cùng ấy. Bài học làm người được trui rèn ở đây: từ sự kham nhẫn, chính trực, vị tha, nhân cách đã được thử thách. Trong tận cùng cực khổ, với cái đói; bệnh tật, thậm chí đến cái chết - mới "nhận rõ" được mặt nhau.

Sau ngày ra trại, lại một mùa thu đi qua - anh về quê làm đủ thứ việc, ai thuê gì cũng làm, chỉ mong đủ kiếm tiền nuôi con. Cuộc sống của anh tuy khó khăn hơn gấp bội, nhưng được yên vui, hạnh phúc bên Lài và hai con.

Hai mươi mùa thu sau, nàng đã vội rời xa anh chỉ sau một đêm trở bệnh. Anh choáng váng, chao đảo, không hiểu vì sao nàng lại tìm ngủ giấc thiên thu vội vàng như thế? Kha tiếc nuối nghĩ rằng, hai con đã trưởng thành, có cháu nội, cháu ngoại, lẽ ra nàng phải sống yên vui cùng anh như lời nàng đã hứa chứ.

Anh thấy mùa thu năm đó thật trống vắng, buồn tênh, như bầu trời lạnh lẽo, lòng anh chơi vơi, không gì có thể lấp kín khoảng trống chênh vênh, hiu hắt ấy.

Sự nhớ thương người vợ dấu yêu trong cuộc đời bất hạnh, cô độc, biển dâu, đã làm anh suy sụp. Nhiều đêm dài anh thao thức, với hình bóng nàng ẩn hiện thấp thoáng. Anh bị sốt cao, ngã bệnh nặng. Chỉ vài ngày sau cả người anh vàng như nghệ, đau nhức, rã rời, các con anh phải về đưa nhập viện cấp cứu.

Anh bị viêm gan cấp tính, men gan cao ngất ngưởng, phải chuyền nước liên tục. Anh rất sợ phải nằm viện, nhưng không thể khác được. Anh đau đớn - nỗi đau về thể xác không sánh nổi nỗi đau vì mất đi người vợ dấu yêu trong cuộc đời gian truân đã trải qua. Anh ngỡ mình như người đã chết, nằm lặng lẽ trên giường bệnh, rã rời. Sự đớn đau day dứt, đã khiến men gan của anh khó mà hạ xuống được.

Bệnh viện về đêm càng mênh mông hơn khi có người vừa ra đi trong tiếng khóc than của người thân. Anh thấy cuộc đời này thật vô thường, có rồi không, được rồi mất; tất cả đều trôi theo một chuỗi nhân duyên, như một định luật, không thể thoát ra được.

Nằm viện cả tháng, men gan của anh mới hạ được đôi chút. Các bác sĩ cho biết, anh không được lo lắng, suy nghĩ, mà phải sống thật lạc quan; nếu không, bệnh có thể chuyển sang K. Nhưng anh vẫn không thể tươi tỉnh, thoát nỗi đau buồn được. Cuối cùng anh được các bác sĩ chăm sóc đặc biệt, hơn hai tháng sau mới được xuất viện.

Xuất viện chưa được một tháng, anh lại phải nhập viện tiếp, sau một cơn choáng khiến anh bị ngất. Sau khi làm các thủ tục xét nghiệm sinh thiết, các bác sĩ cho biết anh đã bị xơ gan từ F3 - F4. Anh phải tái khám thường xuyên, nếu không, có thể chuyển sang K, một ngày không xa.

Anh giật mình, thầm nghĩ: *"Không lẽ mình sống vô ích như vậy sao? Cả cuộc đời này mình chưa làm được gì, lại ra đi?"*. Và thế là, anh mạnh mẽ đứng lên, tự mình muốn làm một việc gì đó có ý nghĩa, để lại cho đời. Anh học cách sống của loài hoa *"Hướng dương"*, luôn hướng về phía mặt trời, để không còn bóng tối.

Mùa thu tiếp theo, anh bắt đầu thực hiện ước mơ.

Những trang viết của anh thấm đẫm tình yêu thương, cảm xúc dạt dào tuôn chảy, như dòng suối lâu ngày bị ứ đọng ở thượng nguồn, bây giờ mới có dịp khơi dòng. Bên trang viết mỗi ngày, anh thấy lòng mình an vui, như vừa sống lại một cuộc đời khác, với bao niềm tin và hy vọng đang chờ đợi phía trước. Lài luôn thấp thoáng trong những giấc mơ tuy ngắn ngủi, nhưng đã an ủi, khích lệ anh vui sống và viết. Anh nghĩ, lúc này, anh phải sống không chỉ cho riêng anh, mà còn sống cho ước mơ của Lài nữa. Trong một lần vào Sài Gòn tái khám, sau khi xét nghiệm máu, bác sĩ cho biết, gan anh đã ổn định, độ xơ hóa từ F0 - F1. Tân - con trai anh, mừng rỡ:

- Thật kỳ diệu! Độ xơ hóa gan của ba ở giai đoạn cuối F3 - F4, đã giảm chỉ còn F0 - F1. Con nghĩ, lần sau khi vào tái khám, có thể không còn xơ hóa nữa đó ba. Mừng quá!

Anh cười vui mà nước mắt rưng rưng:

- Đúng là kỳ diệu thật. Ba không nghĩ nó có thể giảm xuống,

chỉ cần nằm yên không chuyển sang K là mừng rồi. Thật mầu nhiệm!

Tân hào hứng:

- Ba thấy ông Tư xóm mình không? Sáng còn đi làm, nghe đau nhức trong người, hai tay mỏi không nhấc lên nổi. Con ổng lật đật đưa lên xe ngay chiều hôm đó vào Sài Gòn khám cho chắc ăn. Bác sĩ cho biết ổng bị K giai đoạn cuối. Ổng bị sốc, về nhà nằm "quẹp", không ăn uống gì được, mới mười ngày ổng đi chớ mấy.

- Tại ông ấy bị sốc, mới vậy đó con. Tội nghiệp!

Tân cười vui vẻ:

- Ba phải ráng mà sống với tụi con. Thích gì thì cứ làm, miễn thấy vui, là được.

- Cảm ơn con! Ba sống miết với các con, chừng nào các cháu học hành đến nơi, đến chốn, có gia đình, ba lên chức "cố" mới thôi.

Tân cười lớn:

- Ba phải lên chức "cao" nữa chớ!

- Trời đất ơi! Vậy khi đó ba chơi với ai, con?

- Thì với con cháu chớ ai nữa!

***

Kha nhìn lên hàng cây trước ngõ trong sắc nắng úa màu hanh hao, anh thấy mùa thu đang thầm thì cùng đất trời mênh mang. Một cơn gió thổi thốc qua, làm cành lá hàng cây ngoài kia rung lên xào xạc - một vài chiếc lá sậm vàng khẽ rơi, chao nghiêng, bay theo chiều gió, rồi rơi nhanh xuống mặt đất.

Một mùa thu mới - với niềm tin yêu và hy vọng đang xôn xao réo gọi phía trước.

Kha thầm nghĩ: *Mùa thu không chết. Mùa thu vẫn còn đó, muôn đời, Lài ơi!"*

Tiểu Nguyệt

5/2019

(1) Bài hát "Rước Đèn Tháng Tám" của nhạc sĩ Vân Thanh.
(2) Bài hát "Mùa Thu Chết" - nhạc: Phạm Duy - thơ: Guillaume Apollinaire.

"Tình Nghĩa Mẹ Cha":
Bao Nhiêu Bài Thơ Thương Mẹ Nhớ Cha ?
TRẦN ĐÌNH SƠN CƯỚC

Nếu bạn không phải là nhà biên tập, người đọc bản thảo, tôi không dám chắc lúc nhận được một tuyển tập thơ dày đến 530 trang, 166 tác giả với trên 400 bài thơ viết về một chủ đề không mấy hấp dẫn là tình nghĩa mẹ cha, bạn có dám đọc hết quyển sách ấy không, hay chỉ lướt qua một số tác giả mình quen tên, lật năm mười trang, đọc đôi ba bài thơ. Rồi thôi. Xếp nó lên tủ sách hoặc để quên một góc nào đó...

Tôi đặt mua ấn bản bìa cứng. Nhìn tuyển tập bề thế, trang nhã, trình bày đẹp với tranh bìa của họa sĩ Lê Phổ vẽ cha ôm con, mẹ thêu thùa trong căn phòng ấm áp tình thương. Thế nhưng, nhìn bìa sau, tên các nhà thơ lấp đầy cả một trang, lòng cũng ngần ngại làm sao đọc và thưởng ngoạn cho hết số thơ của các tác giả trong tuyển tập. Đã thế, trong "Lời Thưa Đầu Sách" của đại diện nhóm thực hiện (Luân Hoán, Nguyễn Thành, Lê Hân), nhà thơ Luân Hoán lại thú nhận là "phần lớn những tài năng đích thực với danh thi sĩ, họ đều sớm trưởng thành không còn nương dựa nhiều vào mùi hương sữa mẹ, hơi ấm của lòng nôi, cùng những giọng hát đẩy đưa sự khôn lớn."

Ông lại nghĩ rằng: "Phải chăng tình yêu đích thực làm nên một nhà thơ là tình yêu nam nữ, kế đến tình dành cho quê hương đất nước?" Nghĩ như ông vậy, quả làm cho tôi chút nản lòng khi muốn đọc hết 166 người làm thơ về bậc sinh thành mà, tình cảm thiêng liêng đó lại là một tình cảm rất phổ thông, khó mà hay hơn được những câu ca dao quen thuộc "Công cha như núi Thái Sơn, Nghĩa mẹ như nước trong nguồn chảy ra...", "Mẹ già như chuối ba hương, như xôi nếp một như đường mía lau..."

Tôi xếp tuyển tập lên bàn viết. Lâu lâu lại liếc nhìn nó, cầm lên lần giở vài trang, nhìn một vài hình tác giả, đọc lướt qua tiểu sử của họ. Rồi thôi. Có đêm, muốn đọc, lại ngại vì sách dày quá, cầm trong tư thế đọc để dỗ giấc ngủ thật cũng bất tiện!

Bỗng một đêm tôi nghĩ phàm làm con ai cũng thương cha nhớ mẹ, nhưng mỗi người chắc có cách thương cách nhớ khác nhau. 166 người làm thơ viết về 166 ông cha bà mẹ của mình, dù có giống nhau cái thương cái nhớ đó, nhưng mỗi người chắc có một cách thương nhớ cho cha cho mẹ của riêng mình mà chắc không ai giống ai được. Ý nghĩ đó khiến tôi tò mò đọc từng tác giả, từng bài thơ như một người biên tập, người đọc bản thảo...

Từ đó, tôi đã gặp những ông cha, bà mẹ cả ba miền đất nước trong một tuyển tập được biên soạn ở nước ngoài. Dù chưa phải đầy đủ, dù hình ảnh "cha dân tộc", "mẹ anh hùng" được người chủ trương không tập hợp, chân dung các bà mẹ ông cha từ Hà Nội, Hải Phòng, Nghệ Tĩnh đến Huế, Quảng Nam, Phú Yên, Bình Định, tận Cà Mau, Sông Tiền Sông Hậu, ... đều được các người con hiếu thảo, là những nhà thơ thành danh hay chưa đã trút tất lòng thương yêu kính trọng mẹ cha qua từng câu chữ chắt lọc từ trái tim mình. Tôi đã gặp bà mẹ miền Bắc của Nguyễn Ngọc Oánh: "tiễn con ra chốn chiến trường. Gạt thầm nước mắt mong đường con khô"; bà má miền Nam sau 1975 phải xẻ thân làm năm để thăm nuôi năm người con trai là quân nhân bên thua cuộc đang làm thân tù trong các trại "học tập cải tạo": "Năm thằng con trai chiến tranh năm ngả. Khi đi ở tù năm đứa năm nơi. Má xẻ làm năm giọt lệ già nua. Má trải chia đều ba miền đất nước. Những giọt già nua đứt từng khúc ruột..." (Quang Dương).

Điều thú vị là tôi cứ tưởng các nhà thơ viết về người mẹ của mình với bao chịu đựng hy sinh cho con chắc cũng không xa mấy hình ảnh mẹ hiền đã khắc ghi trong thơ nhạc xưa nay: "bên ướt mẹ nằm, bên ráo con lăn", "lòng mẹ bao la như biển Thái Bình...", nhưng tôi bất ngờ còn gặp được chân dung của các bà mẹ rất khác: bà mẹ nuôi (từ mẫu). Không phải là bà mẹ nuôi vì một mình mình mồ côi mẹ, mà người mẹ với tấm lòng bao dung như nước các đại dương, nhận nuôi hết năm người con với những màu da khác biệt: "mẹ dắt con đi dạo phố. chiều rơi nhè nhẹ ở chân trời. dăm con: mỗi đứa màu da khác. mỗi quê hương của mỗi cuộc đời." "... bà mẹ nuôi tấm lòng biển cả. xóa nhòa ranh giới những non sông. nhưng trong mắt mẹ đầy mưa nắng. của mỗi con chan chứa ruộng đồng." (Hồ Tuấn Nhã). Hoặc chân dung một bà mẹ hàng xóm của nhà thơ An Nhiên đang sống trong nước. "bà là một người mẹ. một người mẹ bốn con. hai trai và hai gái. được sinh nở vuông tròn.", nhưng "bốn con bốn tác giả. đã cộng sự cùng bà. tình yêu pha tình dục. lòng người mẹ bao la." Người mẹ ấy, xưa nay ít ai ca ngợi vì "người đời ái ngại ngó. với chút ít coi thường. hình như ít ai thấy. người phụ nữ đáng thương." Chính vì vậy, An Nhiên đã nhìn thấy: "nếu là thơ ca ngợi. về người mẹ Việt Nam. mẹ tôi và bà ấy. đáng chọn chữ lên trang." (An Nhiên). Một công nhận bất ngờ, đáng khâm phục và kính trọng! Hoặc trong xã hội Việt Nam xưa và cả nay, mẹ chồng con dâu ít khi nào tương hạp, thế nhưng nhà thơ Xuân Quỳnh đã làm người đọc cảm động khi viết về "Mẹ Của Anh" một cách chân thật: "Phải đâu mẹ của riêng anh. Mẹ là mẹ của chúng mình đấy thôi. Mẹ tuy không đẻ, không nuôi. Mà em ơn mẹ suốt đời chưa xong." (Xuân Quỳnh)...

Càng đọc, tôi càng gặp nhiều chân dung bà mẹ ông cha khác

nhau, với nhiều tình thương và cảnh đời rất cảm động. Tôi nẩy ra ý định góp thêm vài thống kê nhỏ cho bản mục lục của tập sách. Có lẽ nhà biên tập, các người đọc bản thảo đã có đủ số liệu hơn tôi, nhưng họ không nêu lên cho người đọc được thấy. Tôi mạo muội làm công việc đó, theo thiển ý của tôi. Và tôi cũng để ngỏ một khoảng trống là độ chính xác về những con số "thống kê" để mời gọi bạn đọc khác hãy đọc tuyển tập và chỉ giùm chỗ sai sót của tôi.

Ghi nhận đầu tiên của tôi là thơ về mẹ nhiều hơn về cha. Có phải các nhà thơ thương mẹ hơn thương cha? Chắc là tự nhiên, con thương mẹ nhưng kính cha. Tôi tìm thấy hơn 286 bài thơ về mẹ, gấp gần 4 lần thơ về cha, khoảng 77 bài. Ngoài ra, có chừng 25 bài thơ viết cho cả cha cùng mẹ trong một bài thơ. Có tác giả chỉ viết về mẹ hoặc về cha. Người viết về mẹ nhiều nhất là nhà thơ Hoàng Xuân Sơn với 7 bài thơ. Sau đó, có 7 tác giả có riêng 5 bài về mẹ mình. Có 22 nhà thơ vừa viết thơ cho mẹ, vừa viết thơ cho cha. Thơ về mẹ, các nhà thơ gọi đủ danh xưng cho mẹ tùy theo vùng miền: MẸ, MẠ, MÁ, ME, MẸ HIỀN, MẸ NUÔI... Phần cha, được gọi: CHA, BA, BỐ, THẦY. Trong cuộc đời, mỗi khi đau thương, vấp ngã, con thường kêu mẹ hơn gọi cha, nên tôi tìm thấy 101 lần các nhà thơ kêu khóc "MẸ ƠI" trong thơ của mình, nhưng chỉ gọi "CHA ƠI" chừng 20 lần. Phải chăng vì cha nghiêm nghị, mẹ dịu hiền nên khi vịn mẹ vịn cha mà đứng trong đời, cách thế vịn cũng khác: "Lan can mẹ, mẹ khom lưng. Để con được vịn, khỏi cần nhón chân", nhưng "Lan can ba, ba thẳng lưng... Con nhón chân, con đưa tay. Con vịn ba với cái đầu ngẩng lên." (Trần Hoài Thư).

Về hình thức thơ, như nhà thơ Luân Hoán đã thưa trong lời đầu sách: "Nhà thơ Việt đương đại mỗi ngày mỗi đông, tân hoặc cổ hình thức...", nhưng tất cả các nhà thơ trong tuyển tập khi viết thơ về cha về mẹ tuyệt đại bộ phận đều dùng hình thức thơ có vần, rất ít bài viết theo thể tự do, thơ văn xuôi hoặc thơ tân hình thức. Mở đầu tuyển tập là bài ngũ ngôn của nhà thơ Xuân Tâm "... Hoàng hôn phủ trên mộ. Chuông chùa nhẹ rơi rơi. Tôi biết tôi mất mẹ. Là mất cả bầu trời.". Thơ bảy chữ, tám chữ chiếm một phần lớn, nhưng thể lục bát được sử dụng chiếm gần một phần tư số thơ (hơn 95 bài). Thể lục bát dễ thấm tình thương mẹ kính cha, dễ tỏ bày lòng hiếu thảo. Có rất nhiều câu lục bát rất hay, gần gụi như ca dao. "Cõng con qua hết khổ đau. Mẹ còn trơ một dáng cầu oằn cong" (Song Nguyễn). "Lạy trời đất, lạy trăng sao. Lạy sông. Lạy biển, cuốn ảo rừng đi. Thân tôi nào có tiếc chi. Chỉ xin khốn khó từ bi mẹ già" (Hạ Quốc Huy)...

Cuối cùng, đọc hết các nhà thơ viết về mẹ về cha mình, tôi thấy tình cảm biết ơn vô hạn, nhớ thương tha thiết đấng sinh thành của mình trong từng câu thơ, con chữ của họ bày lên trang giấy. Bên cạnh những tình cảm cao quý đó, có người còn ân hận nói với mẹ với cha: "Con nửa đời làm thơ. Chưa câu nào cho mẹ..." (Hồ Chí Bửu), "Ta cầm hương hoa vung vãi khắp nơi. Cho mối tình đầu, tình sau, tình cuối. Thì lúc ấy mẹ ngồi trong bóng tối. Tựa cửa một mình chống chọi với mùa đông" (Lê Minh Quốc). Thưa mẹ, thưa cha, xin thông cảm mỉm cười tha thứ cho họ, vì các đấng sinh thành đã sinh ra cho đời các nhà thơ dệt mơ dệt mộng dệt thơ cho đời đẹp thêm... Xin các nhà thơ hãy yên tâm:

... mọi hoa trên đời đều xinh
thơ về cha mẹ lung linh vui buồn
nghìn muôn năm giữa đời thường
con người trân quý mùi hương sinh thành.

(Luân Hoán)

Hằng năm, vào các dịp lễ Vu Lan, lễ Cầu Hồn, Ngày của Mẹ, Ngày của Cha, chắc chắn tuyển tập "TÌNH NGHĨA MẸ CHA"[1] sẽ còn được nhiều lần mang ra đọc lại...

Trần Đình Sơn Cước
(Chicago 6-20)

(1) TÌNH NGHĨA MẸ CHA, tuyển tập thơ nhiều tác giả, Nhân Ảnh 2020

Trốn Học
"Stolen Day"
SHERWOOD ANDERSON
TRƯƠNG THỊ MỸ VÂN dịch

LGT: Sherwood Anderson (1867-1941) là văn sĩ Mỹ sinh tại tiểu bang Ohio. Lúc 14 tuổi ông bỏ học đi làm và khi về ở Chicago ông quen biết nhiều nhà trí thức trong số đó có Theodore Dreiser và Carl Sandburg. Do họ khuyến khích, ông nghỉ việc và bắt đầu viết văn. Tác phẩm nổi tiếng nhất của ông "Winesburg, Ohio" (1919), tuyển tập truyện ngắn với đề tài chính là ảnh hưởng của cuộc cách mạng kỹ nghệ và nền văn minh cơ khí đối với giá trị và phong tục của nếp sống thôn dã Hoa Kỳ, đã ảnh hưởng nhiều đến các nhà văn Mỹ khác trong số đó có Ernest Hemingway.

Truyện "Trốn Học" được dịch từ nguyên tác "Stolen Day", là hồi ký tuổi thơ của tác giả. Chữ "stolen day" nghĩa bóng là một ngày đi chơi thay vì đi học hay đi làm.

~~o))((o~~

Có lẽ tất cả trẻ con đều giỏi tài đóng kịch.

Mọi chuyện khởi đầu với Walter, đứa bé cùng xóm trạc tuổi tôi, bị bệnh phong thấp, sưng khớp xương và vì thế không phải đi học.

Thế nhưng Walter vẫn đi lại bình thường và còn ra suối câu cá nữa.

Cạnh nhà tôi có dòng suối nhỏ chảy qua đám lau sậy, rồi đổ tung xuống đập nước tạo thành cái hồ sâu. Chỗ này ngồi câu cá tuyệt lắm và đôi khi còn bắt được nhiều con cá thật bự nữa.

Một buổi sáng mùa xuân trên đường đến trường, tôi rẽ sang lối đi xuống suối để tìm xem Walter có đó không. Mặc dầu luôn mồm bảo bị sưng khớp xương nhưng hắn ta vẫn ra suối một mình và hiện đang ngồi lù lù câu cá ở đó.

Bỗng nhiên tôi cảm thấy hai chân bắt đầu đau nhức và lưng cũng hơi ê ẩm. Tôi vào lớp nhưng đến giờ ra chơi tôi bật khóc nức nở, đúng lúc cô giáo tên Sarah Suggett đi đến.

Cô tiến về phía tôi.

- Thưa cô, em đau nhức khắp người.

Tôi vừa nói vừa tiếp tục khóc và lập tức cô giáo bảo:

- Thôi em về nhà nghỉ đi.

Thế là tôi vội vã ra về, vừa bước khập khễnh một cách đau đớn cho đến khi ra đường cái bỗng dưng tôi cảm thấy khỏe ngay.

Mặc dầu vẫn còn bị sưng khớp xương nhưng lúc này tôi bước đi bình thường được. Vừa đi tôi vừa suy nghĩ:

- Có lẽ mình không nên bảo bị sưng khớp xương vì biết đâu bệnh này có thể làm cơ thể sưng vù lên thì khốn.

Thế là tôi quyết định đi tìm Walter để hỏi cho ăn chắc nhưng không thấy nó ở dưới suối. Tôi nghĩ thầm:

- Có lẽ hôm nay cá không cắn câu.

Tôi sợ nếu bảo bị bệnh sưng khớp xương có lẽ sẽ bị mẹ và chị tôi cười vì mọi người trong gia đình thường chế giễu tôi khiến tôi vô cùng bực mình, nhưng tôi tự nhủ:

- Mặc ai cười thì cười, mình vẫn bị bệnh tê thấp.

Và thế là toàn thân tôi lại bắt đầu đau nhức ê ẩm trở lại.

Khi về đến nhà tôi ngồi bệt trước hiên. Có lẽ tôi ngồi như thế lâu lắm vì lúc này cả nhà đều đi vắng ngoại trừ mẹ và hai em tôi. Ray dạo đó khoảng bốn, năm tuổi và Earl có lẽ lên ba. Chính Earl thấy tôi trước tiên và lúc bấy giờ tôi chờ mãi đâm chán nên nằm dài trên thềm. Earl tuy nhỏ nhất nhà nhưng tính tình trầm tĩnh, nghiêm nghị.

Có lẽ Earl bảo mẹ tôi biết vì một lúc sau mẹ tôi bước ra hỏi tôi:

- Có chuyện gì thế con? Sao con không đi học?

Suýt chút nữa tôi buột miệng bảo mình bị bệnh tê thấp nhưng tôi ngưng kịp.

Trước đó vài hôm tôi nghe ba mẹ tôi bàn với nhau về bệnh tình của Walter. Ba tôi bảo:

- Bệnh này có thể ảnh hưởng đến tim lắm.

Vì thế tôi nhớ lại và đâm ra lo sợ. Tôi nghĩ:

- Lỡ mình bị bệnh này không khéo đứng tim chết ngay lúc này không chừng.

Trước hôm đó tôi chạy đua ở trường với Irve, anh tôi, và chúng tôi chạy vòng quanh sân khoảng nửa dặm. Anh tôi thách tôi:

- Tao chấp mày chạy quanh sân này. Thế nào tao cũng về đích trước mày cho xem!

Thế là chúng tôi chạy đua và tôi thắng, nhưng sau đó tim tôi cứ đập thình thịch trong lồng ngực. Bây giờ nhớ lại tôi không khỏi ngạc nhiên:

- Mình bị bệnh tê thấp thảo nào tim cứ đập liên hồi. May quá hôm qua không bị đứng tim, nếu không mình đã chết ngắt rồi!

Ý tưởng này càng khiến tôi thêm lo âu và bỗng dưng tôi càng đau nhức hơn trước.

- Mẹ ơi con đau quá!

Mẹ tôi bảo tôi lên lầu nằm nghỉ, nhưng hôm đó vào đầu mùa xuân, tôi còn tâm trí nào nằm yên trên giường khi ngoài khung cửa sổ ánh nắng mai nhảy múa trên những cành cây cao và trong không trung tiếng chim chuyền cành ríu rít như mời gọi tôi ra ngoài cùng dự cuộc vui.

Thế nhưng tôi vẫn cố nằm trên giường mãi đến vài giờ sau mới cảm thấy khỏe. Tôi vùng dậy đi xuống nhà dưới và bảo mẹ tôi:

- Mẹ ơi, con bớt rồi.

Lúc bấy giờ mẹ tôi đang bận tay nên không để ý gì đến tôi, chỉ ừ hử cho qua chuyện. Chính mẹ tôi bắt tôi lên giường nằm và chẳng hề bước lên lầu xem tình trạng tôi ra sao. Tôi không nghĩ đến điều này khi còn nằm trên giường nhưng bây giờ khi tôi bảo mẹ rằng tôi đã khỏe rồi và mẹ tôi chỉ đáp "Thế à, thế thì tốt", rồi tiếp tục công việc của mẹ khiến tôi cảm thấy khắp mình mẩy bỗng dưng đau nhức dữ dội. Tôi nghĩ:

- Chẳng thà mình chết cho rồi. Thế nào mình cũng sắp chết vì bệnh tê thấp này.

Rồi tôi ra ngồi bệt trước hiên nhà và lúc này tôi đâm ra giận mẹ tôi vô cùng.

- Nếu mẹ biết sự thật rằng mình bị bệnh tê thấp và có thể chết bất cứ lúc nào, chắc mẹ chẳng hề quan tâm đến mình đâu.

Và càng nghĩ thế tôi càng giận mẹ tôi hơn.

- Thôi được rồi, mình sẽ đi câu.

Tôi lại nghĩ với bệnh sưng khớp xương của tôi và với cơn nhức nhối lúc này, tôi sẽ ngồi câu bên cạnh hồ nước và biết đâu bỗng dưng tim tôi sẽ ngừng đập. Rồi dĩ nhiên tôi sẽ té nhào xuống nước và nếu không chết ngay khi đầu tôi chạm mặt nước, thế nào tôi cũng chết đuối cho xem.

Mọi người trong gia đình tôi sẽ tề tựu đông đủ quanh bữa ăn tối, và khi thấy thiếu tôi họ sẽ hỏi:

- Nó đâu rồi?

Và mẹ tôi sẽ nhớ ra ngày hôm đó tôi nghỉ học vì bị đau nhức. Rồi mẹ sẽ lên lầu tìm tôi nhưng dĩ nhiên chẳng thấy tôi đâu cả.

Năm ngoái có đứa bé con của gia đình Wyatt chết đuối trong dòng suối này.

Ở cuối đường có dòng suối nhỏ và trên bờ cạnh gốc cây tùng già có cái thùng "phuy" chôn sâu dưới đất. Mọi người thường bảo nhau con suối này nguy hiểm lắm và một hôm nọ đứa con út của gia đình Wyatt ra suối chơi một mình rồi té xuống nước.

Khi mẹ tôi ra suối lấy nước bắt gặp thì đứa nhỏ đã tắt thở từ lâu rồi.

Hôm đó nhằm lúc mọi người trong gia đình tôi đều có nhà và mẹ tôi hớt hả chạy về với đứa trẻ ướt đẫm sóng sượt trên tay. Mẹ tôi cố chạy thật nhanh đến nhà ông bà Wyatt, mặt mẹ xanh như chàm. Bây giờ nhớ lại tôi còn thấy rõ nét hãi hùng trên gương mặt mẹ tôi hôm ấy.

Tôi nghĩ:

- Thế nào mọi người cũng đổ xô đi tìm mình cho xem. Và thế nào cũng có người bảo thấy mình ngồi câu cá cạnh hồ nước hôm đó. Rồi mọi người sẽ hoảng lên, khắp thành phố đều chạy ra bờ hồ và cuối cùng họ sẽ vớt xác mình lên.

Nghĩ đến đây tôi cảm thấy khoái chí tử, mặc dầu biết mình đã chết.

- Và rất có thể khi họ tìm thấy và vớt xác mình lên, mẹ mình sẽ ôm mình trong tay và tất tả chạy về nhà như lần mẹ ôm đứa bé con bà Wyatt vậy.

Rồi tôi đứng dậy ra sân sau tìm cần câu và đi thẳng ra hồ nước. Tuyệt nhiên mẹ tôi không hề hay biết điều gì vì mẹ đang bận. Bao giờ mẹ tôi cũng bận công chuyện cả!

Ra đến hồ tôi tự nhủ không nên ngồi gần bờ nước quá. Lúc này tôi không còn đau nhức nữa nhưng tôi nghĩ:

- Với bệnh phong thấp này khó lòng đoán trước được, có lúc đau lúc không. Walter bị bệnh này mà vẫn đi câu như thường chứ có sao đâu.

Tôi móc mồi, ném cần câu xuống nước, bỗng dưng cần câu giật mạnh. Tôi liền kéo lên và biết lần này tôi câu được một con cá thật bự vì trước giờ chưa bao giờ cá cắn mồi như vậy cả.

Tôi biết ngay đây là một trong những con cá chép to tướng của ông lão Fernn.

Lão Fernn có hồ nuôi cá chép riêng. Mùa hè ông thường dùng hồ nước làm nước đá bán và mùa xuân ông mua cá chép thả trong hồ. Thế nhưng mùa xuân năm nay nước lụt tràn vào hồ của ông khiến một số cá chép bơi vào suối và cuối cùng lọt vào hồ nước công cộng này.

Lúc này con cá của lão Fernn đang cắn mạnh và tôi càng giật cần câu, nó càng kéo trở lại khiến tôi sợ đứt dây nên lăn đại xuống bờ hồ, tay vừa nắm chặt sợi dây và cuối cùng tôi nhào thẳng xuống nước.

Tôi chụp được con cá ngay trong hồ, rồi cả hai chúng tôi cứ thế quần thảo với nhau. Rút cuộc tôi nắm được bụng cá, luồn tay dưới mang nó và kéo nó lên khỏi mặt nước.

Rõ ràng đây là một con cá khổng lồ, lớn gần bằng nửa người tôi. Tôi hì hục kéo nó lên bờ và vẫn giữ một tay dưới mang cá, tôi đâm đầu chạy về nhà.

Chưa bao giờ tôi chạy nhanh như vậy, mặc dầu con cá trơn tuột, vùng vẫy cố sức thoát khỏi tay tôi nhưng tôi vẫn nắm chặt vào mang nó. Thình lình tôi vấp té sóng soài trên mình nó nhưng cuối cùng tôi vẫn mang được con cá về nhà.

Thế là hôm đó tôi trở thành người hùng trong gia đình tôi. Mẹ tôi mang ra chậu giặt áo quần, đổ đầy nước và thả con cá vào trong. Sau đó bà con lối xóm đổ xô lại xem con cá khổng lồ.

Tôi lên lầu thay quần áo rồi xuống nhà ăn cơm tối. Và bỗng dưng tôi làm hỏng một ngày tuyệt vời của tôi.

Trong lúc mọi người đang tề tựu đông đủ quanh bữa ăn tối, ba tôi hỏi tôi tại sao hôm đó tôi lại về sớm vì ba tôi gặp cô giáo Sarah Suggett trên đường về nhà và cô giáo kể tôi bị bệnh ở trường.

Ba tôi hỏi:

- Hôm nay con bị bệnh gì ở trường thế?

Và trước khi kịp suy nghĩ, tôi buột miệng:

- Con bị bệnh tê thấp.

Thế là mọi người cười ồ lên khiến tôi không còn nghe thấy gì nữa. Tôi chỉ biết bỗng dưng toàn thân tôi bắt đầu đau nhức và tôi bật khóc nức nở.

- Con đau thật, con đau thật mà!

Tôi vùng dậy bỏ chạy lên lầu và ở miết trên đó đến khi mẹ tôi lên tìm tôi.

Tôi biết rằng mọi người trong gia đình sẽ không bao giờ buông tha tôi và sẽ chế giễu tôi mãi về căn bệnh quái ác này. Nghĩ vậy tôi càng cảm thấy đau đớn hơn, nhưng lúc này cơn đau không còn ở dưới chân hay sau xương sống của tôi nữa.

Trương Thị Mỹ-Vân

dịch từ "Stolen Day" của Sherwood Anderson

"Tâm Phẫn Ca" Hay Bi Ca
Của Phạm Duy

PHAN TRANG HY

"Tâm Phẫn Ca" là chương khúc gồm 10 bài: "Tôi Không Là Gỗ Đá" (01), "Người Lính Trẻ" (02), "Chuyện Hai Người Lính" (03), "Đi Vào Quê Hương" (04), "Nhân Danh" (05), "Bi Hài Kịch" (06), "Thầm Gọi Tên Nhau Trên Chiến Trường Tồi Tệ" (07), "Kỷ Vật Cho Em" (08), "Tưởng Như Còn Người Yêu" (09), "Bà Mẹ Phù Sa" (10). Theo Phạm Duy (trong "Những Trang Hồi Âm"): "Tâm Phẫn Ca, cũng còn được gọi là "bài ca nổi giận" (chanson en colère) lần lượt ra đời, phần nhiều là những bài thơ được phổ nhạc. Lý do là vì sau khi Tâm Ca và một vài bài Tâm Phẫn Ca của tôi được phóng ra thì nó gây một tiếng vang trong đám thi sĩ và nhạc sĩ trẻ. Nhiều bài thơ chống chiến tranh được viết ra, ví dụ thơ của Thái Luân, Tâm Hằng, Luân Hoán v.v… và nhiều bản nhạc phản chiến được soạn ra, ví dụ những nhạc phẩm của Trịnh Công Sơn, Miên Đức Thắng v.v…"

Và riêng tôi, nghe chương khúc này, trong từng lời ca, đâu chỉ có sự nổi giận mà còn chất chứa nỗi buồn đau của thời đại. Có thể gọi đây là khúc bi ca của một thời chiến tranh trên đất Mẹ Việt Nam.

Trước tiên, tôi bắt gặp hình ảnh đau thương của người phụ nữ trong chiến tranh. Đó là hình ảnh của người mẹ, người vợ. Nhiều văn nghệ sĩ phản ánh hình ảnh họ trong các tác phẩm. Và Phạm Duy cũng vậy.

Nghe "Bà Mẹ Phù Sa", tôi lại nhớ đến một nhạc phẩm khác viết về Mẹ, đó là "Bà Mẹ Gio Linh" cũng của Phạm Duy. Tôi đã từng run, tóc sau gáy như dựng đứng, tim như bị ai bóp khi nghe Thái Thanh hát: "*Mẹ già tưới nước trồng rau/ Nghe tin xóm làng kêu gào/ Quân thù đã bắt được con/ Đem ra giữa chợ cắt đầu/ Hò ơi ơi ới hò! Hò ơi ơi ới hò! Nghẹn ngào không nói một câu/ Mang khăn gói đi lấy đầu/ Đường về thôn xóm buồn teo/ Xa xa tiếng chuông chùa gieo*". Và tôi cũng từng trăn trở khi đọc một truyện ngắn (tôi đã quên tác giả và tên truyện) kể về một bà mẹ thờ di ảnh hai con trên một bàn thờ. Một đứa là cộng sản, một đứa là cộng hòa. Cả hai đứa đều được Mẹ thương yêu, tưởng nhớ. Mẹ chẳng bỏ đứa nào vì chúng đều là con của Mẹ! Nỗi đau như trên rõ trong từng chi tiết của từng tác phẩm. Còn trong "Bà Mẹ Phù Sa" lại khác. Chuyện kể về một bà mẹ ở đất Phù Sa - một xóm nhỏ, nhưng đã nhiều lần đổi thay. Mẹ sống với tấm lòng thương yêu, chưa được mấy lúc mừng, nhưng chẳng thở than. Rồi một ngày ("tháng tám năm sáu mươi hai"), có anh Ba cán bộ về tuyên truyền lập Ấp Chiến Lược. Mẹ gật gù nghe và xin cảm ơn. Rồi súng nổ vang. Mẹ lùa anh Ba trốn dưới gầm giường. Mẹ ra cười đón khách. "Anh xưng tên là Tư, đi giải phóng xóm làng". Mẹ gật gù nghe và xin cảm ơn. Trông ra đường mương, thấy quân đội Mỹ tới gần, "Mẹ lùa anh Tư cũng trốn dưới gầm giường". Câu chuyện dở chừng:

> *Tới đây là xong nửa chuyện*
> *Không biết rồi ai sẽ cứu ai?*
> *Ai sẽ cứu ai?*

Phạm Duy từng viết: "Chuyện BÀ MẸ PHÙ SA có thể là câu chuyện có thực như chuyện BÀ MẸ GIO LINH. Nhưng chuyện bà mẹ bây giờ khôi hài hơn". Nghe xong cả bài, với giọng hát Hoàng Oanh, riêng tôi thấy, sự khôi hài trong tình huống này như của vở kịch bị bỏ ngỏ: "Ai sẽ cứu ai?". Rõ là câu chuyện tưởng hài, nhưng lại cười ra nước mắt. Và theo tôi, chuyện như đùa, nhưng là bi kịch cho Mẹ Việt Nam!

Còn đây là hình ảnh những người phụ nữ có người yêu, có chồng đi lính. Trong Tâm Phẫn Ca 08 - "Kỷ Vật Cho Em" (phổ thơ Linh Phương), là lời hỏi xoáy sâu vào tình cảm bao người: "*Em hỏi anh, em hỏi anh, bao giờ trở lại?*"; và lời hẹn chỉ là một tương lai không chắc: "*Xin trả lời, xin trả lời, mai mốt anh về*". Khi nghe cả bài ca này, người lính trở về cùng người yêu, người vợ có thể bằng "chiến thắng", hoặc trở về bằng "hòm gỗ cài hoa", hay "trên chiếc băng ca". Người yêu, người chồng trở về có gì ngoài viên đạn đồng đen làm kỷ vật. Viên đạn đồng đen ấy là chứng tích của chiến tranh. Có thể anh ta chết, có thể anh ta bị thương. Người phụ nữ nào không đau đớn khi có người yêu, có chồng như thế. Và còn gì đau xót hơn khi người yêu, khi chồng nói lên sự thật phũ phàng:

> *Anh trở về dang dở đời em*
> *Ta nhìn nhau ánh mắt chưa quen*
> *Cố quên đi một lời trăng trối, em ơi!*

Còn đây là nỗi đau xót của người phụ nữ như hóa điên, hóa dại trong Tâm Phẫn Ca 09 - "Tưởng Như Còn Người Yêu" (thơ Lê Thị Ý) khi người yêu, người chồng tử trận:

> *Ngày mai đi nhận xác chồng*
> *Say đi để thấy mình không là mình*
> *Ngày mai đi nhận xác anh*
> *Cuồng si thuở ấy, hiển linh bây giờ*

Nỗi điên dại ấy ngây ra, trơ ra như thể không còn nước mắt để khóc, để rửa nỗi buồn thương:

> *Em không nhìn được xác chàng*
> *Anh lên lon giữa hai hàng nến trong*
> *Mùi hương cứ tưởng hơi chồng*
> *Ôm mồ cứ tưởng ôm vòng người yêu!*

Từng đọc "Chinh Phụ Ngâm Khúc" của Đặng Trần Côn, bản dịch Đoàn Thị Điểm (?), tôi được biết tác phẩm là nỗi lòng buồn thương của người vợ có chồng ra lính. Chỉ có nỗi lòng thương yêu, chờ đợi. Và đặc biệt là hy vọng một ngày chồng trở về trong khúc ca khải hoàn, trong niềm hạnh phúc đoàn viên. Còn trong "Kỷ Vật Cho Em" và "Tưởng Như Còn Người Yêu", người phụ nữ dẫu có thương yêu, chờ đợi, nhưng đâu còn hy vọng. Tất cả đã mất hết! Chỉ có nỗi bi thương còn lại. Và người phụ nữ được gì ngoài khúc bi ca.

Trong chương khúc này, tôi còn bắt gặp nỗi đau của những người lính. Họ là những người lính trẻ chết trận. Chết bất cứ thời điểm nào ("chết trận chiều qua", "chết trận hồi mơi", "chết trận ngày mai", "chết trận ngày kia"). Chết bất cứ ở đâu ("chết trận ngoài khơi", "chết trận bờ ao"). Cái chết của họ khiến cho cả vũ trụ buồn thương: "Nhiều vị Trời ngồi ôm mặt khóc/ Nhiều vị Thần rủ nhau vụt mất". Cái chết của họ làm cho loài người nhìn lại chính mình: "Rồi loài người đổi thay hình dáng/ Người trần truồng về thuở hồng hoang…". Còn lại gì khi người lính trẻ chết trận?

> *Người lính trẻ chết trận còn đâu*
> *Nên không lâu, nổ vỡ địa cầu*
> *Người lính trẻ chết trận rồi nghe!*
> *Xin nghe đây tận thế gần kề*
> *NGƯỜI LÍNH TRẺ…*
> *CHẾT TRẬN CÒN CHI!*
> *CÒN CHI?"*

(Tâm Phẫn Ca 02 - "Người Lính Trẻ")

Nỗi đau của những người lính làm sao nói hết. Nghe Tâm Phẫn Ca 07 - "Thầm Gọi Nhau Trên Chiến Trường Tồi Tệ" (phổ thơ Ngô Đình Vận), với giọng ca Khánh Ly, tôi như thấy những tiếng gọi thầm, những lời than vãn của kiếp lính, những thằng lính trên những chiến trường khốc liệt. Điệp khúc "Thầm gọi tên mày!/ Thầm gọi tên tao!/ Thầm gọi tên nó!"; "Gọi tên mày!/ Gọi tên tao!/ Gọi tên nó!" cứ lặp đi lặp lại trong ca khúc như lời kinh cầu nguyện cho nhau, và có lẽ đó cũng là lời vĩnh biệt:

> *Thầm gọi tên mày!*
> *Thằng bạn của tao!*
> *Mày vừa ngã xuống*
> *Hỡi mày chết đi cho người đời*
> *Còn sống yên trong nụ cười*
> *Gọi tên mày!*
> *Gọi tên tao!*
> *Gọi tên nó!*
> *Gọi tên nhau, suốt đời!"*

Chiến tranh rồi cũng có ngày kết thúc. Những người lính đôi bên rồi cũng phải sống cùng nhau khi tiếng súng không còn. Tôi có dịp xem được tấm hình "Hai Người Lính" của nhiếp ảnh gia Chu Chí Thành chụp tại Quảng Trị (tháng 04/1973) trên một số trang báo cũng như trên Internet. Tấm hình ấy ghi lại phút giây hòa bình sau hiệp định

Paris. Hai người lính ở hai đầu giới tuyến khoác vai nhau. Một người là bộ đội Nguyễn Huy Tạo, một người là lính cộng hòa Bùi Trọng Nghĩa. Đâu dễ gì có giây phút thần tiên đó. Thật là kỳ diệu!

Còn trong Tâm Phẫn ca 03 - "Chuyện Hai Người Lính" (phổ thơ Tâm Hằng) thì lại khác. Chuyện kể có hai người lính chung một làng, cùng yêu ruộng đất Việt Nam, cùng yêu Tổ Quốc Việt Nam, cùng họ hàng, cùng nòi giống Việt, cùng một lòng gìn giữ Việt Nam. Tưởng là họ cùng chung chí hướng? Hóa ra là:

Có hai người lính ruổi rong đường trường
Ngày đêm ủ ấp hờn căm
Có hai người lính ruổi rong đường trường
Cùng đi lùng bắt địch quân
Có hai người lính là hai người hùng
Cùng đi diệt lũ thù chung!
Có hai người lính nằm trên ruộng đồng
Cùng ôm khẩu súng chờ mong
Có hai người lính, một sớm mai hồng
Giết nhau vì nước Việt Nam.

Lời ca như trên, theo tôi, không những phẫn nộ, mà còn thở dài, buồn bực. Và có thể nói đó là khúc bi ca của những người lính cùng chung một Mẹ Việt Nam.

Cũng trong chương khúc Tâm Phẫn Ca này, tôi còn bắt gặp nỗi đau của dân tộc Việt Nam "theo mệnh nước nổi trôi" (Tình Ca). Quả là xót đau khi con người lấy cứu cánh biện minh cho phương tiện. Có nỗi đau nào hơn khi nhân danh yêu nước, thương nòi, khi nhân danh tự do, hạnh phúc, khi nhân danh lý tưởng, khi nhân danh hòa bình mà phải giết người! Nỗi đau như phát điên lên, như cuồng lên:

Vì nhân loại tôi phải giết, phải giết
Giết trọn loài người, giết trọn loài người
Xin nhân danh đường lối hòa bình
Xin nhân danh đường lối hòa bình... giết luôn tôi!!!

(Tâm Phẫn Ca 05 - "Nhân Danh", phổ thơ Tâm Hằng)

Nỗi đau ấy, cười không ra cười, khóc không ra khóc. Bởi tất cả, theo tác giả, chỉ là kịch. Nói đến kịch sân khấu, thì có tác giả kịch bản, đạo diễn, diễn viên, sân khấu... làm nên thành công của kịch. Vai trò đạo diễn có tầm quan trọng rất lớn trong kịch. Còn đây là kịch của cuộc đời, thời cuộc. Vở diễn đâu chỉ trên sân khấu - không gian giới hạn, mà vở diễn như có mặt trên quê hương Việt Nam khi đạo diễn đưa tay lên xuống:

> *Đạo diễn đưa tay lên*
> *Đạo diễn đưa tay xuống*
> *Bi hài kịch bỏ màn*
> *Bi hài kịch chưa xong*
> *Diễn viên rơi nước mắt*
> *Đạo diễn khóc hay cười*
> *Khán giả thì bưng môi*
> *Khán giả thì im hơi*
> *Ôi bi kịch còn dài*
> *Trong hay ngoài sân khấu*
> *Bên trên hay là bên dưới*
> *Ai cũng buồn như nhau.*

(Tâm Phẫn Ca 06 - "Bi Hài Kịch", phổ thơ Thái Luân)

"Ai cũng buồn như nhau" sao gọi là hài kịch. Có chăng cái hài ấy chỉ là trò hề chính trị. Tất cả đều buồn! Và theo tôi, đó là bi ca một thuở.

Bi ca một thuở ấy trong Tâm Phẫn Ca làm rõ phần nào Cái Tôi đa cảm của Phạm Duy. Xin đừng gọi đây là Cái Tôi ba phải, được chăng hay chớ! Theo tôi, chính Cái Tôi đa cảm khiến cho con người nhìn đâu cũng thấy có chút gì đó đáng thương, tội nghiệp. Tội nghiệp cho người, tội nghiệp cho mình. Bởi cuộc đời này có biết bao nhiêu thứ giằng xé con người. Quả là bi kịch của cá nhân:

> *Tôi vào quê hương bằng cuộn dây thép gai*
> *Đồng cỏ cha tôi, tôi trói gô hình hài*
> *Tôi đào thông hào, trồng cây chông nhọn hoắt*
> *Tôi giơ tay cao, tôi cấu tôi cào…*
>
> *… Tôi vào quê hương quà tặng nhớ đem theo*
> *Một khẩu Thompson hay chiếc súng cộng đồng*
> *Mỗi thằng một đứa, dành cho nhau một phát*
> *Mỗi đứa một thằng, dành một phát cho nhau"*

(Tâm Phẫn Ca 04 - "Đi Vào Quê Hương", phổ thơ Hoa Đất Nắng)

Chính Cái Tôi đa cảm ấy đã khiến Phạm Duy phải trăn trở và viết Tâm Phẫn Ca 01 - "Tôi Không Là Gỗ Đá", tặng Lê Tất Điều. Dù cái chết, như ông viết, là luôn nhìn thấy tận mắt, sờ tận tay, nhưng con người vẫn thản nhiên lạ thường trước những xác người. Theo tôi, đằng sau sự thản nhiên lạ thường ấy là tiếng khóc cho nhau. Khóc vì một Việt Nam đau thương, điêu tàn, vì người dân chết oan, vì binh đao không ngớt:

Tôi không phải là cỏ cây
Tôi không phải là gỗ đá
Nên tôi khóc Việt Nam tôi
Ròng rã ba đời không biết vui

Vì không phải là gỗ đá, cỏ cây, nên Cái Tôi đa cảm không thể im tiếng mà cất lên tiếng nói của lương tâm, tiếng lòng lương thiện. Cất tiếng lên bởi mong cuộc đời này mãi được bình yên:

Tôi không thể nào thản nhiên
Tôi không thể nào im tiếng
Nên tôi thét vào thinh không
Lời nói hãi hùng hơn tiếng bom
Tôi không thể nào miệng câm
Tôi không thể nào tai điếc
Nên tôi khóc và tôi điên
Cho bao giờ đến đời bình yên!"

Một thời bi thương của dân tộc qua đi. Một thời đất Mẹ Việt Nam mất những đứa con trong những trận chiến chỉ còn là ký ức. Tâm Phẫn Ca - tôi cho rằng đó là những khúc bi ca của Phạm Duy - chỉ còn là quá khứ. Biết là thế, biết để mà tin tương lai đất nước quê hương Việt Nam không thể lặp lại nỗi buồn đau ấy, bởi: "Từ trải nghiệm của quá khứ chúng ta rút ra bài học dẫn đường cho tương lai." (John Quincy Adams)

Năm 2020
Phan Trang Hy

Mẹ Và Con,
Non Và Nước
PHƯƠNG TẤN

Đừng. Đừng giết con tôi!
Súng bắn thẳng người mẹ
"Mẹ ơi, con mồ côi…"
Súng bồi thêm người con.

Quỷ đỏ đeo mặt nạ
Giết cả mẹ cùng con
Cướp cả non cùng nước!

Súng quay vào thành phố
Quay vào chính nhân dân
Đâu thể nào tử lộ
Đường đi đến tự do
Mà sẽ là huyệt mộ:
"Chôn kẻ thù nhân dân."

Quỷ đỏ đeo mặt nạ
Giết cả mẹ cùng con
Cướp cả non cùng nước!

Việt Nam phơi hồn cốt
Lồng lộng giữa đêm đen
Quê hương chỉ có một
Đường đi đến tự do.
Tuổi trẻ chỉ có một
Lý tưởng và lương tri.

Quỷ đỏ đeo mặt nạ
Giết cả mẹ cùng con
Cướp cả non cùng nước! ∎

Sớm Nay Thu Đến
BÙI DŨNG

Sớm nay thu đến ngang trời
Sợi vàng vắt vẻo buông lơi chút tình
Tự nhiên ngày tháng lặng thinh
Thời gian đứng lại chờ tình đến thăm

Trời thu man mác lắn trầm
Sắc thu bàng bạc muôn phần hoàng hoa
Em ơi, ngồi xuống bên ta!
Để thu dệt gấm dệt hoa quanh mình

Để anh đem chút mộng lành
Đưa em về chốn ngọn ngành ngày xưa... ∎

Tôi Về
NGUYỄN QUỐC HƯNG

Tôi về nhìn lá me bay
Bùi ngùi nhớ dáng em gầy thuở nao
Qua nhà hoa tím tường rào
Ngập ngừng chẳng biết nên vào hay không?

Tôi về cầu bắc trên sông
Ngày qua mấy lượt nhớ không hở người?
Ván cầu gõ nhịp bước đời
Tóc xanh giờ đã bạc rồi nhớ quên!

Tôi về tìm chút bình yên
Sau bao dâu bể muộn phiền tháng năm
Đời không tranh, vẫn thăng trầm
Công danh mây khói, lặng thầm cuộc chơi

Tôi về một mảnh hồn côi
Lạc từ dạo ấy trên đồi cỏ thưa
Chiều nay ngồi tránh cơn mưa
Tự dưng nhớ lại ngày xưa yêu người ∎

Nhịp Đập
NGUYỄN HẢI THẢO

Đập lên phím buồn
một ngày mưa
nghe vọng âm
khúc tình xưa rờn rợn...

Xa lắm
mùa thu xanh thuở ấy
xa lắm
cuộc tình bão nổi
chưa trưởng thành
đã vội chết non!

Mong một ngày tương phùng
dựng lại cuộc yêu
đã phế tích
chìm sâu
theo năm tháng...

Đập lên trái tim
là nỗi nhớ
vỡ bờ khát vọng
một ngày mưa
em phơ phất
hiện về... ∎

Đêm Uyên Nguyên

PHÙNG QUANG THUẬN

Như hôn lễ thánh thần trên đỉnh vắng
Chỉ hai người làm chứng một vầng trăng
Đôi mắt ngọc thay nến hồng hoa chúc
Ngàn sao trời tấu nhạc giữa tầng không

Hơi thở nồng thơm từng mùi hương mật
Trên môi thơm ta uống rượu tơ hồng
Trong hoang vắng mùi nhục hương ngây ngất
Đêm uyên nguyên trời đất một chữ đồng

Hai sợi tóc phai màu giờ lại kết
Nơi hoang sơ trăng và gió động phòng... ∎

Chùm Thơ
HỒ XOA

Rồi Mai

Bến cũng lạ và người cũng lạ
Ngày về xa lắc
Những mùa thu đi, đến... cũng vô tình
Em bỏ lại trong tôi
Một mùa thiếu phụ
Để trên môi từ đó nụ cười khô

Về lặng lẽ hoang vu đồi sim chín
Chim bên gành hát chẳng ai nghe
Ta vẫn đợi nắng qua chiều bến cũ
Xế qua hồn nhìn xuống những tiễn đưa

Rồi mai mốt xa
Còn gì trông ngóng
Ai bỏ dòng sông trôi cuối phương trời
Em bỏ trong tôi...
Vô cùng mây trắng
Rồi từng chiều về
Tôi ngắm hồn tôi

Rồi mai về qua
Bên triền núi lạ
Ai bỏ mây trôi
Trắng cả cuộc đời...

Nắng Đồi Hoang

Bên đồi hoang lặng lẽ nắng qua
Vắng vẻ một giấc mơ sỏi đá
Bờ xa nhớ tiếng chim xưa
Lời buồn như khúc kinh chiều

Người về đâu như tiều phu khuất bóng
Còn xạc xào những mùa lá xưa
Lênh đênh phận người
Kỷ niệm như từng viên ngói cũ
Che hồn miếu hoang

Bên đồi hoang
Lau sậy phất phơ tình lau sậy
Lối mòn bạc phận gió mưa
Nắng đồi hoang không còn ai đợi, ai chờ...

Nắng đồi hoang nhìn non sông buồn
Nắng tắt những bài thơ chưa kịp viết
Lặng câm lời tình xót xa
Ta còn nắng đồi hoang
Soi bóng đời mình. ∎

Bài Ca Mười Lăm

Y THY

Năm mười
Mười lăm
Hai mươi...
Mười lăm thoáng chốc khóc cười cùng nhau
Mười lăm năm thật là mau
Mười lăm năm vẫn một câu vợ chồng!
Khổ
Nghèo
Đói
Rách
Cảm thông
Cùng nhau san sẻ để không ngậm ngùi
Hôm nay kỷ niệm ngày vui
Đôi môi mọng đỏ mỉm cười nhìn anh
Kìa xem đôi mắt long lanh
Rạng ngời hạnh phúc trời xanh chúc mừng...
Lội sông
Xuống biển
Lên rừng
Đôi tay nắm chặt cũng đừng lìa xa
Cho dù bão tố phong ba
Đồng lòng chồng vợ cũng qua... ấy mà
Dẫu cho chỉ mắm với cà
Bên nhau hạnh phúc cả nhà an vui... ∎

Nhặt Mùa
VŨ TUYẾT NHUNG

Giấu hoa hồng vào ngực trái
Ta đi tìm những ngày mai
Thanh lọc bao mùa lửa cháy
Ủ hồng cánh mỏng đào phai

Giấu ngôi sao băng ngực phải
Ngỡ ngàng lửa phượng thắp hè
Ánh mắt ai buồn lưu bút
Đến giờ còn nặng bờ vai?

Em về mùa thu ngang ngõ
Ta đi rũ lại lá vàng
Cúc họa mi đừng lạc nẻo
Thôi mùa đã bước sang trang

Còn ta lên men băng tuyết
Thành lửa bão hòa trần gian
Nhặt mùa tháng ngày chăm chỉ
Mong về một ngày Người sang! ∎

Chùm Thơ
LÊ MINH HIỀN

Hai Nỗi Buồn Ở Hai Nơi
*(nhớ muội từ Quảng Ninh, quen nhau qua fb sau 5 năm,
đã là cố nhân!)*

Bên ấy Việt Nam,
"Em nghiêng nằm
nghe rớt... mưa
lộp bộp trên tàu lá
xanh trong đêm tối đen 30 huyền
hồn trinh phụ cô đơn chìm dần..."
Bên này California,
"Anh nhìn bụi mưa
rơi trong sớm mai lạnh
băng hồn lãng tử dậy men cô quạnh..."
Giọt buồn Việt Nam cố quận, mái tường xanh rêu
Giọt buồn California phố nhỏ Sài Gòn* và con đường
Bolsa chưa lạ đã quen
Hai nỗi buồn, hai đầu Thái Bình sóng
vỗ quanh năm biển động trùng dương
Muội thì nhớ,
"Một người lỗi hẹn từ
một cơn mưa cũ
càng xa lắc lơ!..."
Huynh thì nhớ,
"Khuôn mặt ai kia phương đông hằn nét mơ
ước ửng hoang ba phong hẹn hò."
Ơi, bên ấy Việt Nam!

Little Saigon in California

Một Thời Màu Hồng

Và người đàn ông ngồi xuống
trong tay
ly thời gian đã vơi nhiều
người đàn ông bắt đầu uống
chậm rãi

Người đàn ông ngắm những cô gái xinh đẹp đang lượn lờ
trong không gian,
màu hồng của mùa xuân
màu đỏ của mùa hạ
màu vàng của mùa thu
màu xám của mùa đông

Và những người đàn bà
tự lừa dối!
"tự sướng"
Ôi!, tội nghiệp,
những tấm hình!
những tấm hình!
màu xám xịt của mùa đông
đâu rồi!
màu hồng một thời con gái
nguyên trinh

Người đàn ông chấp nhận thực tại
người đàn ông đang nhẩn nha với ly thời gian đang cạn dần
và ngắm nét đẹp,
Ôi!, những cô gái chân dài nõn nà
vô tư
như những người đàn bà đã từng một thời
vô tư
màu hồng đang ra đi
màu hồng không bao giờ trở lại

Stanton Little Saigon 7/15/2020 2:23pm

Đau mắt
giữa mùa covid-19
MEM NGUYỄN THỊ

vuốt mắt,
tưởng
sợi tóc mai
vướng qua mí mắt
chia hai bầu trời
bên mây cuộn
bên xanh ngời
bên khô cành lá
bên tươi
hoa cười

vuốt mắt,
tưởng
mộng hai mươi
đỏ ngầu con mắt
biếng lười
ngủ quên
bốn mươi năm
ngỡ
bình yên
dòng sông cạn khốc
con thuyền
gẫy neo

bạn xưa,
tên?
bóng trăng treo
ký ức trắng
phố mây
heo hút buồn
vuốt mắt,

tưởng
lệ thôi tuôn
triệu nghìn nấm mộ
khắc muôn
bia sầu
người chết
người sống
mê đầu
một cánh bướm
ngàn vực sâu
rung bờ
vuốt mắt,
tưởng
sợi tóc tơ
đâm trong khóe mắt
buốt
bờ mi khô
đất vùi
đất
với xương khô
người thân vắng,
tủi ngựa thồ
tha ma

vuốt mắt,
ta
nhìn ra
ta
dưới cầu tóc bạc
ta bà
cõi không
người về đất
lạnh tim hồng
giữa trời thúc vọng
tiếng cồng
tịnh tâm. ∎

Giấc Nương Hồng
DUNG THỊ VÂN

Người vẫn còn đây
Mà muôn trùng kỷ biệt
Ta ảo ảnh một lần
Mà vàng vọt đến nghìn năm

Người cứ loanh quanh
Mấy trùng phiêu bạt
Khêu lại tàn tro
Năm tháng gọi vô tình

Người cứ thênh thang
Dọc đường bụi lấm
Ta quay về
Ảo ảnh thắp mùa sang

Chiều tắt bên song
Ta thương mùa trụi lá
Giấc nương hồng
Xa xước nửa vòng tay. ■

Người Đàn Bà Bỏ Trốn
VÕ PHÚ

Chợ thị xã nằm cạnh bến cá. Buổi sáng, khi ghe xuồng từ khơi về, người ta đem hải sản lên thẳng chợ để bán. Bên trên hàng cá là hàng thịt và vài hàng rau củ, lê ghim. Ở đầu cổng chợ là những quán ăn nhỏ, một vài hàng xôi, chè, cháo, bánh xèo, bánh cam, bánh bò, hoa quả.... Chợ thị xã chỉ có một quầy thịt và chỉ bán duy nhất thịt heo. Dường như người dân trong xã hiếm khi nào làm thịt bò trừ những dịp lễ lớn như cúng lăng Ông, hay cúng đình thì người ta mới giết bò, xẻ trâu. Quầy thịt heo đó là của cô Hai Thung.

Cô Hai Thung sống ở cuối xóm, cạnh cửa sông Cóc, đối diện với nhà chị Ba Phê. Nhà cô Hai chỉ có ba người. Người mẹ già mù lòa, cô, và đứa con trai độ mười bốn tuổi. Cô Hai có lai giòng máu Pháp. Người cô phốp pháp vạm vỡ với mái tóc hoe vàng cong quăn. Nước da cô trắng hồng, nhất là ở hai bên má. Mỗi lần cô chặt thịt, đôi má nung núc nhảy lên xuống theo nhịp dao.

Hồi còn con gái cô Hai không sồ sề như bây giờ. Hồi đó, cô rất đẹp. Đẹp một cách quyến rũ với mái tóc vàng, uốn cong, mắt xanh da trắng. Một nét đẹp rất Tây kiểu tài tử điện ảnh, cô đào Marilyn Monroe. Cô Hai có tên thật là Trần Thị Cúc, nên bạn bè trong phòng trà còn gọi là Cúc Marilyn. Cô đẹp và nổi tiếng chịu chơi, nên đã lọt vào mắt của một vị thiếu tướng. Sau nhiều lần qua lại, họ trở thành vợ chồng và cái tên Cúc Marilyn cũng biến mất thay bằng tên chồng, cô Hai Thung. Theo tên của Thiếu tướng Nguyễn Văn Thung. Lấy chồng, cô Hai Thung về thành phố biển Nha Trang sinh sống, trên đường Duy Tân. Họ có với nhau một người con trai đặt tên là Nguyễn Văn Tuấn.

Biến cố tháng Tư năm 1975...

Lúc Tuấn được năm tuổi. Cả thành phố tràn ngập màu cờ đỏ. Khắp nơi căng biểu ngữ ngày "giải phóng miền Nam". Cũng là lúc chồng cô Hai bị bắt đi "học tập cải tạo". Để tránh đi tai mắt chính quyền mới, cô Hai Thung bàn với mẹ chồng bán hết nhà cửa, tư trang, đồ đạc trong nhà để đến sinh sống ở cái xóm chài bé nhỏ này. Cô dùng hơn phân nửa số tiền bán nhà ở thành phố mua mảnh đất, cạnh bờ sông Cóc, cất nhà sinh sống. Số còn lại cô chi tiêu dè sẻn, trồng thêm rau củ, nuôi gà vịt để ba thế hệ sống qua ngày.

Mẹ chồng cô, sau khi con trai đi trình diện với chính quyền mới rồi biệt tích, bà nhớ thương con trai nhớ ngày khóc đêm rồi đôi mắt không còn thấy nữa. Mọi việc trong ngoài, một mình cô Hai cáng đáng. Cuộc sống của ba thế hệ của gia đình cô cứ bình lặng trôi qua cho đến khi cả nhà người hàng xóm đối diện, nhà chị Ba Phê, bỏ đi vượt biển. Sau khi nhà chị Ba Phê bỏ trốn, người hàng xóm mới của cô Hai Thung dọn vào ở. Hắn là bộ đội biên phòng, tên Lệnh. Lệnh từ miền Bắc vào, gia đình có công với cách mạng, nên hắn luôn cậy quyền ỷ thế hà hiếp những người dân trong xóm. Lệnh người cao khoảng một mét sáu lăm, hơi ốm. Hàm răng hô, ố vàng khói thuốc. Nước da rám đen xỉn màu vàng nghệ, điển hình của một người bộ đội mới vừa trở về từ rừng rú.

Cô Hai Thung đang tưới rau, tên Chín Lệnh đứng bên kia hàng rào, gọi trổng:

- Này cái cô kia...

Cô Hai biết hắn gọi mình, nhưng giả đò không nghe. Cô vẫn tiếp tục tưới nước cho đám cải bẹ xanh. Tên Lệnh bực mình, gọi lớn hơn:

- Này cô kia... Tôi gọi cô không nghe thấy sao?

Cô Hai đặt cái thùng nước có vòi sen xuống đất, nhìn hắn rồi trả lời:

- Anh đang gọi tôi?

- Cái cô này... Ở đây chỉ có mình tôi và cô. Tôi không gọi cô chả nhẽ tôi gọi ma? Chả nhẽ tôi gọi không không à?

- Ai biết được... Mà anh gọi tôi có việc gì không?

- Cô trồng cải à? Cô có trồng rau muống không? Ở ngoài này tôi không thấy ai trồng rau muống cô nhỉ?

- Ở ngoài này không ai ăn thứ rau đó. Rau đó chỉ cho heo ăn.

- À... Ờ... Cô trồng rau mà không bón phân gì sao?

- Thời buổi giờ tìm đâu ra phân mà bón. Với lại tui trồng rau để ăn chứ có bán mua gì đâu mà bón phân, phun thuốc.

- Hợp tác xã không bán phân thì mình tự bón phân chuồng, phân bắc.

- Thúi... Thúi lắm. Tui trồng rau sạch để ăn nên không bón mấy thứ đó...

- Vậy khi nào thu hoạch, cô để dành cho tôi một ít nhé.

- Ờ...

- À mà cô tên gì? Tôi tên Lệnh. Lệnh của từ ra lệnh đó.

- Ờ... Tui tên Thung. Người ta kêu tui Hai Thung.

Tên Lệnh nghe xong, nhìn cô rồi cười mỉm. Mặt hắn khinh khỉnh, hắn nói trổng:

- Tên ngộ nhỉ? Cô nhìn đẹp vậy mà có cái tên nghe ngộ quá... Hai Thung... Thung rồi có giãn không?

- Tên người ta cha mẹ đặt cho, có gì đâu mà anh cười anh thắc mắc.

- Xin lỗi cô... Tại lần đầu tôi mới nghe cái tên ngộ vậy... Mà chồng cô đâu sao nom tháng nay tôi không thấy anh nhà?

- Chồng tui đi trình diện rồi bọn nó bắt đi đâu mất tích...

- Bọn nó là ai? Sao cô lại kêu chính quyền nhà nước ta là nó?

- Không kêu nó chẳng lẽ kêu bằng ông nội hả trời?

- Cô phải nói nhà nước bắt đi học tập cải tạo tư tưởng. Chồng cô ngụy quân hay ngụy quyền?

- Ai là ngụy? Ảnh là quân nhân vì dân vì nước bảo vệ đất nước này chứ không ngụy gì gì cả. Xin lỗi anh Lệnh nhe. Tui đi múc nước tưới rau. Không rảnh để tiếp chuyện anh được.

- Thôi được rồi... Cô đi đi. Nhưng nếu cô muốn tôi giúp nghe ngóng tin tức của chồng cô thì cô cần phải hợp tác với tôi.

Cô Hai đi ra hướng đầu làng múc nước tưới rau. Còn lại mình, tên Lệnh cũng vào nhà dắt xe đạp đi lên đồn công an. Hắn vừa đạp xe vừa huýt gió bài "Bác Hồ Kính Yêu"...

Chiều hôm đó, sau khi coi lại đàn gà và đóng cửa chuồng, cô Hai ra hè múc nước tắm. Cô vừa chải tóc vừa bước lên nhà trên. Đến đầu cửa phòng, thằng Tuấn gọi cô:

- Má... Má... Ông bộ đội bên kia qua tìm má.

- Ổng đâu? Mà ổng tìm má có chuyện gì? Mà thôi... Có hỏi mày cũng không biết. Để tao ra coi thằng chả muốn gì?

Ở nhà trên, mẹ cô Hai hỏi lớn:

- Hai ơi, chuyện gì vậy con?

- Dạ không có gì má ơi. Ông hàng xóm qua hỏi gì đó. Để con ra coi.

- Ờ... Mấy giờ rồi con?

- Dạ cũng gần chập tối rồi má. Con ra trước hiên coi ổng nói gì rồi dzô nhà lấy cơm cho má ăn.

- Ờ... Hèn gì tao cũng thấy đoi đói.

Cô Hai ra trước hiên nhà. Tên Chín Lệnh đứng trước sân chờ đợi. Thấy hắn, cô hỏi:

- Sắp tối rồi, anh Chín qua nhà tui có gì không?

- Cũng có một vài chuyện tính nói với cô... Ờ mà trước hết, tôi có xâu thịt lợn này biếu cô. Tôi mới nhận tem phiếu trên đồn hồi chiều này... Tôi có thể vô nhà nói chuyện?

- Ờ... Ờ... Cũng được. Mời anh vô nhà.

Tên Chín Lệnh theo cô Hai Thung vào nhà, nơi phòng khách có bộ bàn ghế gỗ, cạnh tấm phản của mẹ chồng cô nằm. Vào nhà, tên bộ đội hất hàm hỏi:

- Ai vậy?

- Má chồng tui...

- Ai vậy con?

- Dạ anh Chín hàng xóm kế bên mà hôm trước con nói với má.

- Bộ có tin của thằng Hai hả con?

- Dạ con cũng không biết má à. Để con nói chuyện với anh Chín coi sao.

- Ờ...

Cô quay qua tên Chín Lệnh, hỏi:

- Anh tìm tui có chuyện gì vậy anh Chín?

- Thì cái chuyện cô nhờ tôi nghe ngóng tin tức của chồng cô đó. Sau mấy tháng trời điều tra, giờ cũng có chút ít manh mối. Nhưng nếu muốn chắc ăn, cô và bác nhà cũng phải chi chút ít...

- Được... Được... Cần khoảng bao nhiêu nữa, xin anh cho chúng tui biết mà lo liệu:

- Cũng dăm ba chỉ vàng...

- Dăm ba là nhiêu? Hai hay ba?

- Càng nhiều càng tốt. Ba chỉ là đẹp nhất. Tôi phải trình lên cấp trên để điều tra coi anh nhà bị giam ở đâu.

- Cám ơn anh. Để tui bàn tính với má tui rồi sẽ tìm cách giao cho anh nay mai...

- Tốt... Tốt... Càng sớm càng tốt cô nhé. Thôi tôi xin phép bác, xin phép cô tôi về...

- Ờ... Anh dìa.

Tên Chín Lệnh đi rồi, cô Hai đóng cửa nhà trước nhà sau và cài then cẩn thận. Rồi cô đi đến bên tấm phản, cạnh mẹ chồng, ngồi xuống. Cô nói:

- Hồi nãy má cũng nghe hắn nói rồi. Bấy lâu nay nhà mình chi tiêu dè sẻn cũng còn có năm chỉ vàng phòng thân. Giờ hắn đòi ba chỉ mới cho biết tin tức của anh ấy. Con không biết liệu hắn có gạt mình không nữa. Nhưng dù hắn có gạt, con nghĩ mình cũng liều một phen coi anh Thung sống chết ra sao. Má thấy con tính vậy được không?

- Ờ... Bây tính sao thì tính. Tao già rồi, vô dụng cũng không giúp gì được. Sống nay chết mai. Nhưng nếu biết tin thằng Hai ở đâu thì mình biết đường mà lần, mà đi thăm nuôi nó. Má nhớ nó lắm...

- Dạ con biết. Má còn cất vàng chứ?

- Ờ... Cũng còn đây. Của lúc nào cũng mang theo bên mình chứ mậy.

Nói rồi bà luồn tay vào trong lớp áo bà ba, gỡ hai cây kim băng ra đưa cho cô Hai năm chiếc nhẫn vàng. Cô Hai lấy ba chiếc nhẫn, còn lại hai chiếc đưa lại cho bà. Cô nói:

- Má cất hai chỉ này giùm con. Để mai mốt gần Tết con bán đàn gà rồi mình sắm lại phòng thân hay mai mốt anh Thung về thì cũng có vốn để còn mà làm ăn.

- Ừa... Bây tính sao thì tính.

***

Ba người, ba thế hệ, trong gia đình cô Hai Thung đèo nhau đi thăm con, thăm chồng, thăm cha ở trại tù A-30. Sau bao ngày lên xe xuống ngựa, qua bao nhiêu chặng đường đèo dốc, cuối cùng họ cũng gặp được người thương nhớ. Ngày tháng xa cách, những mừng tủi biết nói sao cho hết trong mấy ngày "thăm nuôi" ngắn ngủi? Họ ôm nhau khóc trong sự ngơ ngác của bé Tuấn. Tuấn e dè khi mẹ và bà nội gọi lại và nhắc cậu nhận người đàn ông trước mặt này là ba. Cậu trơ mắt đứng nhìn.

Mẹ và bà nội cứ thúc giục mãi, cậu mới se sẽ tới gần, rồi chỉ gọi được một tiếng: "Ba!"

Những ngày "thăm nuôi" trôi qua thật nhanh. Tình cha con giữa cậu bé Tuấn và ba chưa kịp gắn kết, giờ họ phải đành chia tay trong quyến luyến. Chia tay nhưng không biết bao giờ gặp lại. Có thể một năm, cũng có thể chẳng bao giờ...

Người đàn ông cõng cậu bé trên vai, một bên mẹ già, một bên vợ băng qua con suối nhỏ ngoài cổng trại tù A-30. Họ dừng lại ở bên kia bờ suối. Người phụ nữ ôm chầm lấy người đàn ông. Cả hai rơm rớm nước mắt. Người phụ nữ dặn dò:

- Anh ráng giữ gìn sức khoẻ. Má và mẹ con em sẽ đợi ngày anh trở về.

- Em cũng vậy. Cố gắng lo cho sức khoẻ, chăm sóc má và con thay anh. Anh sẽ cố gắng "cải tạo" tốt để sớm trở về với mẹ con em. Thôi em dắt má và con về đi chứ trưa nắng nóng và khó bắt xe.

- Má dìa nha Hai. Con ráng giữ sức khoẻ. Má đợi con ngày ra tù.

- Dạ, má đi đường cẩn thận.

Người đàn ông bỏ đứa bé trên vai xuống. Cậu bé chạy lại bên mẹ rồi quay lại nhìn ba. Người đàn ông ôm cậu bé và người đàn bà vào lòng. Ông hôn lên tóc người phụ nữ rồi hôn lên má con. Họ vẫy tay chào nhau...

***

Một buổi trưa hè, cô Hai Thung đang tuốt cọng lá dừa để làm chổi quét nhà thì đám trẻ con đầu xóm chạy theo một người đàn ông đeo ba lô đi về hướng nhà cô. Thằng bé Lượm ở xóm la lớn:

- Ba thằng Tuấn ra tù... Ba thằng Tuấn về rồi...

Cô Hai, sững sờ ngồi nhìn, rồi buông cái rựa xuống, chạy lại ôm chầm lấy người đàn ông. Những giọt nước mắt hạnh phúc rơi trên khoé mắt người đàn bà. Cô ta la lớn, như thét lên:

- Má ơi... Má... Tuấn ơi... Tuấn... anh Thung về... Ba con về rồi Tuấn ơi...

Họ ôm chầm lấy nhau trước sự ngỡ ngàng của đám con nít đầu xóm. Đám con nít bu quanh một hồi, thấy không có gì để coi. Chúng tản dần rồi đi hết.

Mười một năm tù tội, sống nơi rừng thiêng nước độc, mọi thứ đều khác lạ so với trước kia. Từ ngày ra tù, không nghề nghiệp, ông Hai Thung vẫn chưa tìm được việc làm ở cái xóm chài này. Ngoại trừ làm những việc vặt phụ giúp vợ quanh nhà.

Lúc bấy giờ nhà nước "mở cửa" cho mọi người tự do làm ăn. Cô Hai Thung bàn với chồng đi buôn thịt heo. Họ mua heo của những người hàng xóm đem về nhà mổ thịt rồi mang ra chợ bán. Cuộc sống của gia đình cô cũng tạm ổn. Điều trở ngại và làm ông khó chịu đó là những ngày đầu tháng ông Thung phải đi vào thành phố, nơi cư ngụ trước đây, để trình diện và báo cáo với công an chính quyền. Trước khi đi, họ bắt ông phải xin giấy phép có chữ ký và con dấu từ đồn công an biên phòng thị xã, nơi tên Lệnh làm việc. Mỗi lần đi xin giấy tờ, phải cầu cạnh tên bộ đội hắc ám, cái mặt lúc nào cũng xấc xấc, kênh kiệu nên ông Thung khó chịu.

Hai năm sau ngày ra tù, thấy chồng tháng nào cũng phải đi cầu cạnh và bị hạch sách bởi những tên cán bộ từ thị xã đến thành phố, nên cô Hai mới bàn với chồng tìm đường vượt biển. Điều khó khăn của họ là má của ông bị mù, vả lại bà không muốn bỏ nước ra đi. Sau nhiều lần bàn tính, họ mới quyết định để lại hai người phụ nữ ở lại. Khi nào mẹ già mất thì cô Hai sẽ tìm đường đi sau.

Để chuẩn bị cho ngày vượt biển, cô Hai phơi khô cơm, tôm luộc khô, nước chanh đường, làm hành trang cho hai cha con ông Thung. Khi mọi thứ chuẩn bị xong, chờ đợi đến tháng Ba, tháng Tư, sau khi ăn Tết xong thì họ sẽ trốn đi.

Cô Hai Thung đã đặt cọc vàng cho chủ ghe để cho chuyến đi dễ dàng trót lọt.

Để chuẩn bị cho ngày vượt biển, cô Hai phơi khô cơm, tôm luộc khô, nước chanh đường, làm hành trang cho hai cha con ông Thung. Khi mọi thứ chuẩn bị xong, chờ đợi đến tháng Ba, sau khi ăn Tết xong thì họ sẽ trốn đi. Người ta nói "gió tháng Ba bà già đi biển." Câu nói dân gian của cư dân làng chài vì đi biển vào tháng này biển yên ả, nước trong xanh ít sợ bão tố. Sau khi chuẩn bị hết mọi thứ kể cả trả tiền cọc cho chủ ghe, cô Hai Thung còn đưa cho chồng con cả cây vàng để phòng thân khi tới bên kia bờ.

Buổi chiều hôm đó cô Hai đứng ngồi không yên. Dù rằng cô cố gắng giữ bình tĩnh vẫn đi ra chợ bán thịt bình thường như mọi ngày. Nhưng trong lòng cô luôn lo lắng đến độ bán thịt cho người ta lại quên thu tiền. Để rồi cô Tám hàng lê ghim kế bên nhìn qua nhắc chừng. Sau khi chợ chiều thưa khách, cô dọn hàng về. Vừa về đến nhà, ông Thung đón cô ở cổng. Thấy chồng, cô vội hỏi:

- Anh chuẩn bị xong hết chưa?

- Xong rồi. Chỉ chờ đến đêm nay.

Tối đến cả nhà cô Hai tắt điện đi ngủ sớm để chờ đêm khuya trốn đi. Nửa khuya, khi mọi người đang ngủ say cũng là lúc cô Hai đưa chồng và con ra cửa sau, hướng bờ sông, chèo thuyền thúng ra biển. Mọi chuyện tưởng chừng không ai biết, vậy mà không qua nổi cặp mắt cú vọ của tên Chín Lệnh, hàng xóm. Trong lúc chồng con cô Hai chèo thuyền thúng ra biển để lên ghe đi vượt biển thì bên này hàng rào tên Chín Lệnh cũng đạp xe xuống đồn biên phòng.

Đến đồn biên phòng, tên Lệnh mách lẻo cho bộ đội biên phòng đường biển để chuẩn bị bắt trọn chiếc ghe vượt biên. Chiếc ghe F10, dài chưa tới hai mươi mét với gần bốn mươi người chen chúc trong bóng đêm. Khi chiếc ghe nổ máy, cũng là lúc hai chiếc ca nô của bộ đội bật đèn xanh đỏ, hụ còi chia ra làm hai hướng bao quây chiếc ghe. Không còn cách nào khác, chủ ghe cho tăng tốc trốn chạy. Tiếng còi hú inh ỏi, rồi tiếng súng nổ, tiếng người la ó... Chiếc ghe gỗ trúng đạn. Nước biển tràn vào. Người cầm lái hét lớn:

- Ghe trúng đạn, bị lủng rồi... Không chạy được nữa. Ai biết bơi thì trốn...

Ông Thung thầm nghĩ: "Mình mới vừa ra tù giờ bị bắt lại vì tội vượt biển chắc là ở tù rục xương. Thôi thì liều một phen." Ông quay qua hỏi thằng Tuấn:

- Tuấn con có biết bơi không?

- Dạ biết.

- Vậy được rồi...

Chưa nói hết câu ông Hai Thung nghe những tiếng người nhảy xuống biển. Ông nói với con:

- Con nhảy xuống đi.

- "Ùm"... Ùm...

Ông Hai Thung nhảy xuống theo sau con. Đúng lúc đó, những tên bộ đội biên phòng trèo lên ghe bắt hết những người còn lại xuống ca nô. Hai chiếc ca nô, mỗi chiếc chở hơn mười người, hầu hết là phụ nữ và con nít chạy vào bờ trong lúc chiếc ghe dần dần chìm xuống biển sâu. Hai cha con ông Thung bơi được một quãng thì thằng Tuấn gọi:

- Ba... Ba.... Ba ơi... Con đuối...

Ông Thung vội bơi về phía con, nắm lấy áo thằng bé vừa bơi vừa cố lôi nó vào bờ. Bơi được một đoạn, chân tay ông rã rời. Thằng Tuấn thì thào:

- Ba... Ba đừng buông con... Con sợ.

- Cố lên con... Mình gần tới bờ rồi...

Ông Thung nói vậy để cho con an tâm, nhưng trong lòng ông lo sợ không kém. Giữa đêm khuya, bóng tối bao trùm, biển trời mênh mông... Ông chỉ biết cố gắng hết sức để bơi vào bờ, nơi có những ánh đèn lập loè như những bóng ma trơi... Bơi được một đoạn nữa, hai chân ông cứng đờ. Có lẽ do cố gắng dùng sức, nên ông bị vọp bẻ. Nước bắt đầu tràn vào miệng vào mũi ông... Ông nhìn qua thằng Tuấn thì thào:

- Ba chịu hết nổi rồi... Xin lỗi con...

Ông buông Tuấn ra trong tuyệt vọng... Thân ông dần chìm xuống...

Trời chưa tỏ sáng, cả vùng biển đông nghịt người. Người ta lao nhao bàn tán về chiếc ghe của ông Ba Phải vượt biên bị bắt. Những người phụ nữ và con nít bị trói tay bằng dây thừng ngồi thành một chụm. Nhiều người bàn tán chỉ trỏ. Số còn lại gào thét, khóc lóc vì mất người thân. Trong số người đó có cô Hai Thung. Xác của cha con ông Hai Thung được người dân chài vớt lên đặt trên tấm chiếu cũ. Một cảnh tang thương bao trùm cả góc biển.

Những ngày kế tiếp cả làng ảm đạm đau thương. Có nhà mất đi người thân. Có nhà người thân bị bắt bỏ tù. Mọi chuyện đau thương đều do một tay tên ác ôn Chín Lệnh gây ra. Cô Hai Thung đè nén đau thương để làm ma chay cho chồng cho con và cố gắng sống để chăm sóc mẹ già.

Một thời gian sau khi chồng, con chết, người ta vẫn thấy cô Hai Thung mua và mổ heo đem ra chợ bán. Mọi chuyện êm đềm trôi qua, nhưng tận trong thâm tâm của cô Hai Thung vẫn âm ỉ nhớ về mối thù hại chồng con cô của tên Chín Lệnh. Cô nén hết đau thương, chuyên tâm vào việc mua bán và lo cho người mẹ già mù lòa. Hai năm sau ngày mất của con và cháu nội, người mẹ già cũng qua đời vì nhớ thương con cháu. Làm ma chay cho mẹ chồng xong, cô Hai Thung mới lên kế hoạch trả thù.

Cô Hai Thung dùng số vàng dành dụm từ việc bán thịt heo, cô mua chuộc những tên bộ đội biên phòng để tìm đường vượt biển. Trong số những người mà cô mua chuộc có cả tên Chín Lệnh, người hàng xóm cú vọ của mình. Sau khi mọi chuyện đã chuẩn bị xong, chỉ chờ đến chiều tối thì chuyến đi của cô coi như thành công. Lần này cô Hai Thung cùng gia đình ông Cũi và vài ba gia đình thân tín của chủ ghe sẽ vượt biển mà không sợ bị bắt.

Trời vừa chạng vạng tối, mọi thứ để chuẩn bị cho chuyến đi đã xong. Cô Hai Thung đi xuống nhà bếp lấy con dao thọc tiết heo cầm trên tay. Cô đi qua nhà tên hàng xóm. Trong nhà ánh đèn điện còn sáng. Cô Hai Thung nghĩ thầm: Chắc thằng chả còn đếm tiền, đếm vàng sau khi vơ vét được từ những gia đình đã cống nộp cho thằng chả để mua chuộc những chuyến vượt biển. Cô Hai đưa tay gõ cửa. Bên trong, tiếng của tên Chín Lệnh vọng ra, hỏi:

- Ai đấy?

Cô Hai Thung trả lời:

- Tui...

Nghe giọng người quen hàng xóm, tên Chín Lệnh an tâm, để nguyên tiền và vàng trên bàn, hắn nói:

- Chờ tôi một tí.

Hắn ra mở cửa. Tiếng mở khóa lộc cộc. Cánh cửa vừa hé ra. Ánh đèn điện yếu ớt từ bên trong lọt ra ngoài. Gặp cô Hai Thung, tên Chín Lệnh cười nham nhở. Hắn tưởng cô sẽ đem thêm tiền vàng cho hắn để cho chuyến đi thêm bảo đảm trót lọt. Hắn xoay người trở vô trong và nói như ra lệnh:

- Vào đi...

Chưa kịp dứt câu. Cô Hai Thung đã vung con dao thọc tiết heo đâm thẳng từ sau lưng hắn đến trước bụng. Tên Chín Lệnh chỉ nghe một tiếng hự rồi ngã xuống nền nhà. Cô Hai rút con dao ra. Vệt máu bắn ra từ miệng như suối đổ. Để cho chắc, cô chém ngang cổ tên Chín Lệnh. Cái đầu lặt lìa muốn rớt ra khỏi cổ. Chém xong, cô đi đến bàn, hốt hết số tiền và vàng bỏ vào túi áo, cầm con dao, đóng cửa lại rồi đi về phía bờ sông quăng con dao xuống nước. Xong cô đi về nhà rửa mặt sạch sẽ. Cô lên nhà trên, nơi bàn thờ có ba tấm hình của ba thế hệ. Cô thầm khấn nguyện. Cắm ba cây hương trong lư, cô bái lạy rồi ôm di ảnh bỏ vào túi hành trang. Cô ra bờ sông và chèo thuyền ra biển. Đến biển, cô rải hết tất cả tờ tiền mà cô lấy được từ nhà tên Chín Lệnh trên bãi cát rồi theo đoàn người ra ghe.

Đến tận trưa hôm sau người ta mới phát hiện ra thi thể của tên Chín Lệnh trên nền nhà với hai vết chí mạng. Một ở bụng, một trên cổ. Nhìn thấy vết chém, mọi người bàn tán xôn xao... Sau đó người ta mới để ý là nhà cô Hai Thung cũng im lặng không một bóng người. Lúc đó mọi người mới đồn đoán là cô Hai Thung chính là hung thủ đã giết cán bộ cách mạng nên đã bỏ trốn.

Võ Phú

Di Chúc
HUỲNH DUY LỘC

Được tin Hoa, con gái ông đi buôn chuyến hàng cấm lên Sài Gòn bị thất bại. Vốn liếng trong nhà nó gom góp với ý đồ làm giàu hoàn toàn bị phá sản. Ông Ba bị cú sốc dông bão đập khi tuổi đời sắp bước qua hàng tám. Ông lâm bệnh, nằm liệt trên giường với những ngày buồn thất bại, hối tiếc. Dù các con ông cố tìm bác sĩ hay, nhưng bệnh tình của ông ngày trầm trọng, không cách nào cứu vãn. Ông thều thào qua hơi thở, nói với vợ:

- Tôi biết mình gần đất xa trời. Bà nói với các con đừng thuốc thang chi nữa, tốn kém, vô ích.

Ông ngưng giọng, thở mệt mỏi:

- Lỡ tôi có mất, bà gắng gìn giữ căn nhà. Tuy không rộng lớn, kiến trúc cổ xưa, nhưng nó vẫn là cái tổ ấm, nơi thờ phượng. Có khó khăn mấy chăng nữa, bà phải nhớ nhắc nhở chúng nó đừng phụ công ơn tổ tiên và quên đi cội nguồn.

Ông dứt lời, nấc lên mấy cái, thở hắt hơi ra. Mắt ông dần khép lại. Bà Ba ghì chặt đôi vai ông gào khóc:

- Không! Không! Ông ơi! Ông không thể bỏ tôi và các con đi trong lúc này. Ông là người cha già mà chúng nó kính sợ, vâng lời. Những gì trong nhà này, đều do chính tay ông mà có được.

Bà Ba ngất đi, ngả đầu lên ngực ông. Bà con chòm xóm nhiệt tình, kẻ chạy nhắc hòm, người lo mua nhang đèn và những thứ cần thiết cho việc tẩm liệm, hoàn xác, chờ đợi mấy đứa con trai đi làm ở xa.

Bà Ba, ôm xác ông, nói trong âm khóc tức tưởi:

- "Giờ ông đã ra đi! Sống khôn thác thiêng. Hồn ông hãy chứng giám những lời khấn nguyện này. Ông nhớ phù hộ cho con cái mạnh khỏe, thương yêu nhau, cùng góp sức trùng tu, gìn giữ căn nhà. Tôi phận đàn bà, già yếu dễ mềm lòng trước tình cảm chúng nó."

Ông Ba mất, bà tiếp tục sống những chuỗi ngày còn lại buồn đơn độc. Niềm vui, nỗi buồn bà không biết hủ hỉ cùng ai. Con Ngân và con Hoa mới hừng đông đã tất bật ra chợ, chạng vạng tối mới về, ngồi tính lời tính lỗ. Chúng nó đâu có thời gian lắng nghe những lời lẩm cẩm già nua. Còn bà thì chữ có vài ba con, gói chưa đầy lá mít. Vì vậy lúc nào chúng cũng khư khư bảo vệ ý tưởng áp đặt của chúng là đúng. Chỉ còn thằng Dũng, con trai út, được cái quanh quẩn trong nhà, phụ giúp bà gom nhặt những cành khô, mo cau, tàu dừa... Nhưng nó là con trai, làm sao thấu hiểu, chăm sóc được bà lúc trở gió trái trời, đau ốm. Quét dọn nhà cửa, cơm nước xong, bà hay ra gốc vú sữa ngồi, mặc cho những giọt lệ buồn tủi, nhớ thương lăn chảy. Lúc sinh thời, ông Ba thường nâng niu, vun bón, giống vú sữa này rất sai trái và ngọt thơm. Thỉnh thoảng mắt bà hướng nhìn ra cổng. Hễ gặp bóng dáng con Ngân con Hoa, bà nhanh nhẩu kéo vạt áo lau khô những giọt nước mắt buồn nhớ, tủi thân. Bà sợ chúng biết rồi la rầy. Bà không muốn gia đình xào xáo, phiền lòng những người hai bên. Lời nói và thái độ cư xử của chúng, tuy bà không học được bao nhiêu, nhưng bà hiểu chúng muốn nói gì! Bà từng nuôi nấng, chăm sóc chúng từ thuở mới lọt lòng. Bà lau chùi từng ngón tay kẽ chân, mớm cơm cho chúng ăn. Bà chiều chuộng những đòi hỏi ưa thích mỗi khi chúng bệnh hoặc nhõng nhẽo. Tính tình đứa nào ra sao bà đều biết tỏng. Bà cũng biết vị trí, thân phận của mình trong nhà lúc này như thế nào. Cần gì chúng phải nói bóng gió, xa gần. Nào là tình hình làm ăn khó khăn, buôn bán ế ẩm, thuế má cao, giá hàng bán ra chậm vì phải cạnh tranh hàng ngoại nhập, sinh hoạt đắt đỏ. Bên cạnh đó giá cả điện, nước, xăng dầu thì luôn tăng, chưa kể tiền trường, sách vở cho mấy đứa nhỏ. Nhưng biết làm sao bây giờ, bà đã quá già! Còn thằng Dũng thì bị thương tật, thất nghiệp. Bà cắn răng, nuốt lệ, giấu nỗi buồn vào sâu lòng mình.

Giỗ ông Ba có đủ bà con chòm xóm đến chia sẻ tưởng nhớ. Hai đứa con trai làm việc ở xa cũng về. Nhìn các con quây quần bên mâm cơm, chúng ăn uống, chuyện trò, bà nghe lòng mình vui lây. Bầu không khí ngày giỗ trở nên sôi nổi hơn, đứa nói chuyện làm việc, đứa mua bán. Riêng thằng Dũng buồn bã ngồi lắng nghe. Nó biết nói gì? Chẳng lẽ nó kể chuyện thời chiến tranh? Bởi chiến tranh đối với nó là điều vô lý. Những người đã sống và chết trong thời đó, cuộc sống và cái chết của họ là vô ích. Giờ chiến tranh đã trở thành dĩ vãng, ám ảnh sự sai lầm tồi tệ trong cuộc đời nó. Đột nhiên mắt bà ứa lệ. Bà không tin ở thính giác mình. Hai đứa con gái đang bàn việc bán căn nhà với mảnh đất cỏn con này cho một người Trung Quốc có vợ Việt Nam. Lấy số vàng hay đô la đó chia đều cho mỗi đứa dùng làm vốn. Bà không ngờ những điều bà nghe trước đây, hôm nay lại đến. Bà mường tượng nhớ lại những gì thiên hạ lời ra tiếng vào từ sau khi ông Ba mất. Có kẻ khuyên bán quách ngôi nhà cổ xưa này lấy vốn làm ăn, có người thì khuyên giữ để cho con cho cháu, sau này làm nhà thờ tự ông bà tổ tiên. Trong số những người đó, có lão Tám, làm nghề mài dao dạo. Lão khuyên bà:

- Ôi! Bà Ba ơi! Tuổi bà đã gần đất xa trời. Bà bán căn nhà làm gì? Lúc người ta đến lấy nhà, bà chết liền trong đó cho coi. Còn không thì khi về ở nơi khác, chỉ cần chân bà lỡ vấp hột mít thôi, té ngã bệnh mà ăn hết số vàng kia. Bà chết không có chỗ mà chôn mà thờ. Nghe những lời nói của lão, không hiểu bà đã nghĩ gì, mắt bà thấp thoáng một vẻ buồn xa xăm. Bà lắc đầu rồi bước vào trong, mang ra thau nước để lão mài những con dao. Bà lần bước đến bàn thờ chồng, thắp nén nhang, nghẹn ngào van vái:

"Ông ơi! Tôi giờ khổ tâm lắm! Nhà này, tôi không còn quyền hành gì nữa! Xin ông tha lỗi. Tôi không làm được gì theo di chúc. Nếu có linh thiêng xin ông hãy về nhắc nhở, dạy dỗ chúng nó đừng cho bán căn nhà mấy đời cha ông để lại. Hàng ngày ra vào nhìn lên di ảnh thờ, tôi thấy ánh mắt ông luôn nhìn tôi kia mà! Nhưng chúng nó đã quên. Tiền bạc và quyền lực đã che lấp mất cội nguồn trong máu thịt, linh hồn chúng nó rồi!"

Vái xong, bà đi đến bộ ván gõ, bà ngồi, tay têm trầu, mắt buồn tủi đẫm lệ hướng về bàn thờ. Bỗng mắt bà hoa lên, ngọn lửa phụt cháy từ những cây chân nhang trên lư hương. Bà bật đứng lên, chạy trong trạng thái vô thức, ngã quỵ trước bàn thờ. Bà chắp tay, mọp đầu vừa lạy vừa khóc. Bà hiểu rằng ông Ba không đồng thuận cho ý định bán đất, bán nhà. Đêm nào nằm ngủ, bà cũng thấy ác mộng, căn nhà này chìm đắm trong những cơn mê khủng khiếp.

Người khách đến dự đám giỗ muộn, chính là hai vợ chồng người có ý định mua nhà. Mọi thủ tục sang bán đã được bà vợ ông ta cùng với hai đứa con gái bà Ba chuẩn bị sẵn. Bà chóng mặt, hai mắt tối sầm, cảm thấy ngực mình như có ai dùng tảng đá đè nặng. Chừng như hơi thở đang đứt từng quãng ngắn. Con Ngân cầm tay bà buộc ký vào tờ giấy mua bán. Ký xong bà gục đầu xuống bàn, ngất xỉu. Bà Ba ngã bệnh, bỏ ăn, tai bà hơi lãng, đầu óc lơ là không còn sáng suốt. Bà bước lẫm chẫm đi ra đi vào như đứa trẻ lên ba, miệng lảm nhảm những điều gì, chỉ riêng bà mới biết mà thôi. Tâm trạng thật bất thường, chợt khóc, chợt cười. Bà đứng bên bàn thờ chồng, miệng nói lảm nhảm những câu cũ rích mà trước đây ông Ba thường dạy các con. Bước ra trước sân nhà, bà ngồi buồn bã nhặt từng cành khô bó lại. Thằng Dũng lui cui phụ tiếp hai chị nó sắp xếp đồ đạc. Buông bó củi khô xuống đất, bà nhìn thấy chiếc xe du lịch màu đen bóng loáng vừa đậu trước cổng nhà. Bà sực tỉnh, lo sợ, hốt hoảng, biết rằng mình đã thật sự mất nhà mất đất. Lặng lẽ đi đến gốc vú sữa, bà ngồi tựa lưng vào thân cây, tay cầm que củi gõ đều lên mặt đất một cách vô cảm. Bỗng mắt bà rực lên khi thấy người đàn ông, một tay ông ta cầm bức di ảnh thờ của chồng, còn tay kia bưng chiếc lư hương. Bà vụt chạy đến, đưa hai tay cố giành giật báu vật thiêng liêng ấy. Bà ôm sát nó vào ngực, ngã quỵ xuống sân bất tỉnh. Hai mắt bà đứng tròng, nhìn thẳng lên trời trong sự bất lực!

Huỳnh Duy Lộc

Bỏ Đi Tám
HIỀN NGUYỄN

Chợ Cây Me xưa nay có tiếng sầm uất và rộn ràng nhất xứ này, dân quanh chợ làm ăn khấm khá, mỗi hôm nhóm chợ thì phải nói là rất ồn ào nhưng mà vui. Người các tổng gần xa đem đến nông sản, gia cầm: gạo, bắp, rau, hoa, củ, quả, gà, vịt, heo… ê hề, đồ ăn thức uống la liệt: chè cháo, bún, bánh, cơm…mấy cô hàng xén, hàng vải nổi tiếng xí xọn và có lẽ cũng là những cô đẹp nhất chợ, lúc nào cũng mắt xanh, môi đỏ, má hồng.

Sáng hôm phiên chính, chợ vốn đã ồn ào ấy vậy mà giờ còn ầm ĩ dễ sợ. Người ta bu đen bu đỏ quanh sạp chè bà Ba Bê, chỉ trỏ bàn tán. Có người cười hả hê, có kẻ tỏ vẻ thông cảm nhưng chẳng ai ra tay can gián, một số bà thì tỏ vẻ thích thú và hưng phấn. Mấy nồi chè lật đổ tứ tung nhầy nhụa, ly và chén bị xô đổ bể trên sàn sạp. Cô Mận mặt mày đỏ gay, túm tóc bà Ba Bê cắt nham nhở, miệng tru tréo:

- Đồ đĩ ngựa, mầy dám giựt chồng người khác! Tao oánh, tao làm nhục cho chừa cái thói mèo mỡ.

Xởn tóc xong, cô Mận tát tới tấp vào mặt bà Ba Bê. Bà Ba Bê co quắp như con tôm, run rẩy sợ sệt van xin:

- Tui hổng có trai gái, hổng có giựt chồng ai hết!

Cô Mận nghiến răng:

- Con đĩ già mồm, đã mèo mỡ còn chối hả?

Mỗi tiếng hả là một cái tát nảy đom đóm, cô Mận xé áo bà Ba

Bê, bà co người ôm lấy ngực, hoàn toàn tê liệt như con khỉ khi đối diện cái nhìn dữ dội của con trăn gấm, nước mắt, nước mũi lẫn máu chảy trên mặt bà Ba Bê. Cô Mận thủ sẵn muối ớt, móc ra xát vào mặt bà Ba Bê, bà rú lên đau đớn thảm thiết. Đám đông bu quanh nhiều kẻ hả hê phụ hoạ:

- Ai biểu trai gái chi cho người ta oánh!

Bà Hai hàng xén tỏ vẻ thương hại:

- Chỉ là đồn đại, có bằng chứng chi đâu mà oánh người ta dữ vậy!

Nghe ồn ào, bọn bảo vệ gác chợ chạy lại nhưng cũng giả lả chứ chẳng giúp gì bà Ba Bê. Cô Mận dường như cũng mệt và hả cơn giận nên ngừng tay quay trở lại sạp của mình ngồi nghỉ nhưng miệng vẫn không ngớt xỉ vả:

- Con đĩ già, đồ gái già mà nứng… Bày đặt trai gái. Tao oánh cho chừa cái tật già dâm, già mất nết, già mà ngựa.

Sạp hàng cô Mận vừa là nhà, ngay mặt tiền chợ nên thuận tiện mua bán làm ăn. Chồng cô Mận đi bộ đội, sau khi về xin vào làm ở ngân hàng huyện, vốn chẳng trình độ gì, chỉ đi học thêm bổ túc, chuyên tu… ấy vậy mà giờ lên làm giám đốc luôn. Cô Mận vốn sắc sảo, giờ cậy thế chồng càng hồ đồ và dữ hơn. Bà con chợ búa xì xầm:

- Con Mận dựa hơi chồng, làm tàng, ăn hiếp người ta!

Sạp chè bà Ba Bê nằm án trước sạp cô Mận nên cô Mận không ưa, đã thế chè bà Ba Bê ngon có tiếng, nào là chè hoa cau, chè bà ba, chè thưng, chè ba màu, chè đậu ván… hạt đậu mềm, bùi mà nguyên vẹn không bể nát, nước đường ngọt thanh… bởi thế khách ăn đông nghịt, mỗi phiên chợ bà Ba Bê bán cả chục nồi chè to chà bá. Cô Mận thấy thế sanh lòng đố kỵ, vẫn thường chửi bóng gió nhưng bà Ba Bê lại vô ý không hiểu và cũng không ngờ bụng dạ người ta độc đến vậy. Bà vốn người ấp Thạnh Hưng, cách chợ hai mươi cây số, mỗi phiên chợ bà phải dậy từ bốn giờ sáng để đem chè đến chợ. Bà Ba Bê trắng da dài tóc, mặt luôn ửng hồng, con mắt lúng liếng, bà thích mặc cái quần lãnh Mỹ A với cái áo bà ba hoa cà, mà phải công nhận bà mặc bộ đồ ấy trông mướt mát lắm, bà goá chồng đã lâu nhưng chẳng thấy tái giá. Trong số khách thường ăn chè của bà, ngoài mấy anh xe ôm, mấy ông buôn heo mối bỏ sỉ còn có ông Tám Mắm. Ông Tám Mắm là cha chồng cô Mận, nhà có vựa mắm lớn nhất chợ Cây Me, cả mấy anh em ông đều làm chủ vựa, chủ chành mắm cả, vì thế nên khá giàu và cái chữ mắm trở thành tên gọi luôn. Ông Tám Mắm đã bảy mươi nhưng thân thể cường tráng, hàm răng trắng nhởn lại bịt hai cái răng vàng cho sang, giọng nói sang sảng. Ông Tám Mắm nổi tiếng có máu dê, ngoài vựa mắm ông còn có mấy chục sào ruộng cặp con lộ 69. Mỗi khi ông ra ruộng, ông cởi quần để trên bờ, áo buộc ngang bụng cứ thế mà nhổ cỏ, be bờ, dặm lúa… Ông tuy giàu có nhưng chịu khó làm và làm sung sức lắm. Mỗi khi ông xuống ruộng, mấy bà đi chợ ngang qua con lộ là bỏ chạy hoặc nghiêng nón lá che mặt mà đi. Nhiều người chửi thầm:

- Cha già dê mắc dịch! Cha già mất nết!

Ông Tám Mắm thích bà Ba Bê ra mặt, ngày nào cũng ăn chè, ngồi nhìn chằm chặp, có khi bắt ghế ngồi ở sạp cô Mận mà mắt ở bên sạp chè. Mấy bà tám của chợ Cây Me đồn đại: "Ông Tám Mắm cặp bà Ba Bê". Ông Tám Mắm thích bà Ba Bê thì ai cũng biết nhưng bà Ba Bê có tình ý với ổng hay không thì chẳng ai dám khẳng định và cũng chẳng có bằng chứng, thế nhưng miệng người đời thích thêm mắm dặm muối, từ đó chuyện lan dần khắp nơi. Cô Mận vốn ghen ghét bà Ba Bê, nay nhân cớ này ra tay oánh ghen giúp mẹ chồng cho bõ ghét. Nhiều người vốn không ưa cô Mận hống hách nhưng sợ thế lực của nhà cô nên chỉ biết nói thầm thôi. Bà Bốn Lành nói với giọng tức tối như khóc:

- Tội nghiệp bà Ba Bê, con Mận ghen ăn tức ở, nó cậy thế làm dữ đánh người. Nào ai có bằng chứng chi đâu. Bà Ba Bê ở xa hơn hai mươi cây số, mỗi phiên chợ bán xong là về, thời gian đâu mà trai gái, chợ búa thiên thanh bạch nhựt vậy chỗ đâu mà tòm tem?

Nhiều người nữa cũng tỏ vẻ bất bình nhưng không ai dám nói gì, chỉ nói thầm với nhau thôi. Họ sợ khi không lại liên lụy tới mình, nhỏ thì cô Mận thù ghét, lớn thì phải làm chứng mất công, mất thời giờ… Bà Ba Bê bị đánh oan ức, nhục nhã, sạp chè bị đập phá… vừa đau thân vừa mất của mà chẳng làm gì được. Bà Ba Bê hiền lành, lại thân cô thế cô nên đành nuốt hận, ôm nhục cắn răng mà chịu. Chị Hai Lãm hàng xén bảo:

- Bà Ba Bê phải làm đơn thưa con Mận ra toà! Đòi nó bồi thường thiệt hại.

Có người cũng nói vậy nhưng cũng có người tỏ vẻ nghi ngờ. Bà Chín sạp gạo nói:

- Thưa chi cho uổng công, nhằm nhò gì! Nhà ông Tám Mắm giàu có, chồng cô Mận làm cán bộ, ăn nhậu với bọn tai to mặt lớn trên huyện, đơn thưa nó quẳng sọt rác, hổng ai xử đâu, có xử cũng huề thôi. Mấy bà quên sao? Năm rồi bà Năm sạp mắm lóc kiện cáo nhưng có ăn thua gì đâu. Bả bán lẻ, lấy hàng từ vựa ông Tám, vậy mà thuế nặng hơn ông Tám. Ông Tám chi cho tụi làm thuế, quản lý hết rồi! Tốt hơn hết là bà Ba Bê nên nhịn đi, coi như cái xui xẻo của mình, cái năm xui cái tháng hạn của mình.

Ông Mười Keo, chủ sạp ngũ cốc cười cười:

- Đồng tiền đi trước đồng tiền khôn, việc gì cũng phải chi, hổng chi là hổng làm được chi hết ráo! Đồng tiền nó mạnh lắm, bởi dzậy nên người ta mới nói: "Mạnh vì gạo bạo vì tiền". Bà Ba Bê có đi kiện cũng hổng ai xử đâu, thiệt tình mà nói thì bà Ba Bê chẳng có mèo mỡ gì với ông Tám Mắm cả, tội bà Ba Bê là bán đắt khách, lại đẹp và có sức hút hơn cô Mận, sạp bà lại nằm phía trước sạp cô Mận. Bà Ba Bê vô tình trở thành cái gai trong mắt cô Mận. Cô Mận cũng biết bà Ba Bê hiền và thân côi thế cút nên mới làm tàng, giở thói hồ đồ hung hăng hiếp đáp. Ông Tám Mắm lẹo tẹo với bà Dư ở mé phải chợ, hai người có con rơi mấy năm nay, ông Tám bỏ tiền ra mua sạp cho bà Dư làm ăn mà cô Mận có dám hó hé tiếng nào. Cô Mận biết đụng đến bà Dư không dễ, không chừng còn bị bả quật lại thì chưa biết sẽ ra sao. Bởi thế người đời nói đâu có sai: "Mềm nắn rắn buông".

Ông Mười Keo dứt lời, hình như được thể, mấy bà nhào vô kể khổ, kể tội nhà cô Mận, nỗi uất ức chẳng biết nói làm sao giờ được dịp xổ ra hết. Bà Ba Bụng chửi:

- Mồ tổ nhà nó, nhà nước lập quỹ giảm nghèo cho dân vay, vậy mà có ai vay được đâu. Tui đi tới đi lui mấy bận, khi thì đòi giấy này, khi thì bảo chứng giấy kia…Có người bỏ nhỏ với tui: "Tới thằng Bảy mập xã hội đen mà vay, quỹ giảm nghèo nó thầu hết rồi, tụi ngân hàng cho xã hội đen vay cả gói, dân vay qua xã hội đen… lời lãi tụi nó chia nhau. Lãi vay ngân hàng một thì lãi vay từ xã hội đen gấp hai mươi lần, bởi vậy làm giám đốc ngân hàng có mấy năm mà mua nhà lầu xe hơi, của chìm của nổi ai mà biết hết được!"

Bây giờ mọi người nhao nhao:

- Ông Tám Mắm đập căn nhà ở chợ Cây Me, xây lại to lắm, nhà năm tấm luôn, lấn gần hết con rạch bên hông chợ, người mất lối đi, nước mưa mất chỗ thoát. Dân quanh chợ la ì xèo, xã tới, huyện xuống đo đạc, ngắm nghía… xong rồi ra về im ru, phong bì đã nhét vào túi thì còn nói năng gì được, thế là vụ lấn rạch chợ Cây Me chìm xuồng luôn.

Thời gian qua mau quá, dân cư chợ giờ đông đúc lắm, thế hệ con cháu lớn lên lấy vợ lấy chồng, sinh con đẻ cái ngày càng nhiều, chợ trở nên nhỏ bé, thế là người ta đập chợ cũ để xây lại nhà lồng to lớn hơn. Con cô Mận cũng xí được mấy lô đất quanh chợ, người ta tính mỗi lô cả hai tỉ bạc chứ ít đâu. Tiếng khen cũng nhiều: "Thằng nhỏ biết làm ăn" nhưng tiếng chê cũng không ít: "Nhờ có thế thần". Sự đời cũng khó có ai biết trước phước họa như thế nào. Đang phất lên như thế, con cô Mận cảm thấy bụng đau râm ran, đi bác sĩ thì họ phát giác ra thằng nhỏ bị xơ gan giai đoạn cuối, sáu tháng sau thì nó chết. Dân chợ lại xì xầm:

- Ăn ở ác, lấn đất lấp rạch giờ thằng con bị quả báo!

Chú Hai chồng cô Ngọc hàng chạp phô can gián:

- Ai làm nấy chịu, con trai cô Mận hiền lành, chẳng can dự vào việc hiếp người, lấn đất, lấp rạch. Số mệnh cậu ta chỉ đến đấy thì phải chịu thế thôi!

Chẳng bao lâu thì thằng con út cô Mận cũng chết nốt, mới hai mấy tuổi đời, nó đi tắm sông và uống rượu với tụi bạn du thủ rồi trúng gió chết dưới chân cầu Cây Me. Cô Mận khóc khô nước mắt, đau khổ tưởng chừng như chết đi sống dậy. Những người ghét cô Mận và nhà ông Tám Mắm lấy làm hả hê:

- Quả báo nhãn tiền, ăn ở ác, hiếp đáp người cô thế, lấn đất, lấp rạch… giờ con cái chết yểu!

Chú Hai lại phân trần:

- Tội ai nấy gánh, phước ai nấy hưởng, mệnh ai nấy chịu. Con cô Mận bạc phước, yểu mệnh nên chết sớm, đừng đổ thừa do cổ hay ai khác. Bà con cũng đừng nặng lời với sự đau khổ của cô Mận, kẻo tội người mà họa miệng cho mình. Chuyện cô Mận làm thì cô Mận sẽ gánh hậu quả thôi!

Con rạch bên hông chợ Cây Me ngày nào giờ lấp hẳn làm con hẻm luôn, mái bằng năm tấm nhà ông Tám Mắm xìa ra quá nửa con hẻm, che khuất cả bóng mặt trời nên tối om ủm thủm. Người đi chợ qua lại bực bội, xe máy chỉ lọt được từng chiếc. Mỗi ngày người sống dọc trong hẻm qua lại vẫn rủa hoài:

- Con bà nó, giàu có mà còn tham lam lấn đất bóp nghẹt con hẻm!

Cô Tám Ù, nhà cuối hẻm, vốn có họ hàng với ông Tám Mắm vẫn hằn học:

- Hổng biết lấn hẻm vậy thì nhà rộng hơn được bao nhiêu? Tính ăn đời ở kiếp trong cái nhà ấy luôn hay sao? Ngày nào tui còn qua lại con hẻm là tui còn nguyền rủa cái bọn tham lam, ăn ở ác nhân thất đức!

Chồng cô Tám Ù bảo:

- Thôi đi bà ơi! Hổng ai lên tiếng cả, chỉ một mình bà nói thì được gì? Bà chửi thì bà nghe chứ con Mận nó nằm trong nhà, cửa kiếng máy lạnh kín mít, nó có nghe đâu.

Cô Tám Ù cãi:

- Ông hổng biết hả? Người ta nói: "Miệng người đời độc lắm, bị người ta chửi thì không sớm thì muộn cũng mắc họa cho mà coi".

Chồng cô Tám cười:

- Bà chửi, vậy thì miệng bà cũng độc rồi! Thôi, bỏ đi Tám!

Hiền Nguyễn
07/2020

Người Đầu Tiên Dịch Thơ Văn Lý - Trần Sang Chữ Quốc Ngữ

CHÂU YẾN LOAN

Người đó là Đinh Văn Chấp (1882-1953). Ông là một nhà Nho uyên thâm nhưng tâm hồn lại hướng về Thiền học. Năm 1927, trong thời gian đang làm quan, ông đảm trách phần văn học, dịch thơ đời Lý - Trần trên tạp chí Nam Phong và lần lượt cho đăng 123 bài thơ gồm đủ các thể loại cổ và cận thể. Ông là người đầu tiên dịch thơ văn của các Thiền sư đời Lý - Trần bằng chữ Hán sang chữ Quốc ngữ.

Quê hương, dòng tộc

Đinh Văn Chấp người làng La Giáp, tổng Kim Nguyên, huyện Chân Lộc, phủ Đức Quang, trấn Nghệ An (nay là xã Nghi Long, huyện Nghi Lộc, tỉnh Nghệ An).

Ông sinh ngày 14 tháng 3 năm Nhâm Ngọ (1882), trong một gia đình danh gia vọng tộc, họ Đinh ở La Giáp liên tục qua 5 thế hệ có 5 người đỗ Tiến sĩ:

1) Đinh Phiên (1764-1833) Là Tằng tổ (ông Sơ) của Đinh Văn Chấp

Ông thi Hội Khoa Đinh Vị (1787) đậu Tam trường trúng cách (tương đương Phó bảng thời Nguyễn) được bổ Toản tu Quốc sử quán triều Lê.

Thời Tây Sơn, ông không ra làm quan mà lui về quê mở trường dạy học.

Thời Nguyễn, vào tháng 5 năm Ất Hợi, Gia Long thứ 14 (1815) "Lấy Hương cống đời Lê là Đinh Phiên làm **Đốc học Quảng Nam**" (ĐNTL, T1, tr 901)

Năm 1833 (Minh Mệnh thứ 14), Đinh Phiên tham gia cuộc khởi nghĩa của Lê Văn Khôi chống lại triều đình, cuộc khởi nghĩa thất bại, ông ra đầu thú và bị chết trên đường áp giải về kinh đô.

2) Đinh Văn Phác (1802 - 1833)

Là con ông Đinh Phiên, đỗ Tiến sĩ, làm quan dưới triều vua Minh Mạng. Khi thân phụ bị tội, ông bị truy đoạt mọi bằng sắc, đục bỏ tên trên bia tiến sĩ và bị hành hình cùng 4 anh em và thân mẫu vào năm 1833.

3) Đinh Văn Chất (1847- 1887)

Cháu nội ông Đinh Văn Phác, đỗ đệ tam giáp Tiến sĩ khoa Ất Hợi (1875), niên hiệu Tự Đức thứ 28. Ông làm quan đến chức Tri phủ Nghĩa Hưng được triều đình gia phong Triều liệt Đại phu Hàn lâm viện Thị giảng học sĩ. Năm 1883 quân Pháp đánh Nghĩa Hưng ông chống cự mãnh liệt, quân Pháp không chiếm được phủ. Năm 1885, kinh thành Huế thất thủ, ông hưởng ứng chiếu Cần Vương, từ quan về quê tổ chức nghĩa quân chống Pháp, lập căn cứ ở Thanh Chương. Năm 1887 ông bị Pháp bắt và "tru di tam tộc". Đinh Văn Chất bị xóa tên trong bia Tiến Sĩ.

4) Đinh Văn Chấp (1882-1953)

Là con của Đinh Văn Chất, khi gia đình Đinh Văn Chất bị hành quyết thì Đinh Văn Chí, con trai của Đinh Văn Chất mới 5 tuổi được người bà con cứu thoát đem sang Phúc Kiến - Trung Quốc lánh nạn hơn 10 năm mới trở về nước, khai sụt tuổi và đổi tên thành Đinh Văn Chấp.

Đinh Văn Chấp, đỗ Cử nhân khoa Nhâm Tý (1912), niên hiệu Duy Tân thứ 6. Đỗ Hoàng giáp (nhị giáp Tiến sĩ) khoa Quý Sửu (1913), niên hiệu Duy Tân thứ 7, lúc mới 21 tuổi.

5) Đinh Văn Nam (1918-2012)

Tức Hòa thượng Thích Minh Châu, là con của Đinh Văn Chấp. Ông sinh tại làng Kim Thành, tổng Hạ Nông Trung, huyện Diên Phước, phủ Điện Bàn, tỉnh Quảng Nam (nay là thị trấn Vĩnh Điện, huyện Điện Bàn, tỉnh Quảng Nam) lúc thân phụ đang làm Đốc học Quảng Nam. Ông đỗ Tiến sĩ về Phật học, Văn học Pali tại Ấn Độ, là vị Tăng sĩ Cao cấp của Giáo hội Phật giáo Việt Nam.

Hoạn lộ

Sau khi thi đỗ Hoàng Giáp, Đinh Văn Chấp được triều đình bổ dụng giữ chức **Đốc học Quảng Nam**.

Năm 1919, chế độ thi cử cũ bị bãi bỏ, chức Đốc học coi như không còn, từ năm 1920 Đinh Văn Chấp được bổ làm quan tại các địa phương: Quảng Trị, Bình Thuận, Hoài Nhơn, Quảng Ngãi, Khánh Hòa...

Năm 1934 ông giữ chức Án sát Hà Tĩnh, thăng Bố chánh Hà Tĩnh rồi Tuần Vũ Quảng Ngãi. Hai năm sau (1936) ông được giữ chức Tham tri Bộ Kinh tế.

Ông bị đồng liêu là Nguyễn Khoa Kỳ ganh ghét, tố cáo khai man lý lịch. Do tình thế lúc bấy giờ, Nam triều không muốn gây to chuyện nên bỏ qua, cho ông về làm Toản tu Quốc tử giám. Sau đó ông nghỉ hưu về quê nghiên cứu Phật Giáo.

Ông Đinh văn Chấp cũng có công lớn trong phong trào chấn hưng Phật giáo tại miền Trung.

Ông mất tại quê nhà ngày 17 tháng 10 năm 1953.

Dịch thơ Lý - Trần sang Quốc ngữ

Đinh Văn Chấp dịch thơ đời Lý - Trần đăng trên Nam Phong tạp chí liên tiếp trong 3 số 114, 115, 116 của tập XX tháng 2, 3, 4 năm 1927, với 123 đầu bài trong đó có một số đầu bài có hai kỳ nên số lượng thơ dịch lên đến 126 bài của 43 tác giả. Lần đầu tiên trong lịch sử Văn học Việt Nam, thơ Lý - Trần được chuyển ngữ sang tiếng Việt (chữ Quốc ngữ). Việc dịch thuật này vài mươi năm sau mới được Ngô Tất Tố, Nguyễn Đổng Chi, Dương Quảng Hàm tiếp nối.

Tất cả những bài thơ chữ Hán thời Lý - Trần được Đinh Văn Chấp chọn dịch, đăng trên *Nam Phong tạp chí* chỉ in lại nguyên tác chữ Hán, và dịch thơ sang Quốc ngữ, chứ không có phiên âm nguyên tác, và cũng không có khảo dị cùng chú thích. Những bản dịch thơ của ông, sau này đã được các nhà nghiên cứu trích dẫn trong công trình của mình như *Việt Nam Văn học sử yếu* (1941) của Dương Quảng Hàm; *Lịch sử Văn học Việt Nam*, tập 2, Tủ sách Đại học Sư phạm (1962), Bùi Văn Nguyên chủ biên; *Văn học Việt Nam từ thế kỷ X đến nửa đầu thế kỷ XVIII*, 2 tập (1977, 1978), Đinh Gia Khánh chủ biên; *Thơ văn Lý - Trần*, 3 tập (1977, 1979, 1988) của Viện Văn học biên soạn, v.v...

Nhờ giỏi thơ văn và tinh thông Phật giáo, ông đã dịch nhiều bài thơ bằng chữ Hán ra Quốc ngữ vừa sát nghĩa lại vừa hay, tiêu biểu như bài dịch thơ sau đây của Thiền Sư Vạn Hạnh:

Thân như điện ảnh hữu hoàn vô,
Vạn mộc xuân vinh, thu hựu khô.
Nhậm vận thịnh suy vô bố úy,
Thịnh suy như lộ thảo đầu phô.

Sư Vạn Hạnh

Có không tựa chớp chiếc thân này,
Muôn vật tư mùa khéo đổi thay.
Khí vận thịnh suy nào chút sợ,
Xem dường giọt móc đỗ trên cây.

Đinh Văn Chấp dịch

Một số bài thơ dịch tài hoa của ông được các bộ hợp tuyển dẫn lại, như:

Ngôn Hoài- Không Lộ

言懷
擇得龍蛇地可居，
野情終日樂無餘。
有時直上孤峰頂，
長叫一聲寒太虛。

Ngôn hoài

Trạch đắc long xà địa khả cư,
Dã tình chung nhật lạc vô dư.
Hữu thì trực thướng cô phong đính,
Trường khiếu nhất thanh hàn thái hư.

Dịch nghĩa

Chọn được kiểu đất long xà rất hợp, có thể ở được,
Tình quê suốt ngày vui không chán.
Có lúc lên thẳng đỉnh núi bơ vơ,
Kêu dài một tiếng, lạnh cả bầu trời.

(Hợp tuyển thơ văn Việt Nam (tập II), NXB Văn học, 1976)

Đinh Văn Chấp dịch

Cảm hoài

Long xà đất ở chốn lâu nay,
Mượn thú quê vui mới trót ngày;
Có lúc đưa chân lên đỉnh núi,
Kêu dài một tiếng lạnh cung mây

Hạ Cảnh - Trần Thánh Tông

夏景

窈窕華堂畫影長，

荷花吹起北風涼。

園林雨過綠成幄，

三兩蟬聲鬧夕陽。

Hạ cảnh

Yểu điệu hoa đường trú ảnh trường,
Hà hoa xuy khởi bắc phong lương.
Viên lâm vũ quá lục thành ác,
Tam lưỡng thiền thanh náo tịch dương.

Dịch nghĩa

Nhà hoa thăm thẳm, bóng ngày rũ dài,
Hoa sen đưa hương mát đến cửa sổ phía Bắc.
Vườn rừng sau mưa trở thành tấm màn biếc,
Vài ba tiếng ve khua rộn bóng chiều.

(Thơ văn Lý Trần (tập II), NXB Khoa học xã hội, 1988)

Đinh Văn Chấp dịch:

Cảnh ngày hè

Bóng gác ngày dài dãi gác hoa,
Nhị sen đưa mát trước song qua.
Sau mưa cây cỏ buông màn biếc,
Vài tiếng ve kêu rộn bóng tà.

(*Thơ văn Lý - Trần*, tập 2, quyển thượng, trích lại tr.404)

Chu trung độc chước - Trần Quang Triều

舟中獨酌

秋滿山城倍寂寥，
家書不到海天遙。
人情疏密敲蓬雨，
世態高低拍漫潮。
松菊故留嗟異路，
琴書歲晚喜同條。
幾多磊塊胸中事，
且向樽前譬一驕。

Chu trung độc chước

Thu mãn sơn thành bội tịch liêu,
Gia thư bất đáo hải thiên diêu.
Nhân tình sơ mật xao bồng vũ,
Thế thái cao đê phách mạn triều.
Tùng cúc cố lưu ta dị lộ,
Cầm thư tuế vãn hỷ đồng điều.
Kỷ đa lỗi khối hung trung sự,
Thả hướng tôn tiền thí nhất kiêu.

Dịch nghĩa

Thu về đầy núi, càng khiến hiu quạnh bội phần,
Thư nhà không đến miền biển xa xăm này.
Tình người thưa nhặt như mưa gõ mui thuyền,
Thói đời lên xuống như nước triều vỗ bờ.
Tùng cúc bạn cũ, than ôi, nay đã khác nẻo,
Tuổi già đèn sách, mừng rằng hợp điệu.
Biết bao nỗi niềm chồng chất trong lòng,
Hãy thử giải khuây trước chén rượu xem sao.

(*Thơ văn Lý Trần* (tập II), NXB Khoa học xã hội, 1988)

Đinh Văn Chấp dịch

Uống rượu một mình khi trong thuyền

Màu thu hiu hắt khắp non thành,
Trời bể tin nhà đợi vắng tanh.
Nết ở nhặt thưa mưa trước mái,
Mùi đời cao thấp sóng đầu ghềnh.
Bạn xưa tùng cúc chia đôi ngả,
Tuổi tác đàn thơ hợp với mình.
Trong dạ ngổn ngang nào tả xiết,
Hãy nâng chén rượu dốc lưng bình.

(*Thơ văn Lý - Trần*, tập 2, quyển thượng, trích lại tr. 622)

Chu trung - Huyền Quang

舟中
一葉扁舟湖海客，
撑出葦行風撼撼。
微茫四顧晚潮生，
江水連天一鷗白。

Chu trung

Nhất diệp biển chu hồ hải khách,
Xanh xuất vi hành phong thích thích.
Vi mang tứ cố vãn triều sinh,
Giang thủy liên thiên nhất âu bạch.

Dịch nghĩa

Một lá thuyền con, một khách hải hồ,
Chèo khỏi rặng lau, tiếng gió xào xạc.
Bốn bề mịt mù, con nước buổi chiều đương lên,
Một chim âu trắng giữa khoảng nước trời liền nhau.

(*Thơ văn Lý Trần* (tập II), NXB Khoa học xã hội, 1988)

Đinh Văn Chấp dịch

Trong thuyền

Dấu khách giang hồ thuyền một lá,
Hàng lau lách gió chèo thong thả.

Bốn bề trông quạnh ngọn triều lên,
Nước biếc liền trời âu trắng xóa.

(*Thơ văn Lý - Trần*, tập 2, quyển thượng, trích lại tr. 685)

Vô ý - Lê Cảnh Tuân

無意

無意於知便見知，
此生行止豈人為。
身雖老矣志仍在，
義有當然死不辭。
躐磴捫蘿更萬險，
上灘下瀨涉千危。
四方自是男兒事，
踏遍江山也一奇。

Vô ý

Vô ý ư tri tiện kiến tri,
Thử sinh hành chỉ khởi nhân vì.
Thân tuy lão hỷ chí nhưng tại,
Nghĩa hữu đương nhiên tử bất tì (từ).
Nhiếp đặng môn la canh vạn hiểm,
Thượng than hạ lại thiệp thiên nguy.
Tứ phương tự nhị nam nhi sự,
Đạp biến giang sơn dã nhất kỳ.

Dịch nghĩa

Không để tâm đến cái biết thì lại hóa biết,
Trong kiếp này, ra giúp đời hay ở ẩn đâu phải người định được.
Thân dẫu già, chí hướng vẫn còn vững,
Việc nghĩa phải làm, dù chết chẳng chối từ.
Leo dốc đá, níu dây rừng, muôn trùng hiểm trở,
Lúc lên thác, khi xuống ghềnh, ngàn nỗi gian nguy.
Ngang dọc bốn phương chính là sự nghiệp của kẻ làm trai,
Được dạo khắp non sông cũng là một việc hiếm có.

(Thơ văn Lý Trần (tập III), NXB Khoa học xã hội, 1978)

Đinh Văn Chấp dịch

Vô Ý

Tri ngộ thờ ơ chẳng ý gì,
Dễ ai ngăn đứng lại ngừa đi.
Tới già lòng đỏ còn nguyên vậy,
Đương nghĩa thân vàng dám tiếc chi.
Gai góc xông pha ghê nỗi hiểm,
Thác ghềnh lên xuống trải cơn nguy.
Cung tên trắng nợ làm trai phải,
Tuyệt khắp non sông mới gọi kỳ.

(Cao Tự Thanh, Việt Nam bách gia thi, NXB Văn hóa Sài Gòn, 2005)

Một số nhan đề bài thơ chữ Hán được Đinh Văn Chấp dịch rất thoát, ông chỉ cần thể hiện cái hồn cốt của nhan đề và nội dung bài thơ chứ không câu nệ vào từng nghĩa của chữ như bài Thu dạ tức sự của Phạm Ngộ được dịch là "Đêm thu"; bài Nguyệt Áng sơn hàn đường của Trần Minh Tông được dịch gọn là "Nhà ẩn", nghĩa đầy đủ của nhan đề là "Nhà hàn đường ở núi Nguyệt Áng", bài Du Phù Thạch nham tiên tổ tu hành chi địa chu trung tác của Phạm Ngộ được dịch là "Chơi động Phù Thạch", mà nghĩa đầy đủ là "Cảm tác lúc đi thuyền dạo chơi ở động Phù Thạch là nơi tổ tiên tu hành" v.v... Có một số bài ông giữ nguyên đầu đề mà không dịch, ví dụ như bài Thạch thất của thiền sư Huyền Quang; bài Vô ý của Lê Cảnh Tuân v.v...

Đinh Văn Chấp là người có tài văn học, xuất thân trong một gia đình khoa bảng giàu lòng yêu nước ở Nghệ An, ông muốn đem tất cả tâm huyết và năng lực của mình ra phục vụ dân tộc nhưng xã hội phong kiến đương thời cũng không để yên cho ông. Sau khi chán ngán cảnh quan trường lắm chông gai, ông từ quan trở về quê nhà làm cư sĩ, tìm vui trong việc nghiên cứu kinh sách Phật giáo, ông đặc biệt chú ý thơ văn đời Lý - Trần vì nó mang nặng tư tưởng Thiền học rất hợp với ông. Ông là người đầu tiên dịch thơ đời Lý - Trần bằng chữ Hán ra Quốc ngữ.

Châu Yến Loan

Đôi Dép
NGUYÊN CẨN

Hằng tần ngần trước cô bán dép. Nàng nhớ hình như cô Tám giúp việc nhà phải đi đôi dép mòn cả gót lẹp kẹp khắp nhà. Cuối cùng nàng quyết định mua một đôi khá đẹp màu mận chín cho cô ấy. Cô giúp việc hiền lành, dáng người cũng nhẹ nhõm, gương mặt cũng dễ nhìn, chỉ mới ngoài 30 đã góa chồng mấy năm, từ Châu Đốc lên ở cùng gia đình nàng cũng gần một năm. Gia đình neo đơn. Đứa lớn đi du học. Thằng bé cũng lớp 10 rồi suốt ngày trốn trong phòng, chả thấy mặt mũi đâu. Còn ông chồng thì... Hằng thở dài. Như vậy là công lao theo dõi chồng bấy lâu trở thành công cốc. Anh vẫn như một cái đồng hồ gõ đúng từng giờ từng phút đều đặn mà không có bất kỳ tác động của thời tiết hay biến cố thời sự. Anh ra khỏi nhà đúng 6 giờ 30 và trở về muộn lắm cũng chỉ 6 giờ 30. Kể cả khi có hay không có cái lệnh giãn cách xã hội được ban bố, với những ông chồng khác thì mọi thứ sinh hoạt đều phải thay đổi lại. Nhưng Lễ thoát ra khỏi mọi thứ đó. Anh luôn về nhà đúng giờ. Một người chồng lúc nào cũng chỉn chu, mực thước mà sao gần đây Hằng vẫn cảm thấy bất an (?). Lễ nói năng nhỏ nhẹ, khá duyên dáng, hàng ria mép tỉa khéo léo nên trông chàng lúc nào cũng nho nhã thư sinh dù đã ngoài 50. Hằng linh cảm rằng anh chồng mình có "vấn đề", hình như hơi xao lãng chuyện chăn gối, hay tỏ ra mỏi mệt mỗi khi gần vợ. Hằng đọc sách tìm hiểu xem đàn ông có phải chịu trạng thái "mãn dục" nam khi qua 50 hay không? Hằng suy ra từ mình dù nhỏ hơn Lễ đến 6 tuổi nhưng có lúc cũng chả thiết tha gì lắm vì cơ thể như bốc hỏa, khô hạn không còn rạo rực như xưa. Nhưng để giữ chồng thì các bà cũng phải cố chiều các lão chứ không các lão ấy lại lần mò vào các quán cafe đèn mờ hay hớt tóc thanh nữ thì gay go, có ngày tha bệnh về cho vợ. Nhưng khổ nỗi linh cảm cứ là linh cảm. Hằng vẫn thấy Lễ "đáng ngờ" sao sao ấy độ rày. Ngoài chuyện hờ hững gối chăn hình như anh ta lo ra cái gì ấy, đã mấy tháng rồi. Hằng đã kín đáo hít thở thử mùi cổ áo của chàng những hôm đi làm về, trước khi cho phép cô Tám bỏ vào máy giặt, xem có mùi nước hoa lạ không nhưng chưa phát hiện gì. Có những đêm Hằng choàng tay qua ôm chồng, Lễ lại bảo "Để mai nhé, hôm nay anh mệt, nhiều việc quá!" Nhưng có lúc chàng lại vồ vập bất thường như hôn nàng túi bụi lúc nàng đi tập aerobics về buổi sáng. Nàng vẫn thấy sao sao ấy! Tâm lý phụ nữ thực phức tạp. Hằng đâm ra mất ngủ. Có hôm nàng mở cả điện thoại anh ta ra xem có tin nhắn nào lạ không? Cũng không thấy gì - toàn là công việc. Hằng tin vào trực giác của mình. Nàng lại là một học sinh giỏi toán ngày đi học nên việc gì nàng cũng nêu ra giả thuyết và phải chứng minh bằng được. Có hôm nàng nghĩ hay vì mình rảnh quá sinh nhiều chuyện chăng? Nhà cửa khang trang. Thu nhập ổn định nên đâu có gì phải lo lắng. Nàng bố trí phòng mình chiếm trọn tầng một của căn nhà ba tầng. Thằng bé ở tầng ba còn cô Tám thì ở dưới nhà. Nàng muốn vợ chồng có không gian rộng rãi để tận hưởng hạnh phúc. Nàng chiều chồng đến nỗi không muốn anh phải lặn lội ra ngoài công viên đi bộ mà làm luôn phòng tập gym ở tầng trệt. Phòng có đủ dụng cụ đi hay chạy bộ, tập thể hình, massage, thư giãn. Nhưng Lễ chỉ tập sáng sớm thôi. Sự hoài nghi là một thứ cảm giác giết chết mọi cảm xúc khi gần chồng. Nàng đâm lo sợ, có lúc nghĩ mình bị hoang tưởng ghen tuông, luôn bất an. Nàng kiểm soát từ laptop, cho đến máy tính bàn, iphone của chàng.

Nhưng trực giác vẫn xúi bảo rằng có gì bất thường về Lễ. Cuối cùng nàng quyết định thuê thám tử theo dõi chàng nửa tháng trời, ghi chép tỉ mỉ. Tay thám tử sau hai tuần lễ ghi chép đầy đủ gửi về cho nàng báo cáo chi tiết về hành vi và giờ giấc, kết luận "Ông nhà đi đến nơi về đến chốn, không phát hiện gì bất thường". Anh ta còn thắc mắc với nàng "Từ đâu mà bà lại nghi ngờ ông nhà?" Hằng chẳng biết nhưng linh tính cứ là linh tính dù đúng hay sai. Người ta bảo trực giác phụ nữ là thứ gì rất "thiêng liêng" và chính xác mà? Nàng nghe mấy đứa bạn xúi đi xem bói cũng chỉ nghe thầy bói nói chung chung có cô này cô kia theo ổng nhưng ổng không chịu vì ổng mắc nợ bà. Nhưng óc toán học trong nàng cứ muốn chứng minh giả thuyết một sai hai đúng chứ không thể bỏ ngang được.

Đêm nay sinh nhật Lễ, Hằng diện thật hấp dẫn với bộ đồ ngủ thật mỏng, đậm mùi nước hoa Armani. Nàng chủ động cho con ăn sớm và nói với Lễ, mình sẽ có một đêm đặc biệt. Ngoài món quà cho chàng là một chiếc đồng hồ Longines, nàng còn chuẩn bị bữa ăn tối trịnh trọng. Nghe lời Bác sĩ nàng mua nghêu sò và các thứ hải sản cho chàng ăn lấy sức vì nàng muốn hâm nóng tình yêu và xóa tan mọi thứ nghi ngờ trong đầu nàng, chứng minh giả thuyết của nàng là sai vì bài toán không đáp số, hay là một phương trình vô nghiệm. Nàng nghĩ mình cần phải yêu chồng theo cách khác chứ cứ hoài nghi và lạnh lùng thì khoảng cách vợ chồng ngày một lớn, dù tính khí có khác biệt thì tình yêu sẽ hàn gắn lại. Huống chi thám tử không tìm ra những lỗi lầm của chàng thì nếu mình còn mang cái tâm nghi hoặc này chỉ gây thêm tội hay nghiệp chướng cho đời. Nói là làm. Đêm nay nàng muốn "khởi động" lại. Sau bữa ăn tối, khi Lễ bước vào phòng thì Hằng khẽ bật nhạc, âm thanh dìu dặt Love is Blue. Ánh sáng đèn ngủ dịu lại, một màu xanh mê hoặc chập chờn. Nàng đứng giữa phòng, chúc mừng Sinh nhật chàng. Nàng mở lòng ra chào đón chàng sau 20 năm chung sống, trong bộ đồ ngủ mỏng bằng lụa rộng thùng thình gợi cảm hơn cả khỏa thân. "Mình khiêu vũ đi anh". Nàng muốn nhắc chàng vốn giỏi khiêu vũ, "Anh dìu em đi". Lễ tròn xoe mắt "Vụ gì đây? Em hồi xuân hả?" Hằng gật đầu "Đúng vậy thì đã sao? Lâu rồi mình không sống trọn vẹn cho nhau vì con cái, vì công việc, đêm nay mình dành cho nhau đi anh." Lễ hơi lựng khựng. Một thoáng băn khoăn trên gương mặt chàng. Chàng bước đến vòng tay ôm lấy nàng và dìu Hằng trong điệu slow. Không gian tràn ngập Yesterday once more, My heart will go on... Hằng thì thầm "Hôn em đi". Lễ cúi xuống. Hằng thả hồn theo nụ hôn ấy dù váng vất vì nàng đã uống khá nhiều rượu vang trong bữa ăn tối và muốn sống cho tình yêu đêm nay, nàng thấy Lễ thiếu thiết tha, có vẻ chiếu lệ. Nàng nói bên tai chàng "Em xin lỗi" Lễ ngạc nhiên "Lỗi gì?" Tự dưng Hằng khựng lại, ngần ngại và không dám nói. Anh ghì chặt nàng nói nhỏ "Mai được không em. Anh còn một số việc." Hụt hẫng, nhưng Hằng cố nũng nịu "Không, anh phải chiều em đêm nay. Bỏ việc đi!" Nàng nói giọng hơi hờn. Điệu slow thật gần gũi khiến hai cơ thể ngỡ chìm đắm trong đê mê, nhưng Hằng vẫn thấy linh tính của mình lên tiếng. Lễ hờ hững ở đoạn nhạc cuối. Nàng hỏi "Anh uống thêm chút rượu đi", rồi lấy chai rượu vang để đầu giường rót cho chàng một ly vang, nàng cụng ly với chàng và sau khi uống là lại bắt đầu hôn. Lễ nhắm mắt lại, chìm đắm trong cơn say, nhớ đến ngày xưa chăng? Không hiểu chàng nghĩ gì, hay lại hình dung đến mối tình đầu, hay một nhân vật nữ nào trong đời hay một bóng hình nào xa khuất? Mặc kệ. Cứ yêu nhau đã và Hằng buộc Lễ phải "yêu" nàng đêm ấy. Họ tan vào nhau. Lễ tỏ ra cố gắng dù có vẻ hơi miễn cưỡng vì mệt. Chỉ chừng nửa tiếng thôi chàng đã rã rời buông nàng ra và nói: "Anh đuối quá! Hình như anh già mất rồi!" Hằng cười khẩy "Không overnight được sao anh?" Lễ cười gượng "Cách đây 10 năm thì OK". Lễ ngả mình xuống giường. Hằng hơi tủi vì Lễ sớm bỏ cuộc vui. Nhưng tự an ủi thôi từ từ mình sẽ hâm nóng lại mối quan hệ vợ chồng như đốm than hồng thiếu gió. Lễ ngủ thiếp đi nhanh chóng. Hằng cảm thấy hơi buồn nhưng khi vào nhà tắm, nàng cảm thấy yên lòng vì biết sức khỏe chồng chắc đang có vấn đề. Phải tẩm bổ lại thôi.

Hằng choàng tỉnh dậy. Đã 4 giờ sáng. Mở mắt ra không thấy Lễ đâu. Vào toilet không thấy chàng. Sao anh lại xuống nhà tập thể dục sớm thế. Cảm thấy bồn chồn. Nàng ngồi dậy, toan lấy bộ quần áo tập aerobics, nhưng phải đến 5 giờ mới đi kia mà. Còn sớm. Nàng đi xuống nhà dưới. Nàng muốn khuyên Lễ đừng tập sớm quá. Đứng trước phòng tập gym. Căn phòng đóng cửa. Nàng nhìn thấy le lói ánh đèn qua lớp kính mờ. Nàng thử vặn chốt cửa, đã khóa từ bên trong. Trước cửa phòng tập gym, đôi dép màu mận chín nàng mua buổi sáng nằm đó. Giả thuyết đã chứng minh. Hằng hiểu trực giác không lừa dối. Ngoài trời mưa rất to...

Nguyên Cẩn

Lý Sơn
Vương Quốc Tỏi

MINH NGUYỄN

Chuyến công tác của tôi tại Quảng Ngãi không ngờ lại kết thúc sớm hơn dự kiến đến vài ngày. Tận dụng thời gian này, tôi muốn ghé thăm Nguyện, cô sinh viên hai năm trước đã thuê phòng trọ học ngay cạnh nhà tôi, để học nốt những năm cuối của ngành du lịch. Khổ nỗi, trước khi ra trường về quê tìm việc làm, tôi quên không hỏi xin địa chỉ nơi cô, mà chỉ nghe kể loáng thoáng trong một lần tâm sự, rằng gia đình cô sống ở ngay biển Mỹ Khê này. Bởi. Tôi đâu ngờ có ngày lại đứng ngay trên bãi biển quê hương cô. Nghĩ. Việc đi tìm nhà cô giữa khu dân cư đông đúc như thế này, chắc cũng không thua gì chuyện mò kim dưới đáy biển. Cực chẳng đã, tôi đã phải nhờ vào danh bạ điện thoại, lục tìm số để gọi cho cô mà trong lòng thấp thỏm cầu mong sao số điện của cô vẫn như cũ.

Chuông reo. Giọng nữ trong trẻo từ đầu dây bên kia mừng rỡ, hỏi:

- Anh Nguyên phải không?

Tôi không sao giấu được sự hồi hộp đáp:

- May mắn là số điện thoại của em không thay đổi.

- Anh đang trong Sài Gòn hay đâu?

- Hiện tại anh đang có mặt tại bãi tắm Mỹ Khê - Quảng Ngãi.

- Anh ra công tác hay có việc gì?

- Công tác. Nhưng giờ công chuyện đã xong, anh định ghé qua nhà thăm em đây. Em có nhà không?

- Em xin lỗi anh, ở Mỹ Khê hiện chỉ có gia đình em ở đó thôi, còn em đang ở ngoài đảo Lý Sơn kia.

- Em làm gì ngoài đó?

- Kinh doanh ngành công nghiệp không khói ạ.

- Chính xác lĩnh vực nào?

- Em mở một cái homestay.

- Nhất em rồi, vì có mấy ai ra trường được làm đúng ngành nghề mình đã học đâu.

- Vậy sáng mai mời anh ra đảo chơi với em một chuyến?

Tôi thắc mắc hỏi ngược lại cô:

- Cơ duyên nào khiến em lại chọn Lý Sơn để khởi nghiệp vậy?

- Chẳng giấu gì anh, sau khi tốt nghiệp về lại quê nhà, em dành ra một thời gian đi tìm hiểu công việc nhiều nơi, cuối cùng nhận ra tiềm năng du lịch ở đảo Lý Sơn còn rất lớn. Bởi. Lúc này người làm du lịch ở đó chưa nhiều, chưa thật sự chuyên nghiệp, nên em bàn với gia đình cho mượn miếng đất của ngoại bỏ không từ nhiều năm, để kinh doanh ngành du lịch. May thay, gia đình em chẳng những đồng ý, mà còn hỗ trợ cho em hết mình trong việc khôi phục lại ngôi nhà cũ; đồng thời, xây dựng thêm vài gian nhà sàn bằng gỗ, vừa thân thiện với môi trường vừa đỡ tốn kém.

- Từ biển Mỹ Khê ra đến chỗ em bao xa?

- Sáng sớm, anh di chuyển bằng xe ôm đến cảng Sa Kỳ chừng 10 phút, kế đó ngồi tàu cao tốc 30 phút nữa, sẽ ra đến đảo Lý Sơn.

Sau vài phút tìm hiểu trên mạng, tôi được biết đảo Lý Sơn hình thành do sự phun trào nham thạch từ 5 ngọn núi lửa, cách đây khoảng 25 đến 30 triệu năm. Đảo nằm cách đất liền 15 hải lý, gồm hai đảo: Đảo Lớn, Đảo Bé và hòn Mù Cu.

Hiện nay đảo Lý Sơn là một huyện đảo thuộc tỉnh Quảng Ngãi, hay còn gọi là cù lao Ré trước đây. Theo lý giải của người dân Bình

Sơn, sở dĩ gọi cây ré vì trước đây trên đảo thấy mọc rất nhiều. Đây là cây thân gỗ, cao vài chục mét, một người ôm không xuể. Mỗi khi muốn hái quả, người ta thường phải leo cây thật cao, rồi dùng rựa chặt cành, mé nhánh cho nó rơi xuống đất, sau đó vặt lấy những chùm quả chín có màu vàng mà ăn. Ngoài ra, tôi còn đọc thấy có nơi nói, cây ré là loài thân thảo, thuộc họ gừng, như cây gừng gió, riềng, ngải, cao 2 mét, dùng làm thuốc chi đó, nhưng tôi tin người dân ở Quảng Ngãi mô tả cây ré chính xác hơn.

Chưa biết phải trả lời Nguyện ra sao, bởi tôi cảm thấy có chút do dự khi nghĩ về chuyện tình cảm trước đây:

- Anh sẽ trả lời em sau nửa giờ nữa nhé.

Nguyện khẩn khoản mời:

- Nhân cơ hội này anh ra chơi với em một chuyến đi. Em rất mong được gặp lại anh. Anh không ra là em giận luôn đó.

Hình ảnh cô sinh viên xõa mái tóc dài trong gió, đạp xe lướt qua trước cửa nhà tôi, mỗi sáng trên đường đến giảng đường, hiện ra trong đầu tôi với nụ cười duyên "mình về có nhớ ta chăng, ta về ta nhớ hàm răng mình cười".

Nghĩ tới lời mời của Nguyện, tôi cảm thấy sung sướng tận mé thiên đường, nhưng cố làm màu mè, hoa lá cành, nhằm tạo cho mình chút giá trị hão huyền. Chứ thật ra trong thâm tâm, tôi mong sớm được gặp lại người đã khiến cho trái tim bao chàng trai phải điêu đứng; dĩ nhiên, trong số người đó tôi cũng không ngoại lệ, vì từng có thời gian đi theo phía sau cô làm chiếc đuôi không biết ngượng ngùng.

Tóm lại, chuyến đi ra đảo thăm Nguyện là có thật, vì trước mắt "xem dung nhan đó bây giờ ra sao", tiện thể khám phá luôn "Vương quốc tỏi", địa danh đang rất "hot" trên bản đồ du lịch đất nước, được giới trẻ từ Nam chí Bắc mong ước, ít nhất có được một lần đặt chân tới trước khi chết.

Thế là, ngay sáng hôm sau tôi rời khách sạn sớm, di chuyển đến cảng Sa Kỳ, đổi vé điện tử do Nguyện đặt trước, lấy vé lên tàu ra đảo Lý Sơn.

Lênh đênh trên biển độ nửa giờ, tôi bỗng nhận ra một số hành khách đi chung chuyến tàu, chộn rộn hẳn lên bên mớ hành trang mang theo. Tôi vội nhìn qua khung cửa nhỏ bên cạnh chỗ ngồi, thấy một đàn chim Hải Âu bám sát theo tàu tìm thức ăn, nên ước chừng con tàu sắp cặp vào cảng.

Chợt chuông điện thoại để trong túi quần tôi reo lên. Tôi cầm lấy máy:

- Alô!

- Anh thấy sức khỏe thế nào. Có bị say sóng gì không?

- Chào em. Buổi sáng biển quê em xanh biếc và đẹp một cách lạ lùng.

- Hi hi! Em đang có mặt trên cầu tàu đón anh và một số khách từ Hà Nội vào.

- Em quả thật chu đáo.

- Nghề nghiệp bắt phải vậy thôi chứ em có hay ho gì đâu.

Trong lúc chuyện trò với Nguyện qua điện thoại, tôi quên không để ý tới con tàu đã cập cảng từ lâu. Tới chừng quay nhìn lại, mới hay số hành khách đã vơi quá nửa, may mà nơi cửa lên xuống vẫn còn một số đông người nối đuôi nhau. Mừng vì đã không làm phiền mọi người, nên tôi cố ngồi chờ thêm chút xíu, dẫu có là người khách cuối cùng rời tàu cũng chẳng chết thằng Tây nào; trái lại, sau lưng tôi còn có mấy chị phụ nữ chưa giải quyết xong chuyện con cái.

Từ dưới tàu vừa đặt chân lên cầu cảng, thay vì tiếp xúc với cuộc sống chân thực của ngư dân trên đảo qua việc đánh bắt trên biển trở về, tôi bị ngay đám đông người trì kéo, buôn bán, mời chào các dịch vụ, ăn uống, khách sạn, cho thuê xe máy...

Phải từ chối khéo lắm, tôi mới thoát ra khỏi số đông người huyên náo vây quanh, tiến về phía Nguyện đang đưa cao tay vẫy vẫy lá cờ đuôi nheo làm hiệu.

- Xin lỗi mọi người, mình phải nhường đường cho những người lớn tuổi, nên có mặt hơi muộn, bắt mọi người phải chờ lâu.

Nguyện thay mặt cả nhóm tươi cười nói:

- Không có chi đâu anh, bọn em cũng vừa tập hợp đủ quân số.

Nhìn các cô gái trẻ đẹp đứng cạnh Nguyện tôi hỏi:

- Các bạn gái này là sao?

Một trong số các cô nhanh miệng trả lời:

- Bọn em là khách Hà Nội đặt homestay của chị ấy qua mạng.

- Thì ra lúc nãy tôi có nhìn thấy các cô trên cùng chuyến tàu.

- Nghe chị Nguyện kể anh là bạn của chị ấy?

- Bạn láng giềng trước đây vài năm.

Một cô trong số các cô gái nói lời trêu chọc:

- Cớ chi anh phải giải thích, nếu là bạn tình xem ra cũng hợp đôi lắm.

May sao, vừa khi đó chiếc xe 9 chỗ ngồi cũng kịp trờ tới, đón mọi người lên xe, quay đầu chạy thẳng vào trung tâm đảo.

Sau khi sắp xếp chỗ nghỉ cho các cô gái Hà Nội xong, Nguyện ghé qua phòng tôi ngồi trò chuyện:

- Nhìn anh chả khác trước mấy.

Tôi đùa:

- Còn em khác hẳn trong mắt anh.

- Khác chi đâu anh?

- Ra dáng cô chủ trẻ thấy rõ.

- Anh ghẹo em chi tội vậy?

- Điều đó cho thấy sự khởi nghiệp của em mang lại sự thành công, bởi ngoài môi trường làm việc thích hợp với ngành nghề mình đã học ra, em còn nhạy bén nắm bắt thời cơ, xu hướng thị trường, vừa trẻ đẹp, thành thạo vi tính, giỏi Anh văn, lại vừa ăn nói có duyên.

- Anh quá đề cao em rồi đó, thật ra mấy năm đầu công việc cũng trầy vi tróc vẩy chứ không được như bây giờ đâu.

- Vạn sự khởi đầu nan ai chả thế.

Sợ để lộ sự hổ thẹn trước mặt tôi, Nguyện đỏ ửng đôi má, lí nhí hỏi tôi:

- Anh đã lên kế hoạch khám phá nơi nào trên đảo chưa, hay để em kết hợp với các cô gái Hà Nội lúc nãy đi chơi cho vui?

Tôi lắc đầu đáp:

- Nếu không được đi bên em, anh thích đi một mình ngao du ngắm cảnh, hơn là đi với người lạ.

- Anh yên tâm, em sẽ cố gắng thu xếp công việc để đi chơi cùng anh ở Đảo Lớn nguyên cả ngày luôn.

- Có cản trở công việc của em không?

- Có người thế nên anh không phải lo.

- Theo em bây giờ anh nên đi đâu?

- Mới có hơn 8 giờ sáng, em nghĩ anh nên khám phá Đảo Bé trước, đến 14 giờ trưa quay về lại Đảo Lớn, nghỉ ngơi một chút, sau đó ghé thăm chùa Đục, Giếng Tiên, ngắm hoàng hôn ở cổng Thạch Tò Vò.

Nghe theo sự tư vấn của Nguyện, trước hết tôi tìm hỏi xin hoặc mua ngay một tấm bản đồ du lịch trên đảo Lý Sơn. Chuyện này xem ra không khó, bởi các khách sạn hay các điểm kinh doanh du lịch thường phát không, hoặc chí ít cũng có bản in photo bản đồ dành tặng cho du khách. Kế đó, tôi gọi ngay xe chở thẳng ra bến ca-nô, mua vé tàu ra Đảo Bé.

Trong lúc chờ tàu khởi hành, tôi liếc mắt đọc trên tấm Panô đặt cạnh quầy bán vé, thấy giới thiệu diện tích Đảo Bé rộng chưa đầy một cây số vuông, dân cư thưa thớt, một số ít nếu không hành nghề đánh cá thì trồng hành trồng tỏi. Thời gian di chuyển bằng xuồng bay, dân địa phương gọi thay cho ca-nô, ra đảo mất khoảng 10 phút.

May thay, ở trên tàu tôi ngồi cạnh một anh bạn trẻ, làm việc văn phòng hay dạy học gì đó ngoài đảo, bởi trong mắt anh ta, tôi bắt gặp vẻ hiền lành, thân thiện, qua cách cư xử lễ độ với mọi người. Vì thế tôi có ngay thiện cảm với anh, nên bắt chuyện làm quen.

Tôi cất tiếng hỏi anh:

- Xin lỗi! Anh có phải là dân địa phương của Đảo Bé?

- Không. Gia đình tôi sống ở Đảo Lớn.

- Anh ra đây chơi hay đi công việc?

- Tôi ra thăm bà ngoại bị bệnh.

- Cho hỏi khi lên đảo, tôi có thể dùng phương tiện nào, để di chuyển quanh đảo?

- Anh yên tâm, trên bến có rất nhiều xe điện, xe ôm chờ sẵn để phục vụ quí khách. Hơn nữa, đảo không lớn, nếu có thời gian tôi khuyên anh nên đi bộ, vừa ngắm cảnh vừa hít thở không khí trong lành.

- Trên đảo đã có điện nước đầy đủ chưa?

- Đã có hệ thống cáp ngầm dẫn điện từ trong đất liền ra tới tận đảo, nhưng nước ngọt thì phải mua từ bên Đảo Lớn chở sang. Tuy nhiên, gần đây nhà nước đã đầu tư cho ngoài này một máy lọc nước biển thành nước ngọt, song chỉ dùng được trong sinh hoạt như tắm, giặt, vệ sinh, chứ không thể nấu ăn được.

Buổi trò chuyện giữa hai chúng tôi tới đây thì dừng lại, vì tàu cặp vừa cặp cầu cảng Đảo Bé.

Lên bờ, sau khi vượt qua cổng chào, tôi đi bộ bên cạnh anh bạn vừa quen, tiến sâu vào ngôi làng nằm ngay bên đường đi, mở ra đầy đủ dịch vụ cà phê, ăn uống, karaoke, nhà nghỉ; đặc biệt, trên tường nhà nào cũng thấy vẽ cảnh sinh hoạt, vui chơi trên biển. Hỏi thăm mới biết nơi đây được gọi tên: Làng Bích Họa.

Bắt tay chào từ biệt tôi, anh bạn cho biết đã về đến nơi anh cần đến, rồi khuyên tôi cứ thẳng đường đi tới mà không sợ lạc, bởi chạy quanh đảo chỉ có mỗi con đường bê tông độc nhất này. Con đường tương đối sạch sẽ, hai bên cây cỏ xanh tốt, cùng với những bãi bờ trông rất tình tứ, lãng mạn bên những rặng dừa đứng xõa tóc lay bay, nghiêng mình ra phía biển đón gió.

Lội bộ hơn nửa giờ trong cái nắng gió của biển, tôi đặt chân tới địa danh nghe khá lạ tai "Hòn Đụn", bắt gặp nhiều hình thù kỳ thú nơi đá nham thạch đen nhánh, chứng tích của sự phun trào núi lửa vào cuối kỷ nguyên Neogen để lại trên biển.

Theo chân các cô gái đi xuống biển, tôi bất ngờ khi phát hiện trước mắt mình, một bãi cát trắng phau, mịn màng, trải dài ra tận mép nước trong veo, xanh ngọc, nằm lọt thỏm giữa các khối nham thạch và những rạn san hô đầy màu sắc. Chưa kể gần đó, người dân có sáng kiến, dùng cây rừng lấy từ trên đảo, bắt từ trong bờ ra tới các mỏm đá nổi lềnh bềnh trên mặt nước, một cây cầu gỗ đơn sơ "Cầu Tình Yêu" nhưng không kém phần lãng mạn, nhằm phục vụ cho những ai thích chụp hình, sống ảo, mà không sợ bị ướt, giày dép, áo quần, với giá chỉ bằng một que kem.

Rời Hòn Đụn, tôi tiến về nơi được gọi là Bon Tàu, lội quanh các khối nham thạch, xem người ta đi tìm bắt loài đỉa biển hay còn gọi con đồn đột hay hải sâm. Loài động vật quí hiếm, nhiều chất dinh dưỡng, thoạt nhìn chẳng khác chi con đỉa thường thấy, nhưng to hơn và có màu sắc biến đổi tùy theo vùng nước nông sâu. Thông thường, để bắt được nó người thợ lành nghề phải lặn sâu xuống tận đáy biển, nhưng ở vùng Bon Tàu này, đỉa biển lại nấp trong các hốc đá nên rất dễ bắt.

Nhác thấy bóng anh thanh niên đi mò bắt hải sản đang tiến gần tới chỗ tôi đứng, bèn lên tiếng hỏi thăm:

- Anh trai ơi đã thu được nhiều chiến lợi phẩm chưa?

Chìa chiếc thùng nhựa ra cho tôi xem và trả lời:

- Được hơn chục con ốc và đỉa biển.

- Anh bắt về ăn hay bán?

- Để ăn là chính còn dư mới bán.

- Những con đỉa làm được món gì hả anh?

- Có thể ăn tái, làm gỏi, chưng cách thủy, chiên giòn, nấu cháo... tùy.

- Sơ chế có khó không?

- Chỉ cần kiên nhẫn và thời gian.

- Anh có thể nói rõ hơn không?

- Trước hết mổ bụng con đỉa ra, rửa sạch cát bên trong, rồi ngâm nó trong nước muối khoảng nửa tiếng để loại bỏ mùi tanh, sau đó luộc chín, lấy thanh tre căng ra, trước khi mang phơi cho thật khô, khi nào dùng chỉ cần luộc lại lần nữa.

Chuyện tới đây làm tôi sực nhớ đã nghe ai đó kể, ở đảo Jeju bên Hàn Quốc, người dân trên đảo không chỉ thích ăn thịt đỉa biển sống mà còn xem nó như là món ăn truyền thống, bởi nó là động vật sống hoang dã dưới đáy biển, nên thịt vừa có chất lượng tốt vừa có giá trị dinh dưỡng cao. Ngoài ra, nếu được chấm với loại nước tương đặc biệt làm ra trên đảo, sẽ để lại hương vị thơm ngon đến tuyệt vời.

Trở lên bờ, tôi tiếp tục đi về hướng Bãi Sau, ăn trưa ở quán có mặt tiền quay nhìn ra biển, thuận lợi cho thực khách vừa thưởng thức món ăn vừa tận hưởng không khí biển. Ở đây, ngoài thực đơn chính là các món hải sản quen thuộc ra, tôi gọi thêm một con cá Tầm Ma nướng. Đây là loại cá quí hiếm, khó đánh bắt, không sợ đụng hàng với bất kỳ loại cá nào trong đất liền. Cá có vảy màu nâu đen, thân dẹp, hình dáng rất giống cá rô phi nước ngọt, nhưng to hơn. Cá sống chủ yếu trong các rạn san hô sâu dưới đáy biển, thịt dai, ngọt, đặc biệt phần lườn gây ấn tượng nhờ có vị béo rất riêng.

Vừa thưởng thức các món hải sản, tôi vừa hướng mắt nhìn ra biển, thấy số đông bạn trẻ đang đổ về Bãi Sau, cắm trại, tắm biển, thuê thuyền thúng ra xa bờ, lặn ngắm san hô... cho dù bãi tắm nơi đây không mấy lớn; bù lại, nước trong vắt, cát trắng mịn màng, nằm lọt thỏm giữa hai vách đá nham cao sừng sững, đen nhánh.

Vô tình khi quay lại, tôi bắt gặp ánh mắt của người đàn ông ngồi ở bàn bên cạnh, nhìn tôi cười cười với vẻ mặt thân thiện.

Ông ta lên tiếng chào hỏi tôi:

- Cậu ra đây mà không đi với bạn gái sao?

Tôi đáp:

- Tôi đi công tác trong Quảng Ngãi, tiện thể ghé ra đây cho biết.

- Cậu thấy Đảo Bé thế nào?

- Đẹp, hoang sơ, nhưng nếu so sánh với Maldives thì thiếu hẳn vẻ hoành tráng hơn nhiều.

- Tôi chưa từng ra khỏi Lý Sơn làm sao biết Mal... gì mà cậu nói đó ở đâu?

Tôi chợt hiểu nên giải thích ngắn gọn với ông ta:

- Đó là đảo quốc gồm nhóm các đảo san hô nằm ở biển Ấn Độ Dương.

- Hu hu. Tui biết ở đâu chết liền.

Tôi buột miệng hỏi:

- Ông làm nghề gì ngoài này?

- Ngày nào không đi biển thì phụ tụi nhỏ bán quán ăn.

- Quán này của con ông?

- Con gái.

- Trong tương lai du lịch ngoài đây phát triển, chắc người dân sẽ khá hơn nhiều?

- Dân tui đang lo thì có.

- Lo về điều chi?

- Có tin tập đoàn lớn nào đó, đã mua toàn bộ Đảo Bé này rồi, tới lúc đó người dân chúng tôi không biết sẽ đi đâu về đâu?

Trước thông tin không vui của người đàn ông, tôi chỉ còn biết ngồi im, lắc đầu ngao ngán cho thế sự thăng trầm. Bởi. Đảo Bé từng được đánh giá là thiên đường giữa biển, đẹp đến nao lòng, thì tránh sao khỏi sự dòm ngó của các tay trùm lợi ích nhóm, chỉ chăm chăm làm giàu trên xương máu người dân vô tội. Càng nghĩ tôi càng thấy xót thương cho hoàn cảnh của người lao động, thấp cổ bé miệng, không biết kêu ai ngoài ông trời. Mà trời thì cao quá, không biết mai này khi mảnh đất đã nuôi sống bao thế hệ, bỗng dưng bị mất trắng trong một ngày nào đó, gia đình họ sẽ ra sao?

Buồn. Tôi cảm thấy không còn lòng dạ nào để vui trên nỗi đau người khác, nên vội đứng lên chào từ biệt người đàn ông chân chất, sớm quay về Đảo Lớn.

Nghỉ ngơi, tắm rửa xong, tôi lấy lại sự bình tĩnh, hỏi thăm đường để ghé tới viếng Chùa Hang hay còn gọi là Thiên Khổng Thạch Tự, được xây dựng cách nay hơn 400 năm dưới triều vua Lê Kính Tông, bởi ông Trần Công Thành, một trong những người có công tạo dựng chùa cùng khẩn hoang, mở đất, lập làng An Hải - An Vĩnh xưa.

Sở dĩ gọi là chùa Hang vì chùa nằm trong một hang núi lớn nhất của dãy Thới Lới. Để đến được ngôi chùa này, tôi phải đi vòng qua một eo núi, mà đứng từ trên cao nhìn xuống, thấy có nhiều ruộng lúa, ruộng ngô, ruộng hành tỏi, mọc lên xanh rờn trên nền cát trắng. Sau đó, lội bộ vài bậc thang xuống lưng chừng núi, gặp ngay một khoảng sân rộng, ở giữa có hồ sen, tượng Phật Bà, cùng nhiều cây bàng biển có tuổi đời lên đến hàng trăm năm.

Tiến gần tới trước chánh điện, đập vào mắt tôi là cái nhũ đá đang nhỏ từng giọt nước mát lạnh xuống chiếc bể xi măng, ghi dòng chữ "Giếng Trời". Bước qua cửa vào bên trong chánh điện, thấy trên bàn thờ bằng đá, người ta thờ tượng Đức Phật, các vị thánh, các vị tiên hiền đã góp công khai hoang lập ấp. Sâu vào trong, gặp hai lối đi vừa hẹp vừa dài hun hút, nằm đối nghịch nhau, được người dân địa phương tin gọi là đường lên trời và đường xuống địa ngục.

Thăm thú Chùa Hang xong tôi quay ra, tiện thể trên đường về, tôi ghé thăm di tích, thắng cảnh chùa Đục hay còn gọi là chùa Không Sư hay tên chữ là Đỉnh Liêm Tự, nằm cách xa chùa Hang chưa đầy mươi phút đi bộ. Nhờ hai nơi ở rất gần nhau, nên tôi đỡ phải mất nhiều thời gian di chuyển, nhưng cũng đã nhìn thấy tượng Phật Bà Quan Âm trắng tinh khiết, đứng quay nhìn ra biển, ở lưng chừng núi Giếng Tiền, một nhánh nham thạch núi lửa tuôn trào ra biển cách nay hàng triệu năm.

Sau khi vượt qua cổng chùa dưới chân núi, tôi leo hơn 100 bậc thang, để có mặt đứng trước khuôn viên Quan Âm Phật Đài hình ngũ giác, có lan can vây quanh, nền lát gạch, chính giữa xây một tòa sen, bên trên đặt tượng Phật Bà Quan Âm cao 27 mét.

Bên dưới chân tượng là các án thờ dẫn lên điện thờ ăn sâu vào lòng núi cùng phù điêu đắp hình con rồng đang quẫy mình dưới nước. Chùa gồm cả thảy 3 động đá. Động lớn nhất ở chính giữa là chánh điện, thờ đức Phật, đức Địa Tạng, Bồ Tát, vị Tổ khai sơn. Động nhỏ ở phía Đông thờ Tam Thế Phật và Động Viên Giác ở phía Tây, là nơi dành cho các nhà sư tọa thiền.

Men theo sườn núi lửa sau lưng chùa, tôi tiếp tục đi lên đỉnh Giếng Tiền, bên cảm giác như đang lạc vào chốn bồng lai tiên cảnh, qua vẻ đẹp hút hồn của một nửa bên núi nhỏ ra biển, nửa còn lại bám sâu vào vách đá cao sừng sững.

Từ trên cao nhìn xuống miệng núi lửa đã tắt Giếng Tiền, tôi không thấy hiện diện một bóng cây nào nơi lòng chảo; ngoại trừ, màu đất đỏ bazan cùng loài cỏ dại mọc lan trên đất. Hỏi người dân địa phương mới hay, đây là vùng đất linh thiêng, chỉ các pháp sư mới được lấy đất mang về nặn thành hình nhân, xương cốt, người lính Hải Đội Hoàng Sa đi làm nhiệm vụ bảo vệ chủ quyền biển đảo Tổ Quốc, có đi mà không có về, được chôn trong các ngôi mộ gió có khắp nơi trên đảo, kể từ thời vua Minh Mạng còn đang trị vì đất nước.

Nhìn đồng hồ thấy đã hơn bốn giờ chiều, tôi nghĩ giờ này ghé về Cổng Thạch Tò Vò ở cách xa đây chừng 200 mét, chắc cũng chưa có đông người ghé đến chờ đợi, để được ngắm cảnh hoàng hôn, chụp ảnh, này nọ. Bởi. Ngoài việc là thắng cảnh nổi tiếng, nó còn là một trong những kiệt tác độc đáo, do quá trình hoạt động của 5 ngọn núi lửa có mặt trên đảo, phun trào nham thạch xuống biển gặp nước đông chúng lại thành ra vòm đá cao tầm 2.5 mét, xảy ra cách nay hàng triệu năm, mà thiên nhiên muốn ban tặng riêng cho người dân trên đảo Lý Sơn.

Từ xa, trên đường đi tới Cổng Thạch Tò Vò, tôi đã sớm nhận ra hình hài chiếc cổng khá lạ lẫm, nổi bật trên bãi đá đen bóng, nhấp nhô bên làn nước trong xanh màu ngọc bích. Nghe kể, ngoài tên Cổng Thạch Tò Vò ra, du khách đến đây còn đặt cho nó một cái tên nghe khá mỹ miều "Cổng Thiên Đường".

Khác với những gì tôi nghĩ cách đây vài phút, dưới bãi đá, các nhóm khách du lịch đã có mặt tại Cổng Thạch Tò Vò từ rất sớm. Đông nhất vẫn là các nhóm khách nữ, nhanh chân xí chỗ cho mình những nơi có góc ảnh ưng ý, tạo dáng, bấm máy liên tục trước chiếc cổng đá vô tri vô giác.

Không mấy thích thú trước cảnh chen lấn, chụp choẹt, ồn ào đang diễn ra, tôi tìm tới cái gốc cây bị cưa cụt có thể thay ghế, ngồi lên đó, ngắm những tia nắng cuối ngày, để lại ánh hào quang bảy sắc cầu vồng lên vòm đá, trông thật là sinh động và lãng mạn. Có lẽ, chính vì hình ảnh sống động đó, mà Cổng Thạch Tò Vò trở nên hấp dẫn, lôi cuốn không ít giới trẻ ghé đến sống ảo?

Trước khi kết thúc ngày đầu tiên lang thang trên đảo Lý Sơn, tôi thẳng đường đi về chỗ trọ, tắm rửa, chờ giờ ăn cơm tối cùng với các cô gái đến từ Hà Nội.

Trong bữa ăn, các cô gái đã không tiếc lời ca ngợi vẻ đẹp tiềm ẩn của biển đảo nơi đây, khi lần đầu tiên đến với biển xanh, cát trắng và nhất là được chạm tay lên các vách đá nham thạch mang hình thù lạ lẫm, do hiện tượng núi lửa phun trào, để lại với vô số cảnh quan kỳ vĩ.

Đến gần cuối bữa ăn, Nguyện chợt xuất hiện với dĩa trái cây đặc sản Lý Sơn, mang tới mời từng người ăn tráng miệng cùng những lời thăm hỏi chân tình về chuyến trong đi ngày, xem có ai phàn nàn gì không; đồng thời, giới thiệu chợ đêm trên đảo sắp diễn ra tại cầu cảng với nhiều món ăn hải sản hấp dẫn.

Sau khi từ chối lời rủ rê của các cô gái đi chơi chợ đêm, tôi ngồi lại chuyện trò với Nguyện.

Thoạt tiên cô hỏi tôi:

- Hôm nay anh đã đến những đâu?

Tôi trả lời cô:

- Sáng đi Đảo Bé theo lời khuyên của em, xế trưa về nghỉ ngơi một lát, chiều ghé chùa Hang, chùa Đục, núi Giếng Tiền, Cổng Thạch Tò Vò.

Nguyện trố mắt ngạc nhiên nhìn tôi hỏi:

 - Anh định mai về sớm hay sao mà hôm nay đi nhiều vậy, mệt chết, hèn gì lúc nãy mấy em đẹp rủ đi chợ đêm anh từ chối?

- Không phải như em nghĩ đâu, bởi các món hải sản ở chợ đêm nào cũng giống nhau; ngoại trừ, món cá Tầm Ma là đặc sản của Lý Sơn, thì trưa nay anh đã thưởng thức bên Đảo Bé rồi.

- Ồ! Vậy là anh may mắn lắm đó, vì mùa này cá Tầm Ma rất hiếm.

- Sáng mai em không bận chứ?

- Em đã thu xếp công việc để sáng mai đi với anh rồi.

- Liệu trong buổi sáng mai chúng ta có thể đi thăm hết các thắng cảnh còn lại trên đảo Lý Sơn không?

- Nếu anh không sợ bị đen như dân Châu Phi?

- Ồ! Nhằm nhò gì chuyện đó.

- Anh muốn chiều mai về lại đất liền hay sao?

- Em đặt vé chuyến bay Chu Lai về Sài Gòn giúp anh nhé.

- Anh muốn bay chuyến mấy giờ?

- Chiều hay tối gì cũng được.

- Dạ. Vậy anh nghỉ sớm đi, mai mình sẽ khởi hành thật sớm cho mát.

- Hẹn gặp lại em sáng mai.

- Chúc anh buổi tối an lành.

Y hẹn. Sáng ra tôi được đánh thức dậy thật sớm, điểm tâm bằng tô bún cá to chà bá, trước khi dùng xe máy của Nguyện, chở cô chạy dọc đường bê tông ven biển, ghé thăm địa điểm đầu tiên là Nhà trưng bày Hải Đội Hoàng Sa Kiêm Quản Bắc Hải. Nơi đang lưu giữ trên một trăm hiện vật của đội tàu hàng hải, do chúa Nguyễn ở xứ đàng trong lập ra từ thế kỷ 17, với mục đích di chuyển từ trong Quảng Ngãi ra các đảo thuộc quần đảo Hoàng Sa, khai thác hải sản, thu nhặt hàng hóa trên các tàu thuyền bị đắm hay trôi dạt vào các đảo, bên cạnh đó còn trưng bày nhiều tư liệu quí, bản đồ, chứng minh Hoàng Sa Trường Sa là của Việt Nam.

Phía trước nhà trưng bày là một khuôn viên rộng rãi, thoáng mát, cùng với cụm tượng đài bằng đá, trang trọng, uy nghi, hoành tráng, phác họa hình ảnh 3 chiến binh Hoàng Sa, trong đó người đứng giữa mặc quan phục triều đình, một tay chỉ ra biển nơi có đảo Hoàng Sa, tay kia đặt lên cột mốc khắc dòng chữ "Vạn lý Hoàng Sa". Đứng cạnh người này là hai người lính, người đứng bên phải cầm giáo thể hiện hình ảnh người lính bảo vệ Tổ quốc, người đứng bên trái vác lưới vừa là ngư dân vừa là lính trong đội tàu hàng hải. Và. Đi vòng ra sau cụm tượng, thấy khắc trên đá dòng chữ Nôm "Bảng Quốc Hải Cương Hoàng Sa Xứ Tối Thị Hiểm Yếu".

Đặt chân vào bên trong nhà trưng bày, đập vào mắt tôi là mô

hình chiếc thuyền dùng chở những người lính ra bảo vệ các đảo thuộc Hoàng Sa, các linh vị thủy binh, các vật dụng mà người lính hải đội Hoàng Sa phải mang theo gồm: 2 chiếc chiếu, 7 thanh tre, 7 sợi dây mây, 1 thẻ bài. Bình thường, chiếu dùng để lót nằm, chẳng may xảy ra chuyện không hay thì dùng bó xác, nẹp lại với 7 thanh tre, bó bằng 7 sợi dây mây và kèm theo thẻ bài có khắc tên họ, quê quán, để nhận diện.

Gắn liền với lịch sử Hải Đội Hoàng Sa, người dân Lý Sơn thường nhắc tới Lễ Khao Lề Thế Lính Hoàng Sa, diễn ra hàng năm vào các ngày 16-17 tháng 3 âm lịch, tại Âm Linh Tự, thuộc đình làng An Hải, để tri ân, tưởng nhớ các oan hồn tử sĩ Hoàng Sa Trường Sa.

Hoàng Sa trời nước mênh mông.

Người đi thì có mà không thấy về.

Hoàng Sa mây nước bốn bề.

Tháng 2-3 Khao Lề Thế Lính Hoàng Sa.

Tôi thắc mắc hỏi Nguyện về câu ca đã được lưu truyền qua nhiều thế hệ:

- Khao Lề là gì và Thế Lính là gì vậy em?

Cô giải thích:

- Khao Lề là Lệ khao định kỳ hàng năm. Thế Lính là nghi lễ cúng thế mang cho những người lính thủy quân trong hải đội Hoàng Sa, ra đi mà không trở về. Lễ hội này một mặt tri ân những anh hùng đã vì Tổ quốc hy sinh và cầu cho những linh hồn tử sĩ sớm được siêu thoát, mặt khác, nhắc nhở các thế hệ sau luôn nhớ và noi gương các bậc tiền nhân, đã không tiếc xương máu, dong thuyền ra các đảo xa, dựng bia, cắm mốc, khẳng định chủ quyền Tổ quốc. Chính vì thế mà, rải rác trên đảo Lý Sơn hiện nay, người ta thấy còn nhiều ngôi mộ gió rải rác ở nhiều nơi.

- Trong những ngôi mộ gió người ta chôn theo những gì?

- Hình nhân người lính được Pháp Sư nặn bằng đất sét lấy từ trên Giếng Tiền cùng với các đồ liệm.

- Lễ chiêu hồn diễn ra thế nào?

- Trình tự buổi lễ chiêu hồn cho tử sĩ trong Hải Đội Hoàng Sa, được thực hiện khá nhiêu khê và nghiêm cẩn. Trước hết, tất cả người thân của chiến sĩ đã hy sinh trên vùng biển, phải thuê một pháp sư đến làm lễ cúng bái. Sau đó, đích thân vị này lên núi thiêng Giếng Tiền, lấy sao cho vừa đủ số lượng đất sét nặn thành hình nhân y như thật, đất không được thừa ra hay bỏ đi, vì đất đó tượng trưng cho máu thịt người quá cố. Tiếp đến, đất được trộn với bông gòn, rồi cho vào một cái cối giã nhuyễn; đặc biệt, trong lúc vị pháp sư nặn hình nhân, người thân của tử sĩ luôn phải có mặt bên cạnh để mô tả hình dáng người được chiêu hồn, giúp chỉnh sửa hình nhân sao cho thật giống từ khuôn mặt đến kích thước thân thể người đã khuất; đồng thời, dùng 7 cành dâu chẻ đôi xếp vào bụng làm xương sườn cho mỗi bên; dùng những sợi tơ tằm làm gân cốt, cành cây dâu làm xương tay chân. Tóm lại, phải nặn hình nhân có đủ lục phủ ngũ tạng, kể cả bộ phận sinh dục, rồi phết lên hình nhân màu lòng đỏ trứng gà, để khô, nhằm làm cho giống với màu da. Sau đó cho mặc quần áo, đặt vào quan tài, tiến hành lễ cúng với một cỗ thuyền, mâm lễ vật, vàng mã, lương thực, trước khi đưa xuống biển, để dâng lên các vị thần cùng linh hồn người đã khuất. Cuối cùng, tất cả người thân có mặt, đặt quan tài xuống huyệt đạo, kết thúc nghi lễ an táng.

Rời nhà trưng bày Hải Đội Hoàng Sa Kiêm Quản Bắc Hải, tôi chở Nguyện chạy tiếp về hướng đông của đảo, nơi có ngọn hải đăng cao 45 m, nằm cách biển 80m, cách chân núi Thới Lới 200m, nơi giữ vị trí quan trọng trong việc giao thông hàng hải trên biển.

Nghe kể, ban đầu ngọn hải đăng do người Pháp xây dựng vào năm 1898, có tên Phare Polo Canton hay còn gọi Sở Đèn Pha. Sau 75, được phá bỏ xây dựng ngọn hải đăng mới, có cùng chiều cao cũ, nhưng bên trên cửa ra vào, thấy gắn hàng chữ: Đèn Biển Lý Sơn.

Mua vé 10 ngàn mỗi người, bọn tôi leo cầu thang xoắn ốc từ dưới đất lên tới đỉnh ngọn hải đăng, vừa mệt vừa nóng đến toát mồ hôi; bù lại, được ngắm nhìn bốn bề mênh mông biển nước, những ruộng tỏi, ruộng hành, câu thuyền, thuyền bè, núi Thới Lới, hòn Mù Cu... đẹp không thua gì các thắng cảnh trên vịnh biển nước ngoài.

Từ giã ngọn hải đăng, trên đường chạy tới chân núi Thới Lới, tôi thấy một bên là biển một bên là những cánh đồng đang được nông dân cặm cụi san phẳng nền ruộng, chưa hiểu sẽ dùng vào mục đích gì. Tức thì, Nguyện ngồi phía sau giải thích cho biết, đó là những cánh đồng trồng tỏi đã thu hoạch, giờ người ta đang làm mới để trồng hành hay tỏi cho mùa vụ sau.

Theo cô, mùa tỏi trên đảo Lý Sơn bắt đầu từ tháng 9 năm trước, kéo dài sang đến tháng 2-3 năm sau thì thu hoạch. Nhờ có thổ nhưỡng, khí hậu, cùng kinh nghiệm lâu đời của người dân trên đảo, đã tạo cho tỏi Lý Sơn có hương vị rất riêng, thơm, cay, dịu ngọt, kích thước nhỏ, tròn trịa, hàm lượng tinh dầu cao, nên được người tiêu dùng ưa chuộng, vì thế chẳng mấy chốc nó trở thành đặc sản với thương hiệu nổi tiếng "Tỏi Lý Sơn".

Chưa hết, ở đây còn có loại tỏi đặc biệt quí hiếm với tên gọi "Tỏi Cô Đơn". Đây là món quà của Thượng Đế, dành để giúp cho người nông dân, nếu không may vụ tỏi bị mất mùa. Bởi. Vào thời gian đó, những củ tỏi còn sót lại trên ruộng, thường là tỏi chỉ có 1 nhánh và 1 củ duy nhất, dân địa phương gọi nó là tỏi cô đơn. Loại tỏi này rất hiếm, khó tìm, giàu chất dinh dưỡng, có giá trị cao, được chế biến ra tỏi đen, dùng để chữa bệnh tim mạch.

Đường lên núi Thới Lới nằm dọc trên một vách đá, mà bên dưới là địa chỉ du lịch nổi tiếng Hang Câu. Ngay từ đoạn đầu chạy lên dốc, tôi được tận mắt chứng kiến vẻ đẹp tuyệt vời hai bên đường, với một bên gồm cây cỏ tươi tốt, nhiều bụi dứa dại lớn, bên còn lại là những ruộng tỏi xếp hình ô cờ, ôm lấy một vòng cung biển đảo, đủ làm say đắm hồn người.

Dừng chân ở chỗ cột cờ Thới Lới, cao 20 m, xây dựng trên vách đá, quay mặt về phía Hoàng Sa, bên trên ghi tọa độ, vị trí Lý Sơn, được đặt trên bệ đá sơn màu quốc kỳ, biểu tượng cột mốc khẳng định chủ quyền biển đảo Quốc Gia.

Để đến được hồ nước ngọt nằm trên miệng ngọn núi lửa, một trong 5 ngọn núi lửa lớn nhất đã tắt cách đây hàng triệu năm, tôi buộc phải chạy ngược lại ngã ba, nơi có trại Bộ Đội Biên Phòng (người dân không được phép tiếp cận), đứng ngắm một phần vách đá núi lửa bên dưới cùng những bọt nước trắng xóa, theo từng con sóng đưa vào bờ lớp lớp, trông chẳng khác gì những nhát cọ dưới tay họa sĩ chuyên nghiệp, vẽ trên nền biển xanh màu ngọc bích.

Đến đây, tôi buộc phải rẽ sang nhánh còn lại, chạy tiếp tới đoạn đường không thể di chuyển bằng xe thì dừng lại. Thấy tôi do dự không biết gửi xe nơi đâu, Nguyện cười nói:

- Anh yên tâm, cứ để xe ở đây, chẳng ai lấy đâu mà sợ.

Tôi ngạc nhiên:

Thật không?

- Nói xạo anh làm gì.

Trên đường đi, gần tới khúc quanh cuối dốc, tôi thấy xuất hiện trên nền trời một tảng đá thật to, có hình dáng giống con vật nào đó trong 12 con giáp, đứng quay mặt ra biển, được người dân địa phương gọi "Hòn đá con Trâu".

Nguyện đi phía trước, men theo con đường mòn nằm cạnh hòn đá con Trâu dẫn đường, để lại trong gió mùi hương thịt da con gái, đủ làm cho gã thanh niên chưa vợ nơi tôi, không khỏi chột dạ nghĩ ngợi lung tung. Có lẽ, do vô tình khi quay đợi tôi, cô đã bắt gặp ánh mặt gian gian nơi tôi hay sao, nên vội bước nhanh hơn về phía trước nhưng không quên nhắc:

- Nhanh lên anh còn tí xíu nữa tới nơi rồi.

Tôi bước nhanh theo sau Nguyện trên lối mòn dẫn ra bãi đá bằng phẳng, ngồi xuống đó, hướng tầm mắt nhìn bao quát khắp vùng hồ rộng trên 10 ha, do miệng núi lửa đã tắt từ hàng triệu năm trước tạo ra.

Nguyện ngồi xuống cạnh tôi, chỉ tay về con đập bê tông cao 149m so với mực nước biển, tỉ mỉ kể lại những gì mà cô đã nghe từ các vị bô lão ở Lý Sơn:

- Ngày xưa, hồ nước như anh đang thấy, vốn là một cánh rừng nguyên sinh, có suối và rất nhiều cây gỗ quí. Nhưng dưới sức tàn phá khủng khiếp của con người, lâu dần rừng nguyên sinh biến mất, con suối trơ đáy, để lộ ra nhiều lớp đá cuội khô khốc. Sau. Nhờ có người khai thác các mạch nước ngầm có sẵn trên đảo, cùng với sự góp sức của thiên nhiên tạo ra những trận mưa lớn, đã mang lại nguồn nước cho lòng hồ này.

Tiện thể tôi hỏi Nguyện:

- Vì sao người ta phải xây đập ngăn nước ở hồ?

Cô chậm rãi trả lời:

- Vì thiếu nước sinh hoạt cho người dân cùng với việc khan hiếm nước tưới tiêu trong mùa khô, nên vào năm 2010, chánh quyền tỉnh Quảng Ngãi quyết định cho xây đập ngăn nước dài 202 m, cao 11 m, rộng 1,6 m, để dự trữ hơn 270 ngàn mét khối nước, nhằm cung cấp nước sinh hoạt cho 21 ngàn dân và phục vụ tưới tiêu cho hơn 60 ngàn ha đất sản xuất nông nghiệp trên đảo.

- Sao chánh quyền không giúp xây dựng nhà máy xử lý nước biển thành nước ngọt cho đảo?

- Ở Đảo Bé hiện đã có nhà máy xử lý nước biển thành nước ngọt, còn ở Đảo Lớn nghe nói cũng có Công Ty TNHH nào đó, đã xin đầu tư nhà máy lọc nước biển thành nước ngọt, đủ tiêu chuẩn ăn uống, kết hợp điện năng lượng mặt trời phục vụ người dân. Ngoài ra, công ty này còn có tham vọng dùng chính nước đã qua bộ phận lọc, sản xuất nước đóng chai, nước đá viên tinh khiết, đá xay cung cấp cho tàu đi biển nữa.

- Nếu đúng như những gì em vừa kể thì, sớm muộn gì người dân sống trên đảo cũng sẽ được hưởng lợi.

- Ai ai cũng cầu mong nhà máy sớm đi vào hoạt động. Điều này không chỉ giúp người dân trên đảo có nước sạch dùng mà còn giúp ngành du lịch ở đây phát triển.

- Giờ mình về hay đi đâu hả em?

- Điểm cuối hành trình sáng nay của mình là ghé xuống Hang Câu.

Trở lại chỗ đậu xe, tôi chở Nguyện chạy xuống chân núi, chạy thẳng tới Hang Câu ở gần ngay đó.

Bỏ xe ở trước chiếc cổng đơn sơ "Thắng Cảnh Hang Câu Lý Sơn", bọn tôi nhẹ bước lên bãi cát trắng phau dưới chân, vượt qua các điểm buôn bán, cho thuê dụng cụ tắm biển, lặn ngắm san hô, thuyền Kayak, những lều trại... đã nghe vọng đến tai, âm thanh rào rạt sóng biển vỗ về ghềnh đá cùng hình ảnh biển một bên xanh biếc, bên còn lại là vách núi lượn sóng lồi lõm, mang các gam màu khác nhau, thoạt nhìn cứ ngỡ đang đứng trước một kiệt tác thiên nhiên.

Vừa bước đi bên Nguyện tôi vừa hỏi cô:

- Vì sao nơi đây được gọi tên là Hang Câu?

Cô cười đáp:

- Trước hết, do hiện tượng bào mòn của sóng to, gió lớn, qua hàng triệu năm tại chân núi Thới Lới, người dân phát hiện nơi vách núi có chỗ khoét sâu vào đá, vừa lớn lại vừa sâu, nên gọi nơi đó là hang; đồng thời, nơi đây còn được biết là chốn đi về của những chiếc thuyền câu; là nơi có nhiều loài rau câu, mà khi thủy triều rút đi, người ta có thể đến đây hái về chế biến thành món ăn nhiều dinh dưỡng. Vì những lý do đã nêu trên, người dân địa phương gọi luôn nó bằng cái tên nghe vừa thực tế vừa dân dã "Hang Câu".

Để chứng minh điều vừa nói, Nguyện dẫn tôi đến gần chân núi Thới Lới, chỉ cho thấy cái hang ăn sâu vào vách đá dựng đứng, bên trên thấy có nhiều nếp gấp xếp chồng lên nhau, dấu vết của sự phun trào dung nham núi lửa để lại. Tò mò, tôi bước hẳn vào bên trong hang quan sát, thấy nơi vách đá có nhiều tổ chim Hải Âu; nhiều trái tim lồng vào nhau khắc lên đá cùng với tên tuổi kỷ niệm hẹn hò; những bàn ghế, lều bạt dùng cho thuê để ngủ qua đêm; dụng cụ vui chơi trên biển...

Quả thật, khi đứng bên trong Hang Câu nhìn ra vòm hang bên ngoài, tôi cảm nhận được không khí nơi đây mát lạnh, khiến cho tâm hồn con người cảm thấy sảng khoái đến dễ chịu, chẳng muốn rời xa chút nào. Tuy nhiên, vì muốn khám phá nơi này nhiều hơn, nên tôi vội bước ra bên ngoài, đi cùng Nguyện trên con đường tiếp giáp giữa bên này là vách núi, bên kia là biển cả xanh rờn. Con đường ngập trong vô vàn cát trắng dưới chân cùng nhiều đá trầm tích, gồ ghề, sắc nhọn, nghe nói dẫn đến tận Chùa Hang.

Bên khung cảnh hoang sơ, hùng vĩ, nhưng không kém phần thơ mộng, quyến rũ, đến nao lòng đó, tôi cùng Nguyện tiến về phía mô đá bằng phẳng, ngồi xuống cạnh nhau, nhìn mọi người vui chơi, bơi lội, lặn ngắm san hô hay chơi các trò chơi team building... trên biển.

Bất chợt tôi nghe Nguyện lo lắng hỏi:

- Sau lần này anh có dịp nào ra đây chơi với em nữa không?

Tôi ngạc nhiên khi chưa thật hiểu tình cảm nơi Nguyện dành cho tôi lúc này ra sao, nên ngập ngừng trả lời cô:

- Điều quan trọng là em có muốn gặp lại anh không đã?

Nguyện cúi nhìn xuống nơi đôi tay để hờ trên mép đá nói:

- Liệu anh có còn quan tâm đến em như trước đây không?

Nước dưới chân bọn tôi trong xanh đến lạ. Trong đến nỗi tôi có thể nhìn rõ từng đàn cá con bơi lội tung tăng dưới độ sâu vài mét; đặc biệt, còn có sự xuất hiện của loài cua đá, thoáng bắt gặp bóng người, liền trốn nhanh vào các hang ổ, hoặc chậm chân thì đeo bám, ẩn nấp, dưới các gành đá; giống như cuộc tình trai gái mà trước đây tôi từng có thời gian rượt đuổi theo cô.

Tôi nghe Nguyện hỏi mà cảm thấy hạnh phúc dâng trào, bèn trả lời cô:

- Suốt thời gian qua anh luôn nghĩ về em nhưng không dám nói ra.

- Tại sao?

- Anh sợ em đã có ai?

Nguyện bạo dạn giữ lấy bàn tay tôi trong tay cô nói:

- Thật vậy sao anh?

Sóng biển dưới chân khá mạnh, bắn tung tóe những tia nước đến tận chỗ bọn tôi ngồi, sau mỗi lần va vào ghềnh đá, để lại ấn tượng khó quên khi cả hai đều bị ướt sũng.

Mặc kệ, tôi dìu Nguyện đứng lên, tay trong tay rời khỏi Hang Câu.

Chiều đến, nhân lúc tiễn chân tôi ở cầu tàu Lý Sơn về lại đất liền, tôi thoáng bắt gặp trong ánh mắt đẹp của Nguyện, màu đỏ hoe bên những cái vẫy tay buồn bã chào tạm biệt tôi.

Minh Nguyễn

Ngày Đi, Đêm Tới…

M.H. HOÀI LINH PHƯƠNG

Em cho tôi sợi dây diều
Loay hoay buộc mãi mà chiều vẫn rơi…

(Đoàn Đại Trí)

Không biết đã bao nhiêu lâu tôi đã sống trong bàng hoàng, thảng thốt… trong ngôi nhà buồn im kín cửa, dù tháng tư mùa xuân Hoa Thịnh Đốn anh đào nghiêng cánh mỏng cùng với ngàn hoa...

Dù hạ qua, sân vườn ngập nắng chứa chan trên vạt tulip muôn màu nở muộn.

Những bông hoa ngọc lan ngát hương bên bờ tường thấp từng đêm cũng thôi cho tôi cảm giác nồng nàn, êm ả về một phần ký ức cũ - thành phố biển quê hương miên man sóng vỗ ngày đêm - tuổi ô mai êm đềm với con đường Duy Tân lộng gió, lang thang trên bờ cát ướt nghe Lệ Thu hát Mùa Thu Trong Mưa từ những kiosques quen, quán Thanh Xuân ấp yêu kỷ niệm với món chả giò cua biển, hòa trong tiếng khúc khích trong veo của bọn con gái nghịch ngợm thứ ba học trò…

Tôi con gái Nha Trang, nhưng rời quê hương từ khi quá nhỏ. Tuổi lên 4, lên 5 theo những chuyến tàu ngược xuôi về với thủ đô Saigon, lớn lên trong khung cảnh nội trú của trường Sœur, mỗi năm chỉ được về thăm quê Ngoại một lần, nên chuyện của Tháp Bà, Cầu Đá … ông X, bà Y… hầu như tôi chỉ là khách nhàn du qua Xóm Bóng, Chợ Đầm, về Hải Học Viện, ngược dòng đến cầu Hà Ra, trường Nữ…

Nhưng tôi vẫn còn những đứa bạn thật thân thời tóc bum bê, nhảy cò cò, chơi ô quan…, đóng mọi vai trò mẹ, cha, anh, chị…

Một Tuyết mắt tròn to, đen như hai viên bi thủy tinh, mạnh mẽ như con trai. Một Mai thảo ăn hay chia cho tôi những trái me chua chua ngọt ngọt nhặt được ở nhà ga, sau khi trốn nhà đi xem những chuyến tàu về…

Hình ảnh những đoàn tàu dài như rắn lượn khi qua những khúc quanh cùng tiếng còi tàu inh ỏi theo những giờ khắc giống nhau vẫn là những tiếng chuông vang bồi hồi đưa ta về miền quá khứ…

Tuổi thiếu nữ lớn lên trong chiến tranh với những mơ ước nhỏ nhoi…

Tuyết yêu một người nơi gió cát, nhưng lại mơ làm cô giáo của đám học trò nhỏ nơi xứ biển hiền hòa… Và Mai lại mong một mái ấm bình yên, giữ được cánh chim bằng phiêu bạt…

Còn tôi mơ mộng ngất trời, ngông cuồng không tên gọi…

Học hành đỗ đạt xong, sẽ vào quân đội. Sẽ đi khắp chiến trường, khắp mặt trận với tư cách phóng viên tiền tuyến…

Đến tuổi ba mươi, sẽ qua được dốc mơ, và có Bắc Bình luôn chờ tôi như một ga đời ấm áp…

*

Nhưng đó vẫn chỉ là mơ ước một thời…

Tuyết đã phải chia tay người đầu gió, vâng lời mẹ cha nhận lễ vật của kẻ có lợi danh vẫn từng theo đuổi từ lâu…

Sống trong nhung lụa phù hoa, nhưng lúc nào nhỏ bạn tôi cũng u ẩn buồn và đã không còn nữa sau cơn stroke nặng…

Và Mai - chung một cảnh đời lưu lạc xứ người như tôi, cách nửa giờ xe, nhưng chỉ hẹn được nhau mỗi năm một lần vào tháng giêng cùng chung sinh nhật…

Gần giống như Tuyết, Mai cũng phải quên đi tình đầu với người Võ Tánh trường Nam - một cánh chim bằng không biết mỏi để có mấy mươi năm u uất nghẹn lòng với người không định. Hôn nhân được sắp sẵn như một sự an bài của Thượng Đế…

Còn tôi - sống như hình, như bóng…

Bắc Bình đã hun hút nghìn trùng nhưng mãi mãi trong tôi…

Cõi riêng hiu quạnh, âm thầm như con ốc hương bên kè đá vắng, mặc cho sóng gió đại dương bên ngoài réo gọi… Mỉm cười khinh bạc trước những giả trá, điêu ngoa, những đảo điên của tình đời, nhân thế…

Cơn dịch bệnh Corona của toàn nhân loại như kéo tôi vào trầm uất…

Lặng lẽ, quẩn quanh ở một góc đời riêng để ngừa phòng bệnh, có lúc muốn khùng điên đập phá cho tan hoang…

Nhưng rồi cũng phải gìn giữ mình tỉnh lại. Vì tôi còn một gia đình, còn Phan - chồng tôi - tất cả cho tôi…

Không thể kéo anh vào những phút mê muội mà phá vỡ những khuyến cáo của giới y học…

Cùng lúc, tôi nghe tin không vui từ một người bạn thân cũ thời Trung Học ở Saigon, vừa bị tim trở nặng rồi chuyển qua Parkinson.

Đã trên mười năm, tôi và Khanh không qua lại.

Một chuyện không hay đã xảy ra trước đó… khi Khanh du lịch Mỹ.

Tôi nhớ lâu, thù dai và nói với Khanh sẽ không bao giờ tha thứ… dù Khanh đã lên tiếng nhận lỗi về mình.

Bất kể đã từng buồn vui có nhau những ngày Saigon chìm trong nước mắt…

Sau khi tốt nghiệp Đại Học Sư Phạm Saigon, với lý lịch đen tôi phải rời thành phố về nhận nhiệm sở ở một miền xa, Khanh gửi theo tôi hai cái khăn lông và hai hộp xà bông Dove là cả một gia tài của người Saigon thuở ấy, thuở mà khắp miền Nam phải xếp hàng cả ngày để mua gạo phường, khóm, công nhân, viên chức đợi chờ nửa ký thịt được phân phối qua tem phiếu hàng tháng, đến thăm ai mà ở lại qua đêm cũng phải trình báo với công an địa phương, và mang theo gạo đi cùng…

Người tù tội trong trại tập trung nơi rừng sâu hiểm trở, người chết trên biển Đông khi vượt biên tìm đường sống trên miền đất tự do… Người sống không nhà. Người chết không mồ. Thành phố im lìm, vắng tanh với nhà nhà bắt buộc đi kinh tế mới.

Rồi bỗng dưng hỗn loạn, nhốn nháo trong những lần đổi tiền liên tiếp để phục vụ chính sách của chế độ mới. Năm trăm chỉ còn một đồng. Những cái chết nghiệt oan trong u uất... Những căn lầu ma ám. Những cây cầu huyệt lộ tử khí trùng trùng…

Khi năm tháng đã qua đi, khi lòng tôi biết buông bỏ… Hạnh phúc hay khổ đau rồi cũng chỉ là phù du của một kiếp người… Gửi cho Khanh tấm thiệp chúc Noel và năm mới, tôi nói đã xếp lại chuyện cũ, cầu mong bình an cho cô bạn ngày thơ dại của tôi… Khanh cũng đáp lễ bằng sự hồi âm xa…

Nhưng có phải tự nó đã có cái gì ngăn cách, chúng tôi không còn có thể như xưa, để bộc bạch nỗi niềm…

Nhưng bây giờ bỗng nghe tin Khanh trong cơn bạo bệnh, lòng tôi chùng xuống… Ký ức ngày thơ trẻ bỗng ùa về như một dòng thác lũ… Tôi quên hết thời gian đã đánh mất nhau... Chỉ còn nhớ Khanh từng cặm cụi may cho tôi những chiếc áo đầm ngủ, từng xin mẹ tôi cho qua nhà ở lại cùng tôi một đêm sau cùng, để sáng sớm hôm sau tiễn tôi ra phi trường cùng với gia đình về miền đất hứa…

Tuổi thiếu nữ Việt Nam vẫn có những tình bạn gái trong sáng vô ngần. Như tri âm, tri kỷ. Hiểu thấu và sẻ chia…

Tôi may mắn đã đón nhận và có được những chân tình đó từ tuổi hoa niên, một thời sách vở…

Đã sống đủ những ước mơ ngập trời... Không phải ai cũng có…

Thượng Đế đã cho tôi nhiều thứ…

Sao tôi còn buồn với những thử thách cho thế giới hôm nay?

*

Thành phố tôi vừa mở cửa lại Swimming Pools.

Phan là dân sport từ một thời tuổi trẻ. Anh mừng rỡ như trẻ con sau mấy tháng bị cầm chân một góc.

Trời nóng như đổ lửa. Dù rất muốn, tôi vẫn không dám đu theo Phan.

Phan cười cười: Giới y học nghiên cứu rồi. Corona không sống được trong nước.

Trời ạ, vẫn chỉ là nghiên cứu. Có gì chắc chắn đâu, vì bệnh còn mới quá!

Tôi với nhiều e ngại, nhưng rồi vẫn không can ngăn được Phan - hội viên của trung tâm này đã qua bao mùa mưa, nắng…

Hiện tại, cuộc sống gia đình tôi êm ả đến… quạnh hiu...

"Vợ Chồng Son" cũng có lúc mưa rào, sóng vỗ, nhưng giờ thì trời yên, bể lặng... Có thể sống với nhau lâu, người ta bỗng nhận ra sự cần thiết quý giá khi giữ được nhau…

Hạnh phúc có khi là những gì rất nhỏ…

Như tôi đã chúc mừng "ông thầy" tôi đã ngừng việc chữ nghĩa sưu tập để lại cho đời để lo cho sức khỏe…

Từ nay "thảnh thơi thơ túi, rượu bầu" như Nguyễn Công Trứ, chẳng phải sự bình yên luôn ở điều giản dị nhất hay sao?

Như tôi đã quên hết những thị phi, những khuôn mặt người điêu ngoa, xảo trá… kẻ tự ti hèn kém vẫn cao ngạo tung trời để che mắt thế gian…

Đêm đã qua và ngày đang tới.

Những cơn mưa đêm luôn mát rượi lòng người…

Những giọt nước lóng lánh trên tàn lá bạc hà ở sân sau cho tôi nghĩ đến bữa ăn thanh đạm mang hương vị quê nhà, những ngọn đèn mù chan hòa mái ấm… đong đầy hạnh phúc nhỏ nhoi...

Chừng như nghe một mùi hương hoa lài vừa nở sớm…

M.H. Hoài Linh Phương
Washington D.C, tháng 06/2020.

Mở Cửa

TRẦN DZẠ LỮ

(*Tặng Thanh*)

Tim em từ lâu đóng cửa
Bây giờ anh mở nghe cưng?
Đừng sợ cành cong kia nữa
Bởi anh thẳng thớm như Tùng [*]

Khi thương là thương đến chết
Như Sam chẳng phút rời nhau
Ôm em, nghe lòng đang Tết
Hôn môi hơn buổi yêu đầu…

Sẽ vui khi đã vì nhau
Kiếp này bước thêm bước nữa
Ngón tay em đeo vào nhớ
Nhẫn tình ngọt mật anh trao

Quỳ xin hồng ân ơn Chúa
Cho mình mãi mãi dài lâu
Hạnh phúc khiến anh lớ quớ
trước em, cứ ngỡ chiêm bao… ∎

(*) Cây Tùng mọc thẳng đứng, nghĩa đen. Nghĩa bóng là người quân tử.

Bóng Tình Ai Vừa Chạm Giấc Mơ Chiều
LÊ VĂN TRUNG

Tôi cứ mơ màng nghe trong những chiều gió muộn
Tiếng của một người thảng thốt gọi tên tôi
Tiếng của một người nghe như tiếng của chiều rơi
Rất gần gũi mà vô cùng xa vắng

Và tiếng nói mang mang như tiếng đàn trải dài nhiều nốt lặng
Mà làm rung thanh sắc của hư vô
Mà làm rung nhịp phách những dòng thơ
(Ôi đôi mắt trầm hương môi ngà mắt ngọc)

Em có nghe không tiếng chiều rơi thảng thốt
Tiếng chiều rơi như tiếng lá tình bay
Như giấc mơ tôi chạm xuống vai gầy
Ôi phố thuở vàng thu vàng lời nhung lụa

Ôi phố thuở quàng tay ôm vàng nỗi nhớ
Em qua phố vàng vàng lụa cõi thơ tôi
Không biết chiều đang gọi tên tôi
Hay tôi thảng thốt gọi tên người

Lời của gió? Của mưa?
Của vàng vàng ảo mộng?
Lời của thiên thu? Của trăng sao?
Của chiều phơi áo mỏng?
Bóng tình ai vừa chạm giấc mơ chiều. ∎

Dấu Tích Của Thời Gian
NGUYỄN SÔNG TRẸM

Tôi trở về
có khi lang thang qua những con đường mới mở
màu bê tông xám phẳng lì mặt lộ
con đường trôi dài về miền tuổi nhỏ
gió từ sông mơn man ru tiếng sóng vỗ bờ
nghe thương thuở chân trần lội bùn đi học năm xưa…

Có khi đi ngang qua những cánh đồng không còn mùa
nhấp nhô sóng nước
những cánh đồng
không còn màu xanh như ngày trước
nhớ thuở lội đồng giăng lưới, cắm câu …

Có khi tôi về
ngồi bên sông thèm nghe tiếng tàu đò
tiếng sóng nào vỗ vào lòng tôi xào xạc
con nước ròng phả lên mùi của đất
thương con sông quê mưa nắng hiền hòa!

Khi về đứng trên cầu treo soi bóng nắng ban trưa
không còn thấy những chiếc xuồng ba lá
những chiếc xuồng nối hai bờ sông xưa cách trở
chở gió từ đâu mà lồng lộng thổi quanh mùa …

Có khi tôi trở về ngồi bên góc vườn xưa
rợp mát bóng dừa
nghe miền tuổi thơ trở mình thức giấc
đời người thoáng qua đã nắng chiều sắp tắt
chỉ còn lại những phôi pha!

Mỗi khi tôi trở về
lặng lẽ đi tìm trong miền nhớ
những dấu tích của thời gian… ■

Cuối tháng 5/2020

Một Lúc Nào Đó
HOÀNG XUÂN SƠN

có lẽ thế. lúc nào
mây cao chiều lãng bạc
đời ta như con sóng
nhấp nhô. rồi đuối vi

một búi trần phe phẩy
cơn mưa phà bông hoa
trên phiến đời lưỡng cực
chưa non đã héo già

thành phố thành phố ấy
thương tật người nói lắp
từ muôn trùng cơ động
tiếng cửa xanh linh hồn

vết hồng đâm tuổi rượu
có lẽ thế lúc này
cuồn cuộn đất thổ huyết
nồng nàn son. mầu bay

đời quên một bệt nhớ
chui ra khỏi tay mời
xin vòng cung nhắn lại
một lần. một lần thôi. ∎

[3:00 am] 8 juin 2020

Chùm Thơ Dịch Cúm Covid-19
BÌNH ĐỊA MỘC

1. Thành phố mùa dịch cúm

Con đường giảm bớt người đi
Dấu chân thưa giẫm sân si giật mình
Ngã tư đèn đỏ lặng thinh
Nghe hơi thở gấp chùng chình khẩu trang

Vạch sơn trắng kẻ ngổn ngang
Bước dờn dợn sóng vỗ tràn canh trưa
Giò phong lan khẽ đong đưa
Mái hiên vắng tiếng nhạc vừa nỉ non

Giọt cà phê nhỏ đá mòn
Soi đôi mắt hỉ nộ còn lơ mơ
Ngón tay hiệp ước mù mờ
Mặt bàn vuông vẽ ngọn cờ cồng chiêng

Phố buồn âm bản sầu riêng
Dưới hàng cây lá thung thiêng xanh rờn
Nóc nhà đóng thuế cô đơn
Cả sương gió lạnh buốt bờn bợt da

Giấu vào góc khuất dân ca
Búp sen nhú ngực bà ba phập phồng
Cửa đôi cánh mở những mong
Đi đâu rồi cũng kịp vòng bờ đê

Em tay mắc võng cơn mê
Đưa tôi lạc giữa bộn bề phồn hoa
Thành phố mùa dịch xuýt xoa
Tấm lòng từ thiện vỡ òa nhân sinh

2. Khẩu trang

Khẩu trang che má em hồng
Trưa chang chang nắng đợi chồng chồng xa
Đường đời tấp nập phù hoa
Đường em người cũng bôn ba mất rồi

Ngó theo tội nghiệp bờ môi
Định kêu đứng lại lại thôi đứng nhìn
Khẩu trang che kín khẩu hình
Nói câu gì cũng giật mình sợ sai

Im lặng sợ sắc tàn phai
Dung nhan vốn dĩ một hai xuân thì
Cơ mà em cứ ỷ y
Trái tim có cách nói khi nó cần

Khẩu trang che kín khẩu phần
Chỗ thời gian gặm nhấm dần già nua
Một chiều cả gió nô đùa
Lãng quên sợi tóc bạc mùa yêu đương

Bàn tay vẫy giữa vô thường
Mới hay phấn nhạt son nhường nhòa son
Khẩu trang bịt kín lối mòn
Bên kia cầu khúc cua còn quanh co

Bên nầy xe cộ vòng vo
Biết về đâu những ngày vò võ đau
Đường đời kẻ trước người sau
Khẩu trang che kín mặt nhau thấy gì?

3. Cách ly

Trong nhà chỉ có mình em
Bác hàng xóm cũng chẳng thèm qua chơi
Ngoài sân chiếc lá kiệm lời
Nằm nghe cơn gió di dời tháng Tư

Bên kia sông vắng dường như
Không đi đâu cũng không từ đây đi
Bữa cơm đôi đũa rù rì
Đĩa rau muống luộc kiểu gì cũng ngon

Bên này sông mẹ ru con
Lời ru dìu dặt nước non bời bời
Đồng sâu rị rách áo tơi
Lưng chừng dốc ngã nón cời cả che

Bây giờ ai kể em nghe
Sân ga vắng khách bến xe thưa người
Sạp hoa thiếu một bông tươi
Một cô dâu một nụ cười lung linh

Bây giờ chỉ có một mình
Em chờ điện thoại tự tình của anh
Bác hàng xóm cũng phong thanh
Lén nghe em lại loanh quanh chuyện gì? ∎

Sài Gòn, 4.2020

Bây Giờ Em Vợ Người Ta
TRẦN VẠN GIÃ

Cũng con đường cũ ngày xưa
Cũng là chợt nắng chợt mưa Sài Gòn
Đâu còn dáng óng lưng thon
Lá me ơi hỏi đâu còn bay bay

Gần nhau mà chẳng nắm tay
Có trong ánh mắt lưu đày khổ đau
Chồng em đi chậm phía sau
Con em níu mẹ đi mau qua đường

Còn anh ẩn khúc bi thương
Đứng nghe tiếng gió vô thường trưa nay
Dù không ăn ớt mà cay
Đau hơn vấp ngã đường cày tháng ba

Bây giờ em vợ người ta
Anh không hiểu hết đàn bà được đâu
Làm sao đếm tóc trên đầu
Thủ Thiêm - Phú Nhuận... lạc nhau suốt đời. ■

Ngôi Sao Núi
TRẦN LÊ

gần như không quen biết
nghe ông chết tiễn đưa
tôi hiển nhiên thứ thiệt
bám xác người thượng thừa

không phải sao dưới đất
như ca diễn lẫy lừng
ông là Sơn của núi
đích thị SAO TRÊN RỪNG

văn tài khỏi phải tụng
chọn lối sống để đời
đó chính là dị biệt
ngôi sao trong muôn người

ông chết danh không hết
vững như Sơn xanh Rừng
Văn học Việt Nam có
hiển hách một chân dung ∎

Ở Một Nơi
Chùa Không Có Phật

NGUYỄN VĂN GIA

Đã hơn hai nghìn năm trăm năm
Mắt Đức Phật vẫn khép hờ
với nụ cười bí ẩn
Thượng sầu hạ hỉ
Sao niềm vui trốn biệt nơi đâu…
*

Trong nhà đầy báu vật [*]
Chẳng cần tìm đâu xa
Đừng mất công tìm Phật
Thế Tôn tại lòng ta
*

Chùa xây trăm nghìn tỷ
Tượng ngọc tượng vàng
Võng lọng xa hoa...
Những thứ mà Thái tử Tất-đạt-đa
ngày xưa đã từ bỏ
Đã lâu không đến chùa
Bởi lòng kính ngưỡng tăng ni nhạt phai
Lòng tin bị đánh tráo
Không còn ngồi dưới hiên chùa xưa
Bình yên ngắm đám mây trôi
Lòng ngậm ngùi cái lẽ vô thường của đất trời
Tai không còn nghe
tiếng chuông sớm chuông chiều
ngân nga hồn dân tộc...

*

Lên chùa
với nén tâm nhang
Tam quan mách bảo
Phật đang vắng nhà
Trở về phụng dưỡng mẹ cha
Dẫu không thờ Phật
cũng là quy y
*

Chốn thanh tịnh trang nghiêm
Ai bày ra ồn ào lễ hội
Cầu lợi cầu danh
Buôn thần bán thánh
Chẳng thấy đâu các bậc chân tu
Chỉ thấy tràn lan những thầy bói thầy cúng
Rộn rịp dâng sao giải hạn
Thỉnh vong oan gia trái chủ
Xưa "Phóng hạ đồ đao lập địa thành Phật" (**)
Nay bọn giả sư hành tung như thảo khấu
*

Mắt Đức Phật vẫn khép hờ
với nụ cười bí ẩn
Hơn hai ngàn năm trăm năm
Giữa muôn trùng vây
Và vô vàn kiếp nạn
Nơi góc biển đầu non
Vẫn sáng soi
Vầng trăng chánh pháp
Những bậc chân tu ẩn mình đâu đó
Không đủ phước duyên chẳng dễ gì tìm được

Buồn thay. ∎

(*) "Gia trung hữu bảo hưu tầm mích."
Trần Nhân Tông
(**) "Buông con dao đồ tể xuống, đứng ngay đó
mà thành Phật."

Tiễn Sao Trên Rừng
CHU NGẠN THƯ

vậy thôi, vĩnh biệt chốn này
Đại Lào - Phương Bối, năm dài ngao du

lên non đứng ngóng sa mù
ra biển ngồi vọc kiếp ngưu-ma-đầu

luồn vô núp bóng ngàn dâu
thò mặt ra ngạo lũ sâu hóa người

ngó lâu, ồ đám đười ươi
quay lưng, vô núi
ngậm ngùi nhân gian! ∎

11/6/2020

Một Cõi Mù Tăm
BIỂN CÁT

Đi vào hoang hoải cơn mơ
Một mình đứng giữa mịt mờ sương giăng
Giữa sinh và tử một lần
Chơ vơ bóng hắt trĩu hằn vết đau

Cơn gió nào lướt qua mau
Sợi tóc vướng víu chênh chao lưng trời
Lòng như sóng dậy bời bời
Giũ tà áo mỏng trôi vào thênh thang.

Không dưng mà lệ chứa chan
Rì rào gió rít qua hàng hàng cây
Không là đêm cũng chẳng ngày
Với tay ngỡ chạm ngàn mây bềnh bồng.

Nhẹ nhàng lướt trong hư không
Những yêu thương vuột khỏi vòng tay ôm
Vực sâu mở rộng một vòm
Hồn hoang liễu rũ bên mom sông buồn.

Chỉ còn những ngón tay suông
Cuối cùng rồi cũng bỏ buông ngậm ngùi
Đời có bao nhiêu ngày vui
Mà trả lại hết bùi ngùi riêng ta.

Lời nào trăng trối thiết tha
Sầu nào vỡ xuống xót xa âm thầm
Dấu thời gian hút trăm năm
Vụt tan vào cõi mù tăm miên trường. ∎

Màu Quan San
NHƯ KHÔNG

Ngày Thúc Sinh chia tay Thúy Kiều
Cả cánh rừng Phong* đỏ bầm như máu
Màu quan san
Màu của chia ly và điều tan vỡ
Chảy suốt ba trăm năm dòng lệ đoạn trường**
Hẳn Nguyễn Du khi viết truyện Thúy Kiều
Trên trang giấy cũng nhòa nước mắt
Có người xa nhau nhớ mùa Thu chết
Người đầu sông nhớ kẻ cuối sông
Những cành hoa Thạch Thảo của Guillaume***
Trắng một màu tang
Bàn tay nắm bàn tay nhau phút cuối
Tiếng Tỳ Bà trên bến Tầm Dương
Một chiều Thu gió nổi****
Lau lách ngàn năm trắng xóa bây giờ

… Chúng ta chia tay nhau
Như chuyện không ngờ
Điều không thể bỗng dưng thành có thể
Giọt nước mắt không có màu
Mà mặn như muối bể
Vỗ mãi đời anh những bước gập ghềnh
Một mùa Thu trắng xóa giữa lòng anh… ∎

7/2020

Chú thích
* "Người lên ngựa, kẻ chia bào
Rừng phong Thu đã nhuốm màu quan san" (Kiều - Nguyễn Du)
** "Bất tri tam bách dư niên hậu
Thiên hạ hà nhân khấp Tố Như?"
*** (L'Adieu - Guillaume Apollinaire)
**** "Bến Tầm Dương canh khuya đưa khách
Quạnh hơi Thu lau lách đìu hiu" (Tỳ Bà Hành - Bạch Cư Dị)

Đêm Ở Phù Mỹ
HUỲNH MINH LỆ

quẩn quanh trong đầu mấy câu lâm hảo dũng
những địa danh một thuở trắng xương phơi
đêm gió bấc lạnh giữa mùa chạp mả
trên đồi hoang u uất bóng ma hời

những địa danh nhắc tên còn gai ốc
trai tứ phương nam bắc kéo về đây
rồi hò hét lao vào nhau chết trẻ
nào nhân danh cơm áo núi sông này

đêm tháng chạp mơ hồ nghe tiếng nổ
những đèo nhông phú cũ bóng quân đi
không ai thắp nén nhang ngôi cổ mộ
đã bao năm cây cỏ mọc xanh rì. ∎

tháng chạp, 2019

Qua Cơn Đau
NGUYÊN BÌNH

Qua cơn đau
anh chợt yêu nắng hạ
lửa phượng hồng
thắp cạn hết mùa chưa?
Qua cơn đau
thầm cảm những cơn mưa
kéo ta về
hôm gió giông ướt áo.
Qua mộng du
yêu cơn mê hư ảo
yêu đóa tình
chín đỏ trái vô thanh.
Ốm liệt giường
càng yêu lắm đồng xanh
chân chạy nhảy
tung tăng lòng gió biếc...
Cành hoa tím
rung rinh màu chia biệt
bỗng rạng ngời
anh cúi ghé môi hôn.

Ốm hai hôm
trùm kín nỗi nhớ em
nhớ sợi tóc
vương vương về phía nắng.
Mình hôn nhau
cả hoang vu thinh lặng
suối ngọc ơi
tràn mộng mị vơi đầy.
Qua cơn đau
anh tìm bóng em đây
chơi ú tim
thập thò sau cánh cửa.
Anh mở hết
những ngõ lòng chưa mở
Anh nhớ em
lặng lẽ phút giây này. ∎

8/7/2019

Mưa Trắng Đời Nhau
NGUYỄN VĂN ĐIỀU

như con nước âm thầm xuôi về biển
tôi một đời mặt lạ giữa quê ai
đời vẫn thế chập chùng bao nhiêu chuyện
mới ngày nào đã tóc trắng đời trai

em ngày đó một lần mời chén rượu
mong tình ta thắm đỏ chuyện cau trầu
thời nhiễu nhương biết ai người tri tửu
khi quê mình chinh chiến quá dài lâu

ngày bảy lăm quân miền Nam thất trận
tôi lêu bêu qua các nẻo nhà tù
em thục nữ cũng bẽ bàng duyên phận
đời cũng buồn như đêm tối âm u

rồi từ đó tình ta đành tan vỡ
em theo chồng khi tôi ở nhà giam
chuyện chúng mình thôi đành không duyên nợ
chim xa bầy ta lạc cõi trăm năm

khi cúi xuống nhìn lòng mình rêu phủ
tôi ngẩn ngơ nhìn nhân thế muôn màu
ngày viễn xứ trông vời về quê cũ
ngày tháng nào mưa trắng cả đời nhau. ∎

Tạ Từ
NGUYỄN THÀNH

Hiện sinh nhàu nhĩ chạnh lòng
Bàn tay lật úp vô thường can qua
Tịnh đêm cú rúc vọng xa
Ngỡ như tai mắt miệng ta hư rồi

Hương vàng trải lối bồi hồi
Chân phiêu dấu cũ nửa đời lạ quen
Ánh trăng nhường phố lên đèn
Nhạt nhòa ký ức nhọ nhem tình người

Bạc em ruồng rẫy cuộc chơi
Buồn ta thinh lặng giữa trời thả buông
Ừ thôi còn nợ thì thương
Hết duyên đôi ngả vấn vương thêm sầu

Lỗi lầm trả cuộc bể dâu
Ngược chiều nhân quả nông sâu nhãn tiền
Chợ đời mưa nắng luân phiên
Ta an nhiên giữa muộn phiền thế nhân… ∎

Không Đề
DUYÊN

một ngày tháng năm, mưa...
khác mọi ngày, sáng nay không ngủ muộn. trời chưa sáng hẳn,
tôi kéo màn cửa nhìn ra vườn, màu hồng trên những cánh hoa
dogwood đã nhạt bớt theo ngày nắng... trời đứng gió, cây hoa
gầy. mảnh mai, ra dáng đông phương, im như tượng trên thảm
cỏ xanh, mờ mờ tối. những cành hoa vươn cánh tay gầy. ngập
ngừng như vẫy gọi...

trời sáng dần, khi giọt mưa âm thầm rơi trên những cánh hoa
đang chuyển dần qua màu hồng sữa, ướt, đẹp. sững buồn. như
tôi chợt thấy...

màu trời xám. hắt hiu... không gian ngưng đọng. nhốt chặt kỷ
niệm. xa...
tôi chờ tiếng chim màu đỏ gạch gọi chào
em đâu. tôi không thấy
mưa sáng nay có làm em sũng ướt, đôi cánh ướt mềm. sao em
bay?
có hay...
em đang núp dưới cội thông già, nơi trú ẩn. suốt mùa đông qua,
đợi nắng ấm, về...

xuân năm nay. xuân sao buồn quá!
em đã về từ độ tháng Ba khi hoa xuyên tuyết cựa mình...
và những nụ hoa ươm trên cành. chờ đợi... khai sinh.
mùa Lễ Tro, có tiếng em ca hót, mừng những ngày người sửa
soạn tâm linh, tịnh chay, chờ. đón Phục Sinh
Chúa sống lại cứu nạn muôn loài. có em.

xuân năm nay. xuân sao rất lạ
hoa nở từng ngày
mặt trời về, mỗi rạng đông
trăng sao nhiều vô kể
riêng loài người dần biến mất, quanh em
em đợi, thật lâu...
có bóng ai đâu...
em khàn cổ. gọi...
đan bầu trời. lằn vạch đỏ
chéo. ngang
đốm lửa hồng... ơi
đôi cánh em. có mỏi?

sáng nay. mưa. lướt thướt về
em không đến...
cây dogwood rũ sầu
vườn. không lên tiếng
không gian tù đày
nhốt chật hồn tôi
kỷ niệm
nhớ. quên. ∎

05.28.2020

Trang Thơ
ĐẶNG HIỀN

KHI CHÀNG TRƯƠNG CHI ĐẸP TRAI

Nếu qua cây cầu Nại Hà để tái sinh
Em có cần ăn cháo lú để quên anh
Trăng Vu Lan ngợp sáng
Đêm rờn rợn buồn
*

Khi con đường ta đi ngút xa
Khi tình ái vẫn là niềm bí ẩn
Là phún thạch hay băng sơn
Mà nỗi chờ đã buông xuôi từ kiếp trước
*

Những cánh phù du hay phù dung của mộng
Tan nhanh theo trăng vỡ đêm nào
Em vẫn sống vui sao em nhớ anh
Cầu Ô thước có mãi là cầu chia ly
*

Cùng là hoa nhưng hương sẽ khác
Như mỗi tình yêu mỗi khác
Như khi bơi qua giòng sông ngọc
Em có ở lại nơi đó với anh

Nếu qua cây cầu Nại Hà
Em làm gì khi em quên anh
Có yêu anh không
Khi chàng Trương Chi đẹp trai

Và khi bàn tay em chạm vào tiền kiếp
Mặt nước mơ hồ mùa bão lên
Những sợi chỉ tay có lối nào về gần nhau
Cho tình em một lần tái sinh…

MƯA ĐÊM

Đêm sâu như nỗi nhớ em
Đêm không lạ nhưng nỗi buồn rất lạ
Lạ như trăng tháng Bảy
Như lần đầu tình tưởng chia tay
*

Đêm quyến rũ trườn lên vết đau sâu thẳm
Đêm ngọt ngào cứa đứt tình nhau
Đỏ vệt son tươi gởi nhớ một mình
*

Đêm thức dậy chuyển mình khe khẽ
Em thức dậy nén tiếng thở dài
Nghe đêm chợt vàng giấy cũ nhiều năm

Em ở lại quên bờ môi tháng Mười ngọt lịm
Anh ở lại
Mưa thấp thoáng bàn tay
... ∎

Gởi Luân Hoán Nhà Thơ Quê Châu Lý
CAO THOẠI CHÂU

Còn nhớ ngày ta về Đà Nẵng
Cả hai vừa trả áo lính cho đời
Bạn về, có người tình bên cạnh
Vỡ mộng ban đầu ta còn lại một ta thôi!

Phố khi ấy thật vô cùng đáng ghét
Hai vỉa hè sao chỉ một ta đi
Người áo trắng giận mà không ghét lắm
Mang của ta đi một nửa câu thề!

Giữa thành phố ta đùng đùng nổi giận
Muốn đi đòi món nợ Huyền Trân
Thưa công chúa, hai châu Ô Lý vuông ngàn dặm
Đồng hương của người sao thiếu chỗ dung thân?

Từng nghe bạn nổi danh thơ xứ Quảng
Ta đến nhà tìm nói chuyện văn chương
Chao ơi, bạn chỉ nói toàn về o Lý
Cũng lẫy lừng bạn giấu kỹ trong tim…

Năm mươi năm chớp bể mưa nguồn
Biết bao năm rùa kêu đá nổi
Và bao lần con vịt lội ướt lông
Sóng biển đánh vỡ từng mảng núi…

Ta vẫn chưa một lần trở lại
Tìm làm gì dư ảnh ngày xưa
Dư ảnh ấy đã về tay người khác
Con sông bình yên vẫn chảy giữa đôi bờ!

Không hiểu sao sáng nay ta buồn bã thế
Tại văn chương hay tại vỉa hè
Đường phố ấy ta ngỡ là sông nước
Ánh đèn chài tắt lịm tự ngày xưa! ■

9-8-2020

"Hơi Thở Việt Nam"
Từ Nhịp Sống Còn Của Một Cá Nhân

LUÂN HOÁN

Thưa thật tôi đã bỏ hơn hai trang đoạn khởi đầu nhằm giới thiệu về thi phẩm này. Trong hai trang đó, tôi đã nêu lên những nhận xét riêng về những ưu thế của một số đề tài sáng tác. Tôi đã không ngần ngại công nhận chủ đề có liên quan đến xã hội, chiến tranh, chính trị dễ giúp cho tác giả sớm thành danh và trở thành xuất sắc. Tôi đưa ra nhiều dẫn chứng cụ thể xác thực. Nhưng đọc lại thấy... lạc đề hoặc ít ra là "lung khởi" quá đà nên bấm bụng bỏ đi, đành nói thẳng đến những nguyên nhân có mặt của Hơi Thở Việt Nam.

Cũng lại thưa thật một điều nữa. Tôi có bệnh, bệnh nặng. Bệnh này là bệnh làm thơ mỗi ngày, và mỗi thường nhật không chỉ một bài mà vụn vặt, ba bốn bài là rất bình thường. Nhưng vào giữa tháng 3 năm 1975, tôi đã phải ngừng cuộc chơi để tích cực tham gia vào công việc rút tiền của khách hàng tại ngân hàng tôi làm việc, ngân hàng Việt Nam Thương Tín chi nhánh Đà Nẵng, nằm ở số 40 đường Độc Lập. Chuyện ngưng làm thơ không định trước này không ngờ kéo dài hơn cả một năm sau.

Qua ngày 29 tháng ba, không còn lòng dạ đâu để làm thơ vớ vẩn. Dù chất liệu thi ca sống thực giàu cảm giác đầy ắp mỗi ngày. Không còn ưu tư linh tinh về chiến cuộc có súng đạn, va chạm ngay với đời thường giữa xã hội đổi mới. Học sống chung với "thế lực thù nghịch" đề tài viết không thể hạn hẹp. Và như thế, tôi đã lén lút... làm thơ chơi. Không thể nhớ bài đầu tiên giữa chế độ đỏ này là bài nào. Nhưng khi đã có ý định tập trung thành thi phẩm đàng hoàng, tôi đã sắp xếp theo nhịp nhàng diễn tiến từ nội tâm đi theo cuộc sống.

Cảm nhận riêng, hình ảnh chung là xương thịt của bài viết. Thoạt đầu bản thảo được viết tay, chữ thật nhỏ trên những "sợi dây giấy được nối dài dễ gấp gọn lại". Cụ thể là một tờ giấy được rọc ra nhiều phần, mỗi phần rộng chừng bề ngang hai ngón tay chụm lại. Bạn nào trước đây đi thi có mang theo tài liệu để "quay" hình dung rõ ngay. Sau vài năm, nhờ chuyên môn, ổn định được vai nhân viên lưu dung, tôi bắt đầu thực hiện bản chép tay đàng hoàng có hình dạng một cuốn sách nhỏ nhỏ. Và cũng lợi dụng nơi làm việc, vốn tôi thường phải làm thêm trong việc tìm sai số kế toán của đồng nghiệp hoặc thiết lập những bản "bilan", để làm việc riêng khá nguy hiểm này. Tập thơ được viết đến hai bản. Ngoài lưu giữ, tôi còn gởi cho nhà thơ Lê Vĩnh Thọ ở Bình Dương đọc và giữ giúp. Người mang tập thơ đi đường, đương nhiên vô cùng thân tín. Em trai ấy cũng là dân ngân hàng, tùng sự tại Sài Gòn. Lê Vĩnh Thọ đã cùng một người bạn thơ nữa, anh Chu Ngạn Thư, đi nhận. Chuyến đi "cam go" và thú vị của Thọ và Thư được Thọ kể lại bằng Ngũ Ngôn, khá dài và tỉ mỉ. Xin trích một số câu:

"... đường xa, trời sắp tối | tập thơ - của tùy thân | con ngựa già tội lỗi | (xe đạp cũ, chú thích của LH) | đưa về đến nơi chăng | hai đứa luân phiên chở | thằng ngồi sau đọc thơ | rượu ngon thì nếm thử | cần gì đợi tới nhà | tiếng đọc thơ nho nhỏ | xe như gắn động cơ | con ngựa

già khốn khổ | chở thêm... mày là... ba |... đạp xe hụt hơi thở | hy vọng về có cơm | trăng xưa soi đường cũ | thở Hơi Thở Việt Nam...".

Lê Vĩnh Thọ cũng không quên cảm nhận:

"... bình rượu thật xấu xí (hình thức tập thơ, LH chú thích) | như nhân dạng Trương Chi | mà chứa đầy rượu quí | một trái tim diệu kỳ | không nhãn hiệu hoa mỹ | thơ, rượu bất phân ly |... tính mỗi thằng một nửa | mà không nỡ xuống tay | bình rượu tuy không quí | đổ rượu, đổ máu mày | Chu Ngạn Thư giữ cả | phải chiết rượu chuyền tay | sá gì bình mới cũ | miễn có rượu để say | mong một ngày nào đó | có dịp gởi qua Tây...| trong hồn tăng rực rỡ | thèm rượu dù đã say | xa xôi mà bớt nhớ | trong tao vẫn có mày" - LVT, Bình Dương 16-01-1981.

Năm 1979, thân phụ chúng tôi bất ngờ qua đời ở tuổi 84 dù còn khỏe và minh mẫn. Ít lâu sau em tôi làm hồ sơ bảo lãnh gia đình 4 người chúng tôi. Được tin như "mở cờ trong bụng" tôi nghĩ cách cho tập thơ cùng đi. Không gì hơn thêm chân, thêm cánh cho chúng bằng cách học thuộc. Trưởng nữ của tôi giúp tôi một ít, tôi và vợ tôi nỗ lực chính. Khi đến phi trường Thái Lan, yên bụng đã chắc chắn thoát được rồi, định chép lại bởi sợ quên, nhưng một phần lo những thủ tục tiếp theo, một phần mấy đôi guốc cao gót của đám nữ nhi lượn ở sân bay, hồn trí tôi tản lạc hết. Mãi đến khi ngồi chờ ở phi trường nước Ý, câu từ trong Hơi Thở Việt Nam mới bắt đầu thong dong lên mặt giấy.

Những bài thơ đầu tiên trên các báo Việt ngữ ở hải ngoại là những bài tôi mới viết nơi xứ người. Người bạn mới tôi chưa gặp lần nào kể đến hôm nay (07-02-2020), nhà văn Tưởng Năng Tiến hiện ở San Jose là người tận tình giúp đỡ việc viết lách của tôi nhiều nhất. Không thể kể hết những diễn tiến, nhưng phải nói rằng nếu không có Thái Tú Hạp, Tưởng Năng Tiến thi phẩm Hơi Thở Việt Nam của tôi chưa thể thở được trong năm 1986, sau một năm chúng tôi ở xứ lạnh. Một lần nữa tôi xin gởi nơi đây, lời cảm ơn đến quí bạn sau đây đã góp tay bằng nhiều cách cho tập thơ được trình làng:

Bác sĩ Hồ Tấn Phước, Nguyễn Duy Diệm, Nguyễn Lê Quang, Nguyễn Đình Cường, Nguyễn Anh Tuấn, Đỗ Viết Lê, Đặng Phước Nguyên, Trần Đình Quân, Nguyễn Mộng Giác, Tưởng Năng Tiến, Thái Tú Hạp, Chu Ngạn Thư, Đynh Hoàng Sa, Thành Tôn, Lê Vĩnh Thọ, Hoàng Trọng Bân, Châu Văn Tùng, Thanh Vinh, Trần Huy Bích.

Về hình thức, Thái Tú Hạp thực hiện với tranh bìa của họa sĩ Nghiêu Đề. Nhà xuất bản Sông Thu của Thái Tú Hạp và nhà xuất bản Nhân Văn của Tưởng Năng Tiến đồng đứng tên xuất bản. Thái Tú Hạp viết lời vào tập với tên bài "Bản tường trình trung thực của một nhà thơ Việt Nam", dài hơn hai trang chữ thật nhỏ.

Tập thơ tròn trịa đúng 100 trang thơ, chữ cũng vừa mắt đọc, không lớn như thường thấy ở nhiều tập thơ khác. Mục lục gồm:

Trình diện, Sơ yếu lý lịch tôi, Vết thương, Gác chiều, Theo vết xe lăn, Tuổi trẻ đỏ, Vẫn còn ta, Bốc mộ, Ngủ trên đồi xanh, Đường khuya, Ba ngày tết 1978, Nhan sắc, Sáng- tối, Xin em, Thăm quê, Nợ đời, Đợi khách, Đêm Noel màu đen, Trước cổng trường Hồng Đức, Đêm mưa nghe nhạc Phạm Duy, Bỏ cuộc, Khuyên trâu, Quả mít vườn mẹ, Một chút xuân quê nhà, Gởi em, Ca sĩ, Thơ cho một người mất dạy, Viết giúp ta, Gởi quà lên trại Kỳ Sơn, Chờ, Mừng gặp người bạn thơ, Những đoạn rời..., Cuốc xe chiều 30, Dặn dò, Gỡ mìn chiều tháng Tư, Cảnh cải tạo nhà đất, Bỏ phiếu, Ngân hàng Đông Phương chiều ngày..., Tặng người nữ viên chức.

Với chỉ 39 bài, chắc chắn không hiện diện hết số lượng như "trong bình rượu xấu xí" tôi đã gởi cho Lê Vĩnh Thọ trước đây. Những sai chữ, thừa câu chắc rất nhiều. Vài năm trước nhà thơ Chu Ngạn Thư tin tôi biết tập thơ đã in còn thiếu. Tôi có nhờ anh chụp gởi cho lại, nhưng mãi đến nay vẫn chưa nhận được, đường liên lạc với anh cũng đã mất, thật tiếc.

Về nội dung, tôi tin chưa đọc các bạn cũng hiểu ý đồ của những câu thơ. Tôi xin trích một số câu tiêu biểu theo thứ tự trang (xin viết hàng ngang nối nhau thay vì xuống dòng từng câu):

"chúng tôi ngồi chồm hổm - trong sân chùa Hải Châu - mắt lập lòe đom đóm - nắng đổ lửa trên đầu -... - gục đầu che lồng ngực - tiếng loa xoáy vào hồn - các anh là súc vật - nhân dân hằng căm hờn - nhưng cách mạng sáng suốt - bao dung và khoan hồng - hãy thật thà khai báo - tố cáo thật rõ ràng - lập công đầu chuộc tội - giữa trật tự xếp hàng - chúng tôi là súc vật - hôm nay học làm người - xin chân thành "đăng ký" - chúng tôi thừa trái tim!..." (Trình diện).

"... chẳng may chân tôi rụng - ngân hàng mời về đây - tháng

ngày ngồi trừ cộng - nhìn người vay trả vay - rồi thì cách mạng bắt -
một hai bảo tôi khai - tôi khai hoài khai mãi - tôi khai mãi khai hoài
- lý lịch tôi từ đó - đâm ra thành truyện dài - mai sau in thành sách
- may ra thành thiên tài...*" (Lý lịch).

"*uống nước lã mà say, say như chết - chết mà cười mà hát, hát
tự nhiên - đời đẹp vậy sao vội vàng chấm hết - cái trò ta, trò của một
tên điên -... - phổi chưa rách vẫn còn quyền quẫy lật - chữ thánh hiền
không lẽ cũng mang gông ? - ... - em không hỏi, vì sao, em yêu dấu -
cứ nuôi ta thằng mất dạy vô lương - cứ yêu ta như nụ tình em vẫn nở
- đóa hoa hồng trong cùng tận vết thương*" (Vết thương).

"*ngày hai bận ba đạp xe đến sở - thân hắt hiu như chiếc bóng
không màu - mặt ba cúi trên mặt đường nhựa nóng- tìm xem mình đã
thất lạc nơi đâu - ... - chiếc xe mỏi cũng như lười lăn bánh - tim trong
người ba nhịp nỗi băn khoăn - sống với chết hình như lẫn lộn - ở trong
ba không ranh giới rõ ràng - ... - khi khổ quá ba ôm đầu ngồi nhớ -
nghe trong tim từng tiếng nói các con - ba vùng dậy chống từng cơn
mệt mỏi - nhịn nhục cười cho đỡ hờn căm - ... - các con hỡi phải chăng
ba bất lực - có được ích gì năm bảy câu thơ - vết xe mãi lăn hoài đời
gió bụi - giữa quê nhà sao nghe quá bơ vơ ?* (Theo vết xe lăn).

"*... lũ mặt quỷ mang kính màu đố ky - trước nụ cười chắc chắn
phải quay lui - ... - lũ mặt quỷ có làm đui vần điệu - trái tim ta vẫn mãi
mãi tơ vương...*" (Vẫn còn ta).

"*... mẹ có biết con về đào mả mẹ - theo chủ trương đúng chính
sách đề ra - ruộng đất hẹp đời đang cần hoa quả - hỡi quỷ thần hãy
trả lại bãi tha ma - ... - mẹ yêu kính mẹ bao dung mầu nhiệm - hãy vui
lòng về đậu giữa tim con - nấm mộ đó bạo quyền không san được - và
nén hương con thắp cả tâm hồn*" (Bốc mộ).

"*... mười mấy năm học luật - chưa ra cái kiếp người - bây giờ
lên rừng núi - học thêm loài đười ươi - Việt Nam là cộng sản - cộng
sản là con người - mạng người đang xuống giá - xin anh đừng quay
lui - giáo điều xin gắng thuộc - đạo đức chớ ngậm ngùi - bình tâm như
cây cỏ - hạnh phúc thay điếc đui! - ... - anh chết mà chẳng chết - chưa
cười nên mỉm cười - sói lang không nuốt được - nhân quyền của con
người...*" (Ngủ trên đồi xanh).*(bài viết khi nghe tin bạn thẩm phán Hồ
Minh qua đời khi đang tù cải tạo, chú thích LH)*

" viết xong đành xé bỏ - dám tặng ai bây giờ - cớ sao vẫn viết mãi - xé hoài đâm ngẩn ngơ - mỗi ngày trăm cảnh sống - mỗi cảnh trăm bài thơ - không viết thì uất ức - viết ra ngục đang chờ...: (Nợ đời).

"... còn thầy đây như các em đang thấy - thân xác này và mủng bánh bột khoai - cái gương trắng chút hương thừa trí thức - râu tóc dài như bóng tối tương lai - ... - kiểng đã đánh các em vào học nhé - cho gởi lời thăm lớp học thân quen - hỡi tuổi trẻ hỡi mầm xanh ngà ngọc - đừng để ai hầm thành những bóng đen!" (Trước cổng trường Hồng Đức).

" em hẹn ta về từ thứ bảy - sáng nay chủ nhật vẫn mù tăm - đường trường xe chạy bằng than củi - bánh vá nhiều lần có nổ không? - ta biết Câu Lâu cầu rất yếu - xe lên đèo Cả chậm như rùa - xe qua mỗi tỉnh hai trạm thuế - thoát chưa Nước Mặn với Ba Ngòi? - ta biết em mua hàng rất ít - vốn lời vỏn vẹn giọt mồ hôi - rủi ro cũng bị tịch thu mất - nhớ hãy vui lòng khóc ít thôi - ta muốn được theo em trôi nổi - ngủ đường đứng chợ chạy lăng xăng - may ra thấy được ta còn sống - quờ quạng mà chơi giữa bóng đen" (Chờ). (bài viết thời Lý theo xe đò của gia đình để thu tiền xe, kể lại những gì được gặp trong chuyến đi, ghi chú LH)

"... mỗi đứa mỗi phương trời rách nát - cùng đem hồn bón cỏ xanh cây - bỗng nhiên trời đất vô cùng Đỏ - ta bại bạn nào thắng, ô hay! - sa cơ hai đứa gặp nhau thẹn - trời đất còn riêng mấy cõi say - bạn hỡi nhìn ta đi cho rõ - là thù hay là bạn nhau đây? - ... - (Mừng gặp người bạn thơ) (bài này viết để nhớ đêm Vũ Hữu Định đưa nhà thơ Phùng Quán ghé thăm nhà, LH ghi chú).

"... hãy im lặng mà nghe trời nghe đất - đang trở mình cách mạng hóa như ta - trời không phục, đảng trị cho chết bỏ - nanh đảng hơn móng vuốt mã tà - cũng muốn hát nghêu ngao cho đỡ sợ - nhưng sau lưng những con mắt gờm gờm - mìn có nổ chết một ta cũng được - mắt kia nghi cả họ dễ phơi xương (Gỡ mìn chiều tháng Tư).

"... đó là bữa ăn trưa em ở sở - một hạt cơm cõng mấy hạt bo bo - nước rau muống có làm em đỡ nghẹn - đời đang vui sao nét nặt buồn xo - ... - đời vẫn đẹp hỡi người em viên chức - tôi vẫn chờ mỗi *buổi sáng em qua - rô líp xe em răng mòn có lẽ - em đạp khoan thai nhưng trật sên hoài* (Tặng người nữ viên chức)

"... Tập thơ của ông có lúc như những tiếng thét thảm thiết, có lúc như những chịu đựng buông xuôi, có lúc như một cơn mơ hạnh phúc. Đọc toàn thể, tập thơ là một nhịp thở bồi hồi của quê hương xa cách nghìn trùng. Là những đớn đau của cả một dân tộc bất hạnh được ghi lại. Hơi thở ấy vẫn là những làn hơi ấm nhắc nhở cho những người đọc thơ Luân Hoán về một miền đất cũ".

Những câu vừa dẫn trên nằm trong bài viết có tên "Hơi Thở Việt Nam". Thơ của một người "thừa trái tim" của tác giả Bùi Bảo Trúc, người phụ trách mục điểm sách Việt ngữ trên đài Tiếng Nói Hoa Kỳ và là biên tập viên của nhiều tờ báo tại hải ngoại. Bài viết dài 6 trang này đã được chính tác giả và giọng đọc Lan Phương phát về Việt Nam ngày 25-7-1987.

Cùng với Bùi Bảo Trúc, Hơi Thở Việt Nam được đón đọc và giới thiệu đầy thân tình của các tác giả:

- Chu Vương Miện: "Trình diện Hơi Thở Việt Nam".

- Hồ Công Tâm: "Hơi Thở Việt Nam trong dòng hiện thực đấu tranh"

- Nguyên Sa: "Hơi Thở Việt Nam, thơ viết hoa"

- Nguyễn Mạnh Trinh: "Hơi Thở Việt Nam chứng nhân của cơn hồng thủy"

- Nguyễn Văn Sâm: "Văn chương và chính trị trong Hơi Thở Việt Nam"

Ngoài những bài đậm về chuyên đề Hơi Thở Việt Nam kể trên, còn đôi bài nhắc đến HTVN trong các bài giới thiệu tổng quát và một số tạp chí tại những quốc gia có người Việt. Kết quả nồng nàn này đã giúp tôi hào hứng tiếp tục cuộc chơi thơ thần. Nhưng cái gọi là "lửa đấu tranh" trong tôi không giữ được sáng ngọn. Nhận xét này anh Tưởng Năng Tiến nhắc nhở trong một bài phỏng vấn. Và nhà thơ Thi Vũ người điều hành tạp chí Quê Mẹ ở Pháp cũng rất quan tâm qua thư tín. Chính điều này từng làm tôi xúc động, và cũng từng yếu ớt trong 4 câu tự trấn an mình, nằm trong bài gởi anh Đặng Tiến:

... và hãy nhắn giùm lửa đấu tranh
vẫn hồng như thuở tuổi xuân xanh
tóc đôi ba sợi lăm le bạc
lòng vẫn cầm quân hô chiếm thành...

(Gởi Quà - LH)

Thú thật, tôi chống cộng khá nhẹ nhàng và mọi bài viết của tôi cần có thêm những suy tư thông cảm. Tôi đã không viết như thời còn trong nước, vì không mục kích, không va chạm hoàn cảnh. Thêm vào đó sự chống đối, lên án không nằm trong vùng đất có nguy hiểm, tôi rất ít khi thực hiện.

45 năm sau, hôm nay đọc lướt lại thi phẩm cũ, tôi vẫn thấy trong Hơi Thở Việt Nam đầy những dấu chân của một thời kỳ ít nhất là 10 năm. Thời đó thật sự tồi tệ với những người dân miền Nam. Chỉ duy với một điều mất tự do đã kinh khủng. Vật chất mỗi ngày một lụn bại sau tháng 3-1975. Riêng với gia đình chúng tôi tương đối ấm bụng hơn nhiều người. Nhưng vẫn là cái lành lặn trong nơm nớp lo sợ. Quốc gia, Cộng sản chỉ là tên gọi một chính thể. Nội dung điều hành của nó mới là sự khác biệt đáng sợ. So với bốn mươi lăm năm trước, khuôn mặt đất nước bây giờ quả có phần sáng sủa hơn. Nhưng sự tiềm ẩn cơ hội sẵn sàng thay đổi tổ quốc thành một tỉnh của nước cựu thù là một điều có thật đáng buồn. Giá như người Tàu khắp cả nước Việt hiền lành như thời Việt Nam Cộng Hòa, an phận thay đổi quốc tịch Việt Nam, thì thích biết bao.

Luân Hoán
07-02-2020

âm nhạc hội họa thi ca
ba chân nghệ thuật tà tà theo thu
thu trổ ra những tay cừ
nhân gian từ đó chọn thu đứng... nhì !

luân hoán

Hải Hành Mùa Đại Dịch
NGUYỄN LÊ HỒNG HƯNG

(Truyện Dài Kỳ 1)

Tôi có thói quen mỗi sáng thường hay thức sớm, mở *laptop* gõ chữ ghi lại những chuyện xảy ra trong cuộc sống, nhưng từ đầu mùa dịch cho tới nay cái *laptop* cũng bị tôi cho "cách ly" nên tôi không gõ được chữ nào vô đó hết. Hôm đi làm lại, công ty định cho xuống chiếc tàu bên Tây Ban Nha nhưng không có chuyến bay qua Tây Ban Nha, công ty cho qua chuyến tàu bên Bỉ, hổng có xe lửa qua Bỉ, cho xuống chiếc ở Rotterdam, có xe lửa tới Rotterdam nhưng hổng có tắc xi xuống tàu, cuối cùng giám đốc lấy xe công ty chạy tới bến xe lửa chở tôi xuống tàu. Biết rằng ai cũng phải tuân thủ lệnh phòng dịch, nhưng có lẽ tại tôi suy nghĩ nhiều quá cho nên đầu óc khi thì trống rỗng, lúc thì nghĩ ngợi lung tung...

Tôi xuống tàu vào buổi trưa giữa tháng ba, thì ngay buổi chiều hôm đó tàu khởi hành. Chuyển một chuyến containers từ cảng Rotterdam, Hoà Lan, qua St. Petersburg, nước Nga. Thành phố có một thời rất đẹp và rất văn minh, nhưng bị suy tàn trong thời Cộng Sản và sau khi chủ nghĩa Cộng Sản Liên Xô sụp đổ đất nước này phục hồi lại cũng khá mau. Lâu rồi tôi chưa trở lại St. Petersburg, lần này trở lại, tôi dự định sẽ đổ bộ tham quan thành phố cổ kính của vài thế kỷ trước và muốn coi nó đã phát triển tới đâu rồi. Nhưng nhằm mùa dịch làm cho mọi sinh hoạt thay đổi hết, tàu vừa ghé cảng thì hải quan và công an xuống tàu, theo thủ tục trước kia, khi nhập cảnh nước Nga thì mỗi thủy thủ phải đứng sắp hàng cho công an nhìn mặt để đối chiếu với sổ thông hành. Nhưng lần này vừa xuống tàu họ phát cho mỗi người một khẩu trang, kêu mọi người mang vô, xong rồi mới đứng sắp hàng giữ khoảng cách đúng theo tiêu chuẩn phòng dịch. Khi bắt đầu làm thủ tục, một bà nhân viên cầm cái máy giống như cây súng ngắn cầm tay, nhắm thẳng vô trán từng người bấm thử nhiệt độ, sau đó mỗi người trình sổ thông hành và kéo khẩu trang xuống cho công an xem mặt, xong rồi kéo khẩu trang lên đậy miệng lại. Chuyến này họ xem giấy tờ thôi, không cấp giấy thông hành cho thủy thủ như mấy lần trước kia nữa và dặn thuyền trưởng thông báo cho thuỷ thủ biết là không ai được phép lên bờ, kể cả người Nga.

Lên xuống hàng cảng St. Petersburg mất hai ngày, sau đó tàu quay trở về Rotterdam thì hợp đồng qua Nga cũng chấm dứt. Không còn hàng chở nữa, tàu phải chạy lại bến đậu chờ. Công ty có mười chiếc tàu mà đậu lại hết bốn chiếc, mỗi bến cặp nhau hai chiếc. Tuy tàu đậu chung một bến nhưng thuyền trưởng ra lịnh, thủy thủ tàu nào thì ở tàu nấy, không được qua lại với nhau và thủy thủ nào muốn lên bờ thì phải hỏi ông. Riêng tôi thì buổi sáng, buổi chiều hay đi dạo nên tôi nói cho ông biết trước để khỏi phải mỗi lần đi mỗi lần hỏi. Tàu đậu chờ nên công việc cũng ít bận rộn hơn, thủy thủ ngoài boong ngày nào cũng đục sét, sơn và rửa tàu, thợ máy thì lau chùi máy và hầm máy. Thuyền trưởng, thuyền phó chắc không có chuyện gì làm hay sao mà bày trò cho thủy thủ thực tập mỗi tuần hai, ba lần phòng cháy, chữa cháy, tàu chìm, cứu người, đề phòng cướp biển và khủng bố....

Chiều cuối mùa xuân mát mẻ, mặt trời ngả xuống phương tây, ánh hồng xuyên qua hàng cây dọc con đường bến cảng và toả chiếu lấp lánh mặt sông. Mặt nước dòng sông Nieuwe Maas thật êm ả, bầy chim nhàn bay theo sau lái những chiếc tàu buôn ra vô hải cảng Rotterdam, có vài con chim no mồi bay lượn qua lượn lại giữa không gian thanh bình. Gió mơn man nhè nhẹ làm lòng tôi dâng lên niềm thương nhớ và cảm giác buồn buồn nhưng không rõ vì sao. Cái cảm giác mà lâu lắm rồi mới có lại trong tôi, có lẽ sự buồn bã không tên ấy là nguồn cảm hứng kéo tôi ngồi vào ghế và gõ vô phím chữ để bắt đầu ghi lại chuyến hải hành giữa mùa đại dịch đang bùng phát khắp địa cầu này.

Theo thuyền trưởng thì trên tàu phải vui vẻ, khoẻ mạnh để chống lại virus Corona, ông đề nghị đầu bếp mỗi Chủ Nhật phải làm tiệc thịt nướng (BBQ), thừa dịp Covid-19 và tàu đậu lại nên ông đề nghị cho có ngày nhất định, chớ thật ra những lúc tàu chạy, nhằm tháng biển im, trời đẹp thì tuần nào ông cũng đòi (BBQ). Lúc mới nghe chuyện tiệc tùng, ăn nhậu người nào cũng vui vẻ hân hoan, thợ máy thì hì hục đục thùng phi ra làm lò nướng mới thay cho chiếc lò đã cũ, thủy thủ thì đập mấy cái pallet cưa ván thông thay cho than. Tôi là đầu bếp lo chọn thịt ướp, sợ ăn hoài một thứ mọi người ớn, tôi luôn thay đổi cách ướp thịt, tuần này ướp kiểu Tây thì tuần sau ướp kiểu Tàu, kiểu Mỹ, kể cả ướp sả ớt theo kiểu Việt Nam, kiểu nào thì nước chấm đó và rau sống trộn xà lách. Thực đơn ngày nào cũng có bao nhiêu thứ thịt, cá, thịt dồi mà toàn là loại rẻ tiền, thịt bò, thịt cừu, dai nhách, thịt gà nhão nhoẹt, vậy mà chiều nào sau khi xong việc cũng bia, rượu lai rai và cuối tuần ăn nhậu riết rồi ngoài thuyền trưởng ra không ai còn háo hức BBQ nữa. Thằng Edy đại diện cho thủy thủ In Đô vô nói với tôi:

- Chú đừng làm BBQ nữa.

Tôi nói:

- Thuyền trưởng đề nghị mà.

- Nhưng chú hổng làm cũng đâu sao.

- Có sao nhiều lắm chớ.

Tôi không muốn lôi thôi vì ba cái chuyện ăn uống nên hổng giải thích thêm, tôi nói:

- Ờ, để chú nói lại với thuyền trưởng coi sao.

Tôi đem chuyện nói lại với thuyền trưởng, tưởng nghe vậy ông cho ngưng món thịt nướng cuối tuần. Ai dè trong giờ ăn, khi thủy thủ tập trung đầy đủ trong phòng ăn, ông đi qua hỏi tụi nó coi có còn thích món thịt nướng nữa không? Thủy thủ In Đô không dám trái ý ông, nên đứa nào cũng nói thích. Chỉ có viên thuyền phó và thợ máy người Nga không đồng ý và lời qua tiếng lại sao đó mà mặt mày ông hầm hì đi vô bếp nói với tôi:

- Thủy thủ đứa nào cũng thích BBQ, chỉ có mấy thằng Cộng Sản Nga khùng, nó không thích thì cho tụi nó nhịn.

Ông đưa tay làm dấu ngón cái và ngón trỏ ra chữ o, đưa lên môi chu cái mỏ hun cái chụt, ông nói:

- Bếp ướp thịt nướng ngon lắm, tôi rất thích món sốt chua, ngọt và thiệt cay.

Khi ông đi rồi tôi mới qua nói với đám thủy thủ:

- Tụi mày than với tao là ăn nhậu riết rồi ớn, tao mới nói lại với thuyền trưởng, nhưng khi thuyền trưởng hỏi thì tụi mày nói thích lắm. Vậy là sao?

Mấy đứa mặt mày bí xị, nói:

- Xin lỗi chú!

Thằng Edy lên tiếng:

- Thuyền trưởng hỏi vậy, tụi con cũng đâu biết nói gì khác chú.

Không muốn làm mấy đứa buồn lòng. Tôi cười nói:

- Nói chơi thôi, thuyền phó, thợ máy tụi nó nói còn hổng ăn thua gì nữa, nói chi lính lác như tụi mình. Đúng ra ngày Chủ Nhựt tao ra menu đơn giản, dành thời giờ nghỉ ngơi, nhưng tao làm suốt mà không thấy phiền, tụi bây chỉ có ăn nhậu thôi mà còn phàn nàn!

- Tại chú hổng ăn thịt, chú nói vậy.

- Vậy thì tụi mày đừng ăn thịt nữa, ăn rau trộn với mì xào hoặc cơm chiên cũng ngon mà.

Nói qua nói lại vậy thôi, thật ra Chủ Nhật tuần nào từ thuyền trưởng cho tới thủy thủ đoàn, hổng thiếu mặt nào hết. Họ tụ tập xung quanh lò nướng bốc khói thông mù mịt, đầu bếp bỏ công ướp thịt và trang trí rất đẹp mắt, nhưng các người đem nướng khói thông làm thịt đen thui như da người Phi Châu. Vậy mà cả chục ký thịt sống, dồi tươi, rau trộn xà lách và một chảo hổng mì xào thì cũng cơm chiên, cả đám ăn một hơi sạch bách.

Dĩ nhiên tánh tình thuyền trưởng mỗi ông mỗi khác, nhưng viên thuyền trưởng này có phần đặc biệt, phải nói là kỳ cục. Hình như trong đầu ông ngoài chuyện lái tàu, giao tiếp với nhân viên hải quan nước này nước kia ra, phần còn lại chỉ có ăn, ngủ, còn chuyện làm tình thì hổng biết ông còn chấm mút được gì không? Vậy mà hễ mở miệng ra là nói tục. Ông đã trên sáu mươi lăm tuổi rồi chớ còn trẻ trung gì đâu, ông ăn rau rất ít và bắp cải đỏ không bao giờ ông rớ tới. Còn thịt, cá thì loại nào ông cũng đớp láng, một ngày ông có thể ăn cả ký lô thịt và gà đút lò ông ních hết cả con. Ít khi ông ăn sáng, nhưng mỗi lần ăn ông đòi ăn bốn năm cái trứng gà ốp la với thịt ba chỉ hun khói. Chiều ăn, uống xong ông lên phòng đóng cửa ngủ, thủy thủ muốn lên bờ đi dạo cũng không dám đánh thức ông dậy để hỏi.

Thường thì trên tàu muốn làm BBQ thì thuyền trưởng đưa tiền cho thủy thủ, đầu bếp hoặc đích thân thuyền trưởng lên tiệm mua than và mua thêm những thứ cần dùng mà trên tàu không có. Nhưng ông thì không chịu bỏ tiền ra mua gì hết, trên tàu có gì thì làm cái đó, ông bắt thủy thủ cưa mấy cái pallet bằng ván thông ra từng cục rồi đốt lấy than nướng thịt. Lần đầu tôi thấy ghê ghê nên tôi mới nói với ông:

- Cây thông đốt khói nhiều lắm, nướng ra thịt đen thui, ông ăn hổng sợ bị ung thư sao?

Ông day qua đưa ngón tay trỏ lên ra dấu tục, gật một cái rồi cười khằng khặc và đưa cánh tay ra khoe cơ bắp, nói:

- Cả đời tui, tui ăn như vậy hoài mà có bịnh hoạn gì đâu, tui còn khoẻ hơn ông nữa, ông Bếp à!

Thật vậy tướng người ông không mập cũng không ốm, chiều cao cũng vừa phải, trông ông còn rất khoẻ và ăn uống còn mạnh lắm. Ăn xong buổi trưa thì vô bếp hỏi:

- Bếp, buổi chiều ăn gì?

Ăn xong buổi chiều thì ông lại ló đầu vô bếp hỏi:

– Bếp, trưa mai ăn gì?

Đã vậy mà sáng vừa bảnh mắt thì từ trong phòng ông gọi điện xuống bếp chào buổi sáng và tiếp theo câu hỏi:

- Bếp, buổi trưa ăn món gì?

Biết tánh tình ông như vậy nên sau mỗi bữa ăn, vừa thấy ông ló mặt vô cửa phòng bếp, không chờ ông hỏi, tôi nói ngay cho ông biết bữa ăn kế sẽ là món gì.

Đúng ra thuyền trưởng không nên làm như vậy, vì trên tàu bốn tuần lấy thực phẩm một lần với số lượng vừa phải, nhưng ăn uống như ông chỉ có ba tuần là thịt ngon hết sạch, một tuần còn lại thì ăn thịt vụn, rau đông đá và cá đóng hộp. Nhưng ông cũng biết vậy nên tuần cuối cùng đưa ra cái gì ông ăn cái đó, luôn cả cá kho khô, cá đóng hộp, mì gói ông cũng đớp hết và còn khen ngon. Thật tình mà nói, giữa mùa dịch trên thế giới nhiều nơi bị thiếu lương thực và nhiều người thiếu ăn, mà trên tàu ăn uống phung phí như vầy, xem ra có cái gì đó không đúng.

***

Dịch Vũ Hán có tên là Covid-19, cái tên nghe trẻ trung và đẹp đẽ nhưng lợi hại vô cùng! Mới đó mà đại dịch hoành hành hơn ba tháng rồi, làm cho khắp nơi trên thế giới này đảo lộn hết. Ngày nào nghe tin tức cũng có hàng ngàn người chết vì mắc dịch. Mấy người quen trên Facebook thường cập nhật thì xem và biết họ còn khoẻ mạnh. Chớ những bạn bè khác thì đành chịu thôi, chẳng lẽ lâu lâu gởi *email* hỏi thăm hết một loạt, không khéo họ nghĩ mình trù ẻo thì phiền lắm. Xem ra cái mòi này thì con người ta khắp nơi trên thế giới còn lâu mới được Covid-19 buông tha.

(còn tiếp)

Nguyễn Lê Hồng Hưng

Huyền Thoại Mùa Thu

TỊNH LÊ

Từng chiếc lá nhẹ bay cuối trời
Từng chiếc lá rớt rơi bên thềm
Hoàng hôn...
           lướt nhẹ...êm êm...

Mùa thu thay lá vàng úa xanh xao
Từng cơn mưa rào về quanh ngõ vắng
Phố nhỏ lên đèn
Thầm lặng....
           một bước chân...

Mưa! ...về giăng kín lối
Từng sợi buồn đan chéo vào nhau
Nhớ hay quên kỷ niệm thuở nào?
Tâm hồn đầy chất ngất niềm đau...

Thôi... cười lên em nhé!
Cơn mưa rồi cũng sẽ tạnh mau
Bầu trời xanh tươi màu trở lại
... Và... anh còn...
         đứng mãi... đợi chờ em...

Mùa thu thay lá có gì là lạ!
Mùa thu thay lá rồi cũng đi qua...
Cuộc tình ta nhóm thành huyền thoại
Cơn mưa rào... cho sỏi, đá nở hoa. ∎

14/09/2019

Mộ Khúc Chiều Buồn
TRẦN THOẠI NGUYÊN

Chiều ơi! Chiều chưa là mùa thu
Sao đất trời buồn! Quá âm u!
Khói sương giăng núi đồi cô tịch
Anh một mình! Hồn lạnh trăng lu!

Không gian đan bằng sầu tơ vương
Dòng sông xưa má em phai hường!
Chiều trầm âm vây hồn liễu rũ
Anh ôm vào lòng bóng hoàng hôn.

Bao sắc hương hoa thắm tàn mau
Người yêu ơi! Tháng Bảy mưa ngâu
Ngưu Lang Chức Nữ nghìn thu biệt
Sỏi đá xanh rêu mộng Ban Đầu!

Chiều buồn ơi! Sầu chưa nguôi ngoai
Em về đâu! Mây điệp trùng mây
Bên hiên chiều cành hoa khô rụng
Anh ôm đàn, đàn vừa đứt dây!

Làm sao về lại tiền kiếp xưa
Cõi nhân sinh đây phúc âm thừa!
Anh tìm em chiều tàn hoa lạnh
Bờ trần gian hoa xót xa đưa!

Ôi yêu thương đời một dòng châu
Em ơi! Năm tháng bao la sầu!
Chiều tàn mộ khúc hoàng hôn tím
Dòng đời hợp tan tựa chiêm bao! ∎

Tin Sách

GIA NGUYỄN

LÊ HÂN

Sáng tác, in, phát hành... vẫn là sinh hoạt đều đặn, liên tục của những người cầm bút. Trong mục này, chúng tôi xin giới thiệu một số đầu sách mới trong năm 2020, qua cái duyên được đọc khá khiêm nhường của chúng tôi. Ở đây không có nhận định, phê bình, chỉ thuần túy đưa tin. Mong đợi quí tác giả, sẽ gởi cho những tư liệu về tác phẩm mới in của mình, để chúng tôi có dịp chào sách cùng bạn đọc tạp chí Ngôn Ngữ nói riêng, bạn đọc tiếng Việt trên nhiều quốc gia nói chung.

Để khởi đầu, chúng tôi trình làng văn hai tác phẩm trong năm 2019, liền sau đó một số sách in trong những tháng vừa qua của năm 2020:

1. TẠI VIỆT NAM

1. Dấu Xưa Xứ Quảng - Ký Ức Thành Phố Tiếng Còi Tàu

Tác giả: Trần Trung Sáng
Thể loại: Tản văn
Sách dày 248 trang
Gồm có 32 bài viết
Tranh bìa dán giấy của chính tác giả (Trần Trung Sáng)
NXB Hội Nhà Văn - 12/2019
Giá bìa: 180.000đ

2. Hành Trình Cô Đơn

Tác giả: Nguyễn Cường
Thể loại: Thơ
Sách dày 120 trang
Gồm có 180 bài thơ
Tranh bìa của chính tác giả Nguyễn Cường
NXB Thế Giới - 12/2019
Sách tặng không bán.

3. Thơ Tình Ở Hội An

Tác giả: Hoàng Lộc
Tập thơ gồm 60 bài thơ,
Sách dày 140 trang
Tranh bìa của Đinh Cường
NXB Hội Nhà Văn - tháng 2/2020
Giá bìa: 140.000 đồng

4. Biển Bắt Đầu Từ Sóng

Tuyển tập thơ của 108 tác giả trong và ngoài nước
Chủ biên: Nguyễn Ngọc Hạnh
Sách dày 510 trang
Gồm có 500 bài thơ
Tranh bìa của Nguyễn Quang Thiều
NXB Đà Nẵng - 3/2020

5. Để Làm Gì

Tác giả: Đỗ Hồng Ngọc
Thể loại: Tạp bút
Sách dày 410 trang
Gồm có 66 bài viết ngắn về nhiều chủ đề
Thiết kế bìa: Mai Quế Vũ
NXB Tổng hợp TP Hồ Chí Minh - 5/2020
Giá bìa: 160.000 đồng

6. Thu Vàng Bay

Tác giả: Ngàn Thương
Thể loại: Thơ
Sách dày 90 trang
Gồm có 67 bài thơ
Tranh bìa: Hải Trung
NXB Thuận Hóa - 2/2020
Giá bìa: 70.000 đồng

7. Duy Xuyên - Vùng đất & Con người

Tác giả: Lê Thí - Thành Lê - Đoàn Ngọc Ân
Thể loại: Biên khảo
Sách dày 574 trang
Bìa: Anh Chung
NXB Hội Nhà Văn - 5/2020
Giá bìa: 210.000 đồng

8. Tấc lòng Hiến Dâng

Tác giả: Mang Viên Long - Tiểu Nguyệt
Thể loại: Tuyển truyện cho mùa Vu lan
Sách dày 178 trang
Bìa: Văn Hiếu
NXB Hội Nhà Văn - 3/2020
Giá bìa: 120.000 đồng

9. Ngược Dòng Thời Gian

Tác giả: Lê Cao Vịnh
Thể loại: Thơ
Sách dày 120 trang
Tranh bìa: Nguyễn Quang Thiều
NXB Hội Nhà Văn - 4/2020
Giá bìa: 99.000 đồng

10. **Nụ Hồng Cho Trái Đất**

Tác giả: Võ Ngọc Thọ
Thể loại: Thơ
Sách dày 110 trang
Tranh bìa: Tuấn Sơn
NXB Hội Nhà Văn - 2/2020
Giá bìa: 62.000 đồng

11. **Tình Ca Thiếu Khanh**

Tác giả: Thiếu Khanh
Thể loại: Thơ
Sách dày 168 trang
Gồm có 70 bài thơ
Tranh bìa: Nguyễn Thành
NXB Nhân Ảnh - 3/2020
Giá bìa: 18USD
(ghi chú: tác giả ở trong nước, nhà xuất bản ở Hoa Kỳ)

12. **Với Hình Bóng Thời Gian**

Tác giả: Lê Trâm
Thể loại: Tác phẩm và dư luận
Sách dày 216 trang
Bìa: Bùi Tiến Tuấn
NXB Hội Nhà Văn - 2/2020
Giá bìa: 99.000 đồng

1. Đường Chữ Sau Lưng

Tác giả: Luân Hoán
Thể loại: Hồi Ký
Sách dày 444 trang
In với bìa mềm và bìa cứng
Bìa: Luân Hoán
Trình bày: Nguyễn Thành
NXB Nhân Ảnh - 3/2020
Giá bìa: 25USD (bìa mềm), 40 USD (bìa cứng,
in hình ảnh màu bên trong)

2. Tình Khúc Dương Đình Hưng

Tác giả: Dương Đình Hưng
Thể loại: Nhạc
Sách dày 244 trang
Gồm có 106 bài nhạc
In với bìa mềm và bìa cứng
Bìa: Uyên Nguyên Trần Triết
NXB Nhân Ảnh - 6/2020
Giá bìa: 20USD (bìa mềm), 40USD bìa cứng (in
hình ảnh màu bên trong)

3. Cuộc Chiến Đại Dương

Tác giả: LêNa
Thể loại: Tiểu thuyết
Tập 1: Tình Yêu & Ngai Báu
Sách dày 330 trang
In với bìa mềm và bìa cứng
Bìa: Uyên Nguyên Trần Triết
Trình bày: Nguyễn Thành
NXB Nhân Ảnh - 6/2020
Giá bìa: 20USD (bìa mềm), 25USD (bìa cứng)

4. **Thơ Xướng Họa**

Tác giả: Cao Mỵ Nhân & Trịnh Cơ
Thể loại: Thơ xướng họa
Sách dày 210 trang
Gồm có 200 bài thơ
In với bìa mềm và bìa cứng
Bìa: Uyên Nguyên Trần Triết
Trình bày: Nguyễn Thành
NXB Nhân Ảnh - 5/2020
Giá bìa: 20USD (bìa mềm), 25USD (bìa cứng)

5. **M**

Tác giả: Trần Vấn Lệ
Thể loại: Thơ
Sách dày 264 trang
Gồm có 120 bài thơ
In với bìa mềm và bìa cứng
Bìa: Uyên Nguyên Trần Triết
Trình bày: Nguyễn Thành
NXB Nhân Ảnh - 6/2020
Giá bìa: 20USD (bìa mềm), 25USD (bìa cứng)

6. **Phê bình Parabole**

Tác giả: Trần Nghi Hoàng
Thể loại: Phê bình và Nhận định
Sách dày 274 trang
Tranh bìa: Nguyễn Trọng Khôi
NXB Nhân Ảnh - 7/2020
Giá bìa: 20USD

7. **Mênh Mông Nào Biết Biển Trời Nơi Nao**

Tác giả: Trần Vấn Lệ
Thể loại: Thơ
Sách dày 216 trang
Gồm có 120 bài thơ
In với bìa mềm và bìa cứng
Bìa: Mai Văn Nhơn
Trình bày: Nguyễn Thành
NXB Nhân Ảnh - 7/2020
Giá bìa: 20USD (bìa mềm), 25USD (bìa cứng)

8. **Phiếm 24**

Tác giả: Song Thao
Thể loại: Phiếm
Sách dày 350 trang
Gồm có 18 truyện phiếm và 4 du ký
Bìa: Uyên Nguyên Trần Triết
Trình bày: Quang Tạ
NXB Nhân Ảnh - 3/2020
Giá bìa: 25USD

9. **Tình Nghĩa Mẹ Cha**

Tác giả: Nhiều Tác Giả
Thể loại: Thơ
Sách dày 538 trang
Gồm hơn 200 tác giả
In với bìa mềm và bìa cứng
Bìa: Nguyễn Thành
Trình bày: Nguyễn Thành
NXB Nhân Ảnh - 3/2020
Giá bìa: 25USD (bìa mềm), 30USD (bìa cứng)

10. **Nước Mỹ Những Mảnh Ghép Rời**

Tác giả: Võ Phú
Thể loại: Truyện ngắn
Sách dày 246 trang
Gồm có 28 truyện ngắn
In với bìa mềm và bìa cứng
Bìa: Võ Phú
Trình bày: Võ Phú
NXB Nhân Ảnh - 4/2020
Giá bìa: 20USD (bìa mềm), 25USD (bìa cứng)

11. **Dương Nổ**

Tác giả: Nguyễn Nam An
Thể loại: Thơ
Sách dày 216 trang
Gồm có 202 bài thơ
In với bìa mềm và bìa cứng
Bìa: Uyên Nguyên Trần Triết
Trình bày: Nguyễn Nam An
NXB Nhân Ảnh - 7/2020
Giá bìa: 20USD (bìa mềm), 25USD (bìa cứng)

12. **Rừng Núi Bạt Ngàn**

Tác giả: Hoàng Nga
Thể loại: Truyện ngắn
Sách dày 176 trang
Gồm có 14 truyện ngắn
In với bìa mềm và bìa cứng
Bìa: Molly Brown
Trình bày: Nguyễn Thành
NXB Nhân Ảnh - 5/2020
Giá bìa: 20USD (bìa mềm), 25USD (bìa cứng)

13. **Men Tình**

Tác giả: Thanh Trước
Thể loại: Thơ
Sách dày 146 trang
Gồm có 120 bài thơ
In với bìa mềm và bìa cứng
Bìa: Nguyễn Thành
Trình bày: Nguyễn Thành
NXB Nhân Ảnh - 5/2020
Giá bìa: 12USD (bìa mềm), 20USD (bìa cứng)

14. **Vết Xưa**

Tác giả: Thanh Trước
Thể loại: Thơ
Sách dày 194 trang
Gồm có 160 bài thơ
In với bìa mềm và bìa cứng
Bìa: Nguyễn Thành
Trình bày: Nguyễn Thành
NXB Nhân Ảnh - 5/2020
Giá bìa: 16USD (bìa mềm), 20USD (bìa cứng)

15. **Những Người Được Chọn**

Tác giả: Thanh Đào
Thể loại: Hồi ký
Sách dày 176 trang
In với bìa mềm và bìa cứng
Bìa: Khánh Trường
Trình bày: Lê Giang Trần
NXB Nhân Ảnh - 5/2020
Giá bìa: 18USD (bìa mềm), 25USD (bìa cứng, in màu bên trong)

16. Phép Lạ Từ Buôn Ma Thuột Đến Hoa Kỳ

Tác giả: David Báu Lê
Thể loại: Hồi ký
Sách dày 168 trang
In với bìa mềm và bìa cứng
Bìa: Nguyễn Thành
Trình bày: Nguyễn Thành
NXB Nhân Ảnh - 5/2020
Giá bìa: 20USD (bìa mềm), 30USD (bìa cứng và in màu bên trong)

17. Trên Những Hận Thù

Tác giả: Tiêu Dao Bảo Cự
Thể loại: Kịch bản điện ảnh
Sách dày 124 trang
Bìa: Nguyễn Thành
Trình bày: Nguyễn Thành
NXB Nhân Ảnh - 3/2020
Giá bìa: 12USD

18. Biển Đen Đêm Trắng

Tác giả: Mộng Thường
Thể loại: Hồi ký
Sách dày 168 trang
Bìa: Lê Hân & Nguyễn Thành
Trình bày: Nguyễn Thành
NXB Nhân Ảnh - 3/2020
Giá bìa: 18USD

19. **Vết Nám**

Tác giả: Lê Nguyệt
Thể loại: Truyện dài
Sách dày 310 trang
In với bìa mềm và bìa cứng
Bìa: Nguyễn Thành
Trình bày: Nguyễn Thành
NXB Nhân Ảnh - 5/2020
Giá bìa: 20USD (bìa mềm), 25USD (bìa cứng)

20. **Tuyển Tập Nhạc Xuân**

Sưu tập: Lê Hân
Thể loại: Nhạc
Sách dày 220 trang
Gồm hơn 108 bài nhạc Xuân
In với bìa mềm và bìa cứng
Bìa: Khánh Trường
Trình bày: Lê Hân
NXB Nhân Ảnh - 3/2020
Giá bìa: 25USD (bìa mềm), 32USD (bìa cứng)

21. **Tập Nhạc Nguyên Bích**

Tác giả: Nguyên Bích
Thể loại: Nhạc
Sách dày 122 trang
In với bìa mềm và bìa cứng
NXB Nhân Ảnh - 3/2020
Giá bìa: 20USD (bìa mềm), 30USD (bìa cứng và màu bên trong)

MẶT TRẬN Ở SÀI GÒN – THE BATTLE OF SAIGON
Tập truyện song ngữ Việt Anh
NGÔ THẾ VINH

Vẫn liên tiếp xuất hiện những cuốn sách viết về Chiến Tranh Việt Nam, tuy nhiên có rất ít sách đề cập tới quan điểm từ miền Nam, từ góc cạnh của những người thất trận nhưng họ đã từng chiến đấu và tin tưởng ở một nền Cộng Hòa miền Nam mới khai sinh. Ngô Thế Vinh qua kinh nghiệm của một y sĩ trong một đơn vị Biệt Cách thiện chiến đã đem tới cho chúng ta những lý giải và soi sáng về những tình huống lưỡng nan ngoài trận địa. Rồi ông cũng đề cập tới cuộc sống hỗn mang ban đầu của một người tỵ nạn tạo dựng lại cuộc đời trong sự xa lạ của một miền Nam California, với phấn đấu để trở lại nghiệp cũ giữa một cộng đồng di dân gồm cả nửa triệu thuyền nhân với những khuynh hướng chánh trị phân hóa đa dạng. Một bối cảnh như vậy hầu như hoàn toàn bị lãng quên trong văn học. Người đọc sẽ thấy mình bị lôi cuốn vào tâm thức của một y sĩ tiền tuyến, của một tù nhân trong các trại tù gulag và rồi đến một người tỵ nạn bị bật ra khỏi gốc rễ được giải thoát để hội nhập vào một tầng lớp trung lưu Mỹ mới vừa hình thành. Đọc Mặt Trận Ở Sài Gòn để cảm nhận lắng nghe nỗi bâng khuâng của một con người vẫn gắn bó với những cội rễ tinh thần của một quê hương Việt Nam không thể tách rời. TIM PAGE, Time - Life, UPI free lance reporter

Văn Học Press & Việt Ecology Press
ISBN # 9781989993194
www.amazon.com, các hiệu sách
vanhocpress@gmail.com, vietecologypress@gmail.com,
P.O. Box 3893, Seal Beach, CA 90740

Tiểu thuyết CUỘC CHIẾN ĐẠI DƯƠNG - Tác giả LêNa
Nhân Ảnh xuất bản 2020

CUỘC CHIẾN ĐẠI DƯƠNG, một cuốn tiểu thuyết cổ tích hiện đại, được tác giả LêNa xây dựng công phu với nhiều nhân vật chính diện, phản diện cùng nhiều địa danh với những đặc thù riêng về kinh tế, thể chế và tiềm lực quân sự... để tạo nên một thế giới huyền thoại vừa mang hơi hướm cổ tích, vừa mang tính thần thoại cổ Hy Lạp...

Trong thế giới của tiểu thuyết, cũng đủ cả những hỷ, nộ, ái, ố, tham, sân, si phản ảnh một thế giới thực tại đầy những biến cố tranh giành quyền lực, lãnh địa, tài nguyên... phát sinh những mưu mô hiểm độc, những tính toán ám hại nhau ngay trong nội bộ hoàng tộc để xảy ra bao cảnh chết chóc, ly tán... Điển hình là Công chúa Clementine Ward, con gái của Vua Kuji Ward III, vua của Vương thành South Monia, là nạn nhân của một âm mưu soán ngôi bởi chính người thân trong hoàng tộc là Bá phụ Aetius... khiến Công chúa Clementine Ward phải lưu lạc... Trong thời gian lưu lạc bên người thúc phụ, Tướng quân Elishua trung thành, cùng trải qua gian truân và gặp một chàng trai bí mật... Tình yêu, sự thông minh, trái tim nhân ái, lòng quả cảm kiên cường của Công chúa... đã giúp nàng thu phục nhân tâm và liên kết với các liên bang tạo nên sức mạnh chống lại tên bạo chúa đang âm mưu thôn tính thế giới...

Tiểu thuyết CUỘC CHIẾN ĐẠI DƯƠNG vẫn dở dang ở tập 1, kết quả chưa văn hồi nhưng nội dung với nhiều tình tiết đan xen logique tạo nên một sự hấp dẫn lôi cuốn đặc biệt. Truyện thích hợp với mọi lứa tuổi, có tính nhân văn sâu sắc. Truyện cũng khiến cho độc giả lớn tuổi phải ngẫm nghĩ và liên tưởng đến thế giới hiện nay...

- Sách được phát hành toàn cầu trên hệ thống amazon.com
- Tại Hoa Kỳ liên lạc Lê Hân - Tel: (408) 722-5626
Email: han.le3359@gmail.com
- Liên lạc tác giả LêNa - Email: ninasellhomes@gmail.com

KHÁNH TRƯỜNG

NHÂN ẢNH xuất bản 2020

- Sách được phát hành toàn cầu trên hệ thống amazon.com

- Tại Hoa Kỳ liên lạc Lê Hân - Tel: (408) 722-5626
    Email: han.le3359@gmail.com

- Liên lạc tác giả Khánh Trường - Email: alexkhtruong@yahoo.com

ĐẶT MUA DÀI HẠN
Tạp chí NGÔN NGỮ
Phát hành 2 tháng 1 kỳ

Ở Hoa Kỳ:

$120 US/1 năm
$20 một số
Liên hệ: Lê Hân, han.le3359@gmail.com - tel: (408) 722-5626

Ở Canada:

$138 CAD/1 năm
$25 một số
Liên hệ: Tạ Trung Sơn, tatrungson@hotmail.com
tel: (514) 354-5338

Ở Pháp:

Mua qua www.amazon.fr

Ở Đức:

Mua qua www.amazon.de

Ở Việt Nam:

150.000 đ một số
Liên hệ: Nguyễn Thành, vanhocunescom@gmail.com
tel: (84) 0903385141